सामान्य माणूस
कायदा आणि न्याय

न्या. सुरेश वसंत नाईक

डायमंड पब्लिकेशन्स

सामान्य माणूस : कायदा आणि न्याय

न्या. सुरेश वसंत नाईक
बिल्डींग नं. ५, ब्लॉक नं. १५, वकीलनगर,
एरंडवणे, पुणे ०४. फोन – ९४२१०८०१८३

प्रथम आवृत्ती – २४ फेब्रुवारी २००९

ISBN 978-81-8483-123-8

© डायमंड पब्लिकेशन्स

मुखपृष्ठ :
शाम भालेकर

प्रकाशक :
डायमंड पब्लिकेशन्स
२६४/३ शनिवार पेठ, ३०२ अनुग्रह अपार्टमेंट
ओंकारेश्वर मंदिराजवळ, पुणे–४११ ०३०
☎ ०२०-२४४५२३८७, २४४६६६४२
info@diamondbookspune.com

ऑनलाईन पुस्तक खरेदीसाठी भेट द्या
www.diamondbookspune.com

प्रमुख वितरक :
डायमंड बुक डेपो
६६१, नारायण पेठ, अप्पा बळवंत चौक,
पुणे ३०.
☎ ०२०-२४४८०६७७

मनोगत

एखादी लेखमाला ग्रंथरूपाने प्रसिद्ध करताना तिला प्रस्तावना लिहिणाऱ्याची मन:स्थिती ही मुलीचे लग्नकार्य आटोपून तिला निरोप देणाऱ्या वधूपित्यासारखीच असते. सर्व कार्य झाल्यावर चार निरोपाचे शब्द बोलणे जरुरीचे असते. त्याप्रमाणे चार शब्द सांगण्यासाठी ही प्रस्तावना. हे सर्व लेख लिहिण्यामागे असलेली वैचारिक भूमिका किंवा प्रेरणा विशद करणे जरुरीचे आहे. त्यामुळे हे लेख लिहिण्यामागचा हेतू कितपत सफल झाला हेही अजमावता येणे सुकर होईल.

कायदा आणि न्यायव्यवस्था ह्यांचा वारसा मला जन्मामुळे मिळाला. माझ्या आईवडिलांकडून दोन्हीकडचे पणजोबा ह्यांना त्यांच्या पेशामुळे न्यायदानाचे कार्य करावे लागले. दोन्हीकडचे आजोबा हे पुणे व नगर येथे प्रथितयश वकील होते. माझे वडील प्रसिद्ध वकील व सरकारी वकील होते. ह्याशिवाय दोन्हीकडचे नातेवाईक, व्याही हे वकिली पेशातले आहेत. घरात कायद्यांच्या पुस्तकांनी खोली भरलेली होती. घरात पक्षकारांचा राबता होता. त्यांनी व्यक्त केलेली कृतज्ञता किंवा समाजात वकील व न्यायाधीश यांना असलेला मानमतराब, प्रसिद्धी ह्यांचा मोह माझ्या मनावर होता. येवढे असूनही सर्वसामान्य माणसांच्या मनात कायदा किंवा न्यायदानाबद्दल जे समज होते, त्यामुळे माझ्या मनातही काही साशंकता होती. सर्वसामान्यांच्या मते कायदा हा गाढव असतो. शहाण्याने कोर्टाची पायरी चढू नये, वकील मंडळी खऱ्याचे खोटे व खोट्याचे खरे करतात. न्याय देणे ही क्रिया येवढी अवघड व गुंतागुंतीची व प्रचंड वेळखाऊ का असते? वकील मंडळी पक्षकारांना झुंझवत ठेवून आपली पोळी भाजून घेत असतात का? न्याय सुस्पष्ट असतो तर येवढी पुस्तके लागण्याचे कारण काय? न्यायाधीश योग्य न्याय देत असतील तर वरिष्ठ न्यायालयाची जरुरीच का असते? वगैरे वगैरे. अजूनही समाजात न्यायदानाबद्दल बरेच गैरसमज आहेत. प्रसारमाध्यमे जेव्हा एखाद्या गुन्ह्याला किंवा गुन्हेगारास भडक प्रसिद्धी देतात, तेव्हा तर हे गैरसमज शिगेला पोहोचले जातात. आरोपीने पोलिसांपुढे गुन्हा कबूल केला आहे, हे वृत्त समजल्याबरोबर आता आणखी पुरावा काय हवा आहे? आरोपीला ताबडतोब कडक शासन व्हावयास, विनाकारण उशीर का लावावयाचा? असे प्रश्न पडतात. अरुषी हत्याकांडामध्ये तर ह्या गैरसमजाने कहर केला होता. ह्या कुप्रसिद्धीच्या वणव्यात हे सारे कुटुंब असल्या अफवांनी पार होरपळून निघाले. अनेकांना अशी कुप्रसिद्धी सहन करावी लागली. कायदा आणि न्यायव्यवस्था ह्याबद्दल समाजाला नीट दिग्दर्शन झाले तर न्यायदानप्रक्रियेतील अडचणी लक्षात येऊन समाज स्वत:च्या हक्काबद्दल सजग होऊन त्याला त्याचे हक्क व जबाबदारी यांची यथायोग्य जाणीव होईल. त्यामुळे समाजातील कायदा व न्यायदानपद्धती जास्त कार्यक्षम होऊन समाजाच्या सर्वांगीण विकासासाठी जरूर असलेली शांतता व सुव्यवस्था नांदेल ह्या जाणिवेपोटी हे लिखाण केले आहे.

विधिमहाविद्यालयात गेल्यावर निरनिराळ्या कायद्यांचा सखोल अभ्यास करावा लागला. वकिली पेशामुळे कनिष्ठ न्यायालयापासून उच्च व सर्वोच्च न्यायालयात कायद्याच्या विविध छटांचे प्रतिपादन करावे लागले. न्यायाधीश म्हणून वीस वर्षांहून जास्त काळ काम करण्याची संधी मिळाल्यामुळे न्यायदानातील प्रक्रिया जवळून पाहता आली. विशेषत: मुंबई येथे औद्योगिक न्यायालयात अध्यक्ष म्हणून काम करत असताना ह्या क्षेत्रातील सर्वश्रेष्ठ कायदेतज्ज्ञांची प्रतिपादने ऐकण्याचा तसेच त्यांच्याशी कायद्याची चर्चा करण्याची संधी मिळाली. विधिमहाविद्यालयात कायदा शिकवताना कायदा सामान्य थरापर्यंत समजावून सांगावा लागल्याने त्याची मूलतत्त्वे जास्त सुस्पष्ट झाली. त्याचप्रमाणे न्यायाधीशाच्या परीक्षेला बसणाऱ्या परीक्षार्थींशी व न्यायाधीश झाल्यानंतरही त्यांच्याशी न्यायदत्त प्रक्रियेबद्दल सखोल विचार करण्याची संधी मिळाली. ह्या सर्वांची कायदा,कायद्याच्या मूलभूत संकल्पना नीट समजून घेता येण्यास मदत झाली.

सत्य, नीती, कायदा किंवा धर्म व न्याय ह्या संकल्पना पार वेगवेगळ्या आहेत. ह्याची जाणीव सामान्य माणसास न झाल्याने कायद्याबद्दल किंवा न्यायप्रक्रियेबद्दल पार गैरसमज होतात असे आढळले. सत्य हे व्यक्तिसापेक्ष मानले गेले आहे. मानवी जीवनाचा हेतू हे सत्यदर्शन किंवा आत्मदर्शन व्हावे असा मानला आहे. ब्रह्म सत्यं जगत्यं मिथ्या हे सत्य मानून त्यासाठी साऱ्या पृथ्वीचा त्याग करावा.(आत्मार्थे पृथिवीं त्यजेत्) असे शास्त्रवचन आहे. नीती ही संकल्पना समूहाच्या सापेक्षात्वात वापरली जाते. आपण सुखाने जगावे व दुसऱ्याला सुखाने जगू द्यावे. तसेच आपले स्वातंत्र्य आपण उपभोगावे पण इतरांच्या स्वातंत्र्याची जपणूक करण्याचे आपले कर्तव्य आहे ही आत्मौपम्य दृष्टी नीती देते. कायदा किंवा धर्म ही संकल्पना विचारात घेताना धर्म हा शब्द निरनिराळ्या अर्थांनी आपणास परिचित आहे. त्यापैकी 'धर्मो धारयते प्रजा:' किंवा 'धारणात् धर्म इत्याहु:' ह्या व्याख्येप्रमाणे धर्म म्हणजे कायदा ह्या ढोबळ अर्थाने हा धर्म शब्द वापरला आहे. धर्म व नीती ह्या संकल्पनातील भेद स्पष्ट होण्यासाठी नाही. उदाहरणे देणे जरूर आहे. सत्य बोलावे ही नीती पण मरणोन्मुख आजारी माणसाने विचारल्यावर तू आता मरणार आहेस हे सत्य सांगणे हे अधार्मिक. रामाने वालीचा वध केल्यावर वालीने रामाला त्याचे कृत्य अनीतिमान आहे असे सांगितल्यावर रामांनी मी धर्मांचेच पालन केले आहे असे त्याला प्रतिपादन केले व त्याने वालीचे समाधानही झाले. काही आपत् प्रसंगी नीतीला दूर सारून धर्माला मार्ग काढावा लागतो अशा प्रसंगी आपद्धधर्म म्हणून काही वेळा वागणे भाग पडते व त्याचा वागणाऱ्याला दोष लागत नाही. महाभारतात तर अशा आपद्धर्माची अनेक उदाहरणे अगदी भगवद्गीतेचे जगन्मान्य तत्त्वज्ञान सांगणाऱ्या श्रीकृष्णांच्या चरित्रात पहावयास मिळतात. म्हणूनच म्हटले जाते कि 'धर्मस्य तत्त्वं निहित गुहायाम्' धमतत्त्वे ही गूढ असतात, त्यामुळे मोठी माणसे जशी वागतात तसे वर्तन असावे. महाजनो येन गत: स पंथा: । आपल्याकडेसुद्धा पैसे तीन वर्षांनी परत केले नाहीत तर मुदतीच्या कायद्याचा

बाध येऊन न्यायालये त्याला न्याय देऊ शकत नाहीत. ह्यावरून नीती व कायदा ह्या संकल्पना कशा भिन्न आहेत हे लक्षात येतात. न्याय ही संकल्पना अगदी भिन्न आहे. तिचा पाया हा लेखी किंवा तोंडी पुरावा हा होय. एखाद्या पक्षकाराची बाजू जरी न्याय असेल पण त्याने पुरावा देण्यात काही चूक केली तर त्याला न्याय मिळणार नाही. न्यायालयात खरे खोटे हा वाद नसतो तर कायदेशीर पुराव्याचा सिद्धा सिद्धतेचा वाद असतो. कोणतीही गोष्ट कायदेशीर पुराव्याने सिद्ध झाल्याशिवाय न्यायाधीशांना ती कायद्यानेच स्वीकारता येत नाही.

वरील सर्व संकल्पनांची सुस्पष्ट जाणीव झाली तर सामान्य माणसाला न्यायप्रक्रियेबद्दल योग्य ती माहिती कळणे शक्य होईल व ह्याबाबतचे अज्ञान किंवा गैरसमज बऱ्याच प्रमाणात कमी होऊन कायदा नक्की कोठे अपुरा पडतो ह्याचे ज्ञान होण्यास मदतही होईल.

समाजाच्या स्थित्यंतराच्या संदर्भात कायद्याचा विचार हा त्याच्यात बदल किंवा सुधारणा करण्याच्या दृष्टीने करावयाचा झाला तर मुळात कायद्यात कसा कसा बदल होतो हे पाहणे जरूर आहे.

कायदा किंवा नियम हे माणसांच्या समूहातच असतात असे नव्हे तर पशुपक्षी इत्यादी सर्वच प्राणिमात्रसुद्धा काही नियम काटेकोरपणे पाळताना आढळतात. अगदी वाघसिंहसुद्धा कळपाने राहताना काही नियम पाळतात. शिकार प्रथम कोणी खायची हे ठाम ठरलेले असते. त्यात कोणी जरासुद्धा बदल करण्याचा प्रयत्न केला तर फटकेच बसतात. सर्वच प्राणिमात्र जंगलात राहत असताना काही अलिखित कायदा पाळला जातो. 'बळी तो कान पिळी' हा नियम त्यालाच जंगलाचा कायदा असे म्हटले जाते. त्या कायद्याशी नीतीचा काही संबंध नसतो. 'यत् सर्वभूतहितस्य सा नीतिः' म्हणजे सर्वच प्राणीमात्रांच्या हिताचे आहे, ती नीती अशी नीतीची व्याख्या करता येईल. नीतिपालन हे प्रगल्भ किंवा विकसित भावना किंवा बुद्धीचे लक्षण आहे. मानवप्राणीसुद्धा अगदी प्रारंभिक अवस्थेत ह्या जंगलच्या कायद्याचेच पालन करीत होता. अरबी टोळ्यांचा इतिहास पाहिला तर त्याची साक्ष मिळते. अजूनही पाकिस्तानच्या काही भागात हा रानटी कायदाच अस्तित्त्वात असल्याचे आढळते. इथे नीतीचा काही संबंध नसल्याचे दिसते. मुलींना सर्व अंग झाकणारे बुरखे घालणे जरूर आहे इतकेच नव्हे तर तिला प्रेमविवाह करण्यास नुसताच प्रतिबंध नाही तर असा विवाह केल्यास तिला गळ्यापर्यंत खड्ड्यात पुरून तिचे डोके जाणाऱ्या येणाऱ्याने दगडाने ठेचून तिला ठार मारले जाते. इराणच्या खुद्द शहाची भाची ह्या शिक्षेला बळी पडली. पाकिस्तानात मानवी हक्काकडे अशाप्रकारे ठार मारलेल्या ६०० केसेची नोंद आहे. अशी प्रथा बंद करण्याबद्दल २ ऑगस्ट १९९९ ला जेव्हा पीपल्स पार्टीने बिल आणले, त्याला फक्त चार जणांनी पाठिंबा दिला. बाकी सर्वांनी ह्या ठरावाला कडाडून विरोध केला. विरोध करणाऱ्यांमध्ये

निवृत्त न्यायाधीश व माजी परराष्ट्र मंत्रीही होते. (संदर्भ – देअर इज नो ऑनर इन बिलिंग, लेखिका बीना सरबार. द हिंदू दैनिक ता. ८ सप्टें. २००८) असा रानटी समाज जेव्हा न्याय देतो तो किती भीषण असतो, ह्याची थोडीफार कल्पना पाकिस्तानमध्ये २२ जून २००२ रोजी मुखतारभाई ह्या स्त्रीवर झालेल्या अत्याचारावरून येईल. दक्षिण पंजाबमधल्या मिरवाला गावात गुज्जर जमातीतील तालतापीट जातीचे लोक व बलुच जमातीतील मस्तोई ह्या पोटजमातीचे लोक राहतात. गुज्जर जमातीतील एका मुलाने मस्तोई जमातीतील मुलीवर बलात्कार केल्याची तक्रार आल्यावर दोन्ही जमातीतील पंचमंडळी जमली व त्यांनी न्याय दिला की त्या मुलाची बहीण मुखतारमाई हिच्यावर दुसऱ्या जमातीतील लोकांनी बलात्कार करावा. ह्या हुकमाची ताबडतोब अंमलबजावणी झाली. जमातीचे मते अन्यायाची फिटफाट झाली. म्हणजेच न्याय प्रस्थापित झाला. (संदर्भ – इन टू द मिरर लेखिका ब्राइविन. कुरान प्रस्तावना क्रिकेटपटू इमरानखान)

आपल्याकडेही सतीची चाल वगैरे घातक प्रथा होत्याच. आपल्या मुलीने जर परजातीय मुलाशी लग्न केले तर समाजात आपली प्रतिष्ठा कमी होईल म्हणून पनवेल येथील शीख कुटुंबातील मुलगा त्याचा भाऊ व आई वडिलांची निर्दयतेने कापून काढून हत्या करण्यात आली होती. प्रश्न देशाचा नाही तर समाज कसा विचार करतो हे ह्यावरून दिसून येते. ह्या सर्व घटना रूढीमुळे झाल्या. समाज जे अलिखित तत्त्व पाळतो त्यालाच परंपरा किंवा रूढी असे म्हणतात. ह्याचा परिणाम फारच जबरदस्त असतो. कायद्यातसुद्धा रूढी प्रभावी मानलेली आहे. 'शास्त्राद रूढिर्बलीयसी' असे म्हणतात. रूढी किंवा कायदा कितीही नीतिमत्त्वावर आधारित असला तरी काही प्रमाणात अन्याय हा होतच असतो. त्यामुळे कायद्याचे उद्दिष्ट कमीतकमी व्यक्तींवर कमीत कमी अन्याय असा असावयास हवा. रामराज्यात सारी प्रजा नीतीने चालणारी होती. न दण्डो न स दाण्डिनः (कोणी अपराध नव्हता म्हणून त्याला शासन करणारेही नव्हते) तरीसुद्धा सीतेच्या चारित्र्याबद्दल लोक कुजबुजतात (इति पौरजनाः वदन्ति) असे हेरांनी सांगितल्याबरोबर ती पवित्र आहे हे माहीत असूनही प्रभुरामचंद्रांना गर्भारशी अशा सीतेचा त्याग करावा लागला. सीतेवर अन्याय झाला हे तितकेच खरे.

कायदे सुस्पष्ट नसले तर समाजाचे किती नुकसान होते हे आपणास महाभारतावरून लक्षात येते. त्यावेळच्या रूढीप्रमाणे राजा हा अव्यंगी हवा म्हणून धृतराष्ट्र हा थोरला असूनही आंधळा असल्यामुळे त्यास राज्यावर बसता आले नाही. त्याचा धाकटा भाऊ पंडू हा राजा झाला. मात्र पंडू वनवासात गेल्यावर धृतराष्ट्र हा प्रभारी राजा होऊ शकला. आता थोरला मुलगा व्यंगी असल्याने तो राज्यावर बसू शकत नसला तरी त्याचा मुलगासुद्धा राजा होण्यावाचून वंचित होऊ शकतो का? अंध राजा प्रभारी राजा म्हणून चालू शकतो. मग त्याच्या मुलाच्या हक्कावर गदा का यावी हे कायदेशीर प्रश्न अनुत्तरित होते. बरे, दुर्योधनाचे राज्यावर हक्क सांगणे चुकीचे असेही म्हणता येणार

नाही. कारण बरीचशी मंडळी, भीष्माचार्य, विदुर, बलराम वगैरे, ही दुर्योधनाच्या बाजूने उभी होती. आपल्याकडे कायदा निर्माण करणारी संस्था किंवा सर्वोच्च न्यायसंस्था असती तर तिने ह्याचा अंतिम निर्णय दिला असता. सर्व समाजाची जी प्रचंड हानी झाली ती टळली असती असे वाटते.

समाज व कायदा ह्यांचे नाते हे शरीर व कपड्यांसारखे असावयास हवे. शरीर वाढले की आपण कपडेही बदलतो. जुनेच तोकडे घालण्याचा वेडगळपणा करीत नाही. तसेच समाजाचे परिवर्तन झाले की कायदेही बदलावयास लागतात. तरच समाजाचे प्रश्न कायद्याद्वारे सुटू शकतात. समाज हा पाण्याच्या प्रवाहासारखा प्रवाही आहे. पाण्याला योग्य पाट काढून त्याची गती कायम ठेवली तर अनर्थ होत नाही. कायदा हा समाजाचा पाटच आहे. त्याने समाजाला योग्य दिशा दिली पाहिजे नाहीतर तो बंधाऱ्यासारखा आडवा झाला तर तो फोडून समाजाचा प्रवाह पुढेच जाईल व अनर्थ होईल.

आपल्याकडे आपणास फक्त मनुस्मृती माहीत आहे पण त्याचे आधीसुद्धा कायदे लिखीत स्वरूपाचे करण्याचे काम अनेक स्मृतिकारांनी केले आहे. विष्णुस्मृती, नारदस्मृती यांसारखे अनेक ग्रंथ अस्तित्वात होते. अर्थात एक लक्षात ठेवले पाहिजे की आपण समजतो तसे स्मृतिकारांनी कायदे निर्माण केले नाहीत तर समाजात ज्या रूढी पाळल्या जात होत्या. त्या बऱ्याचशा शब्दबद्ध केल्या. कै. डॉ. पां. वा. काणे ह्यांचा धर्मशास्त्राचा इतिहास हा दोन भागांचा ग्रंथ उपलब्ध आहे. त्यावरून आपणास पूर्वजांच्या कायद्याबद्दलच्या कल्पना काय होत्या, त्यांनी समाजाचा कसा विचार केला होता ते कळेल.

कायदा जेव्हा शब्दबद्ध होतो तेव्हा बऱ्याच अडचणी निर्माण होतात. कारण कायद्याची कलमे ज्या शब्दांच्या माध्यमावर अवलंबून असतात, त्या शब्दांच्या अर्थाच्या अनेक छटातून नेमका कोणता अर्थ अभिप्रेत आहे हे कळणे गरजेचे असते. कित्येकवेळा कायदे करणाऱ्यांना अपेक्षित असलेल्या अर्थाच्या अगदी विरुद्ध अर्थ शब्दातून काढता येतो. याचे फार गमतीदार उदाहरण दिले जाते. एका देवळासमोर पाटी लावलेली असते की बाहेर जोडे काढल्यावरच आत प्रवेश मिळेल. एक इसम जोडे न घालताच आला. दरवाजावर त्याला द्वारपालाने हटकले. त्यावर तो म्हणाला मला जोडेच नाहीत. त्यावर द्वारपाल म्हणाला, 'मला ते माहीत नाही. या पाटीवर लिहिलेल्या नियमाचे मला पालन करावयाचे आहे. इथे जोडे काढल्याशिवाय तुला आत जाता येणार नाही. तू असे कर परत माघारी जा. जोडे घालून ये. ते तू इथे काढ तरच मी तुला आत सोडू शकतो.'

ह्यामुळे कायद्याचा निश्चित काय हेतू आहे हे कळल्यास नुसते शब्दच नव्हे तर विरामचिन्हांनासुद्धा फारच किंमत येते, फाशी व जन्मठेप अशी शिक्षा सांगितलेल्या गुन्ह्यांना जामीन देऊ नये असे कलम असेल तर प्रश्न पडतो की ज्या गुन्ह्याला फाशी किंवा जन्मठेप सांगितली आहे उदा. खून तर त्याला जामीन देता येत नाही पण फाशी

शब्दापुढे स्वल्पविराम असेल तर फाशीची शिक्षा सांगितलेल्या तसेच ज्या गुन्ह्यांना जन्मठेपेची शिक्षा सांगितली आहे, अशा खुनाव्यतिरिक्त इतरही गुन्ह्यांना जामीन देता येणार नाही. एका कायद्याच्या कलमातील शब्द विशिष्ट अर्थाने वापरला असेल तर त्याच कायद्यातील तसेच इतर कायद्यातसुद्धा तो शब्द आला असेल तर विसंगती निर्माण होणार नाही हेही पाहावे लागते. शिवाय सर्व कायदा किंवा त्यातली कलमे ही घटनेच्या विरुद्ध नाहीत ना हेही बघावे लागते. त्यासाठी मग जनरल क्वॉजेज ॲट, ज्युरिस्प्रुडन्स, इंटरप्रिटेशन ऑफ स्टॅच्यूज ह्या कायदाशास्त्राचाही विचार करणे भाग पडते. त्याचप्रमाणे कायद्याच्या निर्णयात सुसूत्रता येण्यासाठी पूर्वीचे त्याच मुद्द्यावरचे निकाल किंवा वरिष्ठ न्यायालयाचे निकाल अभ्यासण्याची जरुरी भासते. ह्या सर्व कारणांनी कायदा व न्यायदान प्रक्रिया फारच गुंतागुंतीची झाली असते. सर्वसामान्य जनतेला ह्याची जाणीव नसल्याने ह्या प्रक्रियेबद्दल बरेच गैरसमज होतात. कित्येक वेळा लोकांचा ह्या न्यायदानप्रक्रियेवरील विश्वास उडून जातो आहे का ह्याची शंका येते. ह्या सर्व लेखांनी ही जनतेच्या मनातील शंका गैरसमज थोडीतरी दूर होईल ह्या जाणिवेने हे लेख लिहिले आहेत.

हे लेख लिहिण्यामागचा सर्वात महत्त्वाचा उद्देश म्हणजे सर्वसामान्य जनतेने आता आपल्या कायदेविषयक हक्कांबद्दल सजग राहून त्यांत योग्य ते बदल घडवण्यासाठी काहीतरी भरीव व ठोस पावले टाकण्याची गरज असल्याची प्रखरतेने जाणीव व्हावी हा होय. पूर्वी इंग्रजांचा आपल्यावर अंमल असताना आपल्याला हवा तसा आपण विकास करू शकत नव्हतो. आपणाला हवे ते कायदे आपल्याला निर्माण करता येत नव्हते किंवा नको असलेले कायदे आपण बदलू शकत नव्हतो. ह्याचाच अर्थ आपण कायद्याबद्दल परतंत्र होतो. आपल्याला कायदेभंग करण्याचे शिकवले व त्याने आपण स्वतंत्र होऊ असे सांगितले गेले. आपल्याला कायदे मोडण्यातच पराक्रम वाटू लागला. तसे करणे हे देशभक्तीचे लक्षण आहे अशी आपली समजूत झाली.

इंग्रजी कारकिर्दीत आपण कायदे करणे वगैरे कामे सर्वस्वी त्यांच्यावर सोपवली होती व काही अप्रिय घटना झाली की तिचे खापर आपण सरकारवर फोडत होतो. इंग्रज राज्यकर्ते गेले. आता आपल्याला स्वातंत्र्य उपभोगण्यासाठी काही मानसिक बदल घडवणे जरूर आहे. तरच आपण विकास करू शकू. प्रथमत: कायदे काटेकोरपणे पाळलेच पाहिजेत हे तत्त्व अंगात मुरवणे जरूर आहे. कायदा मोडणारा देशद्रोही आहे, ही भावना रुजवली पाहिजे. आपल्याला कोणते कायदे हवे आहेत की ज्यायोगे आपल्याला शांतता व समृद्धी लाभेल व आपला सर्वांगीण विकास होईल ह्याचा विचार करून आपल्या लोकप्रतिनिधींवर तसे कायदे पारित करण्याचा आग्रह किंवा दबाब निर्माण केला पाहिजे. पुण्याचे पोलीस कमिशनर ह्यांनीही असा दबाबगट असण्याची अत्यंत जरुरी असल्याचे जाहीर प्रतिपादन केले आहे. अतिरेकी कारवायांइतकाच

भ्रष्टाचार वाईट आहे. या देशातून तो पूर्ण नष्ट व्हावयास कडक कायदा व्हावयास हवा. भ्रष्टाचार करणारे लोकप्रतिनिधी, स्विस बँकेत पैसे ठेवणारे हे सर्व अतिरेकीच समजले पाहिजेत. नागरिकांनी निवडून दिलेले प्रतिनिधी परत बोलवण्याचा अधिकार जनतेला मिळून लोकप्रतिनिधींवर खऱ्या अर्थाने जनतेचा अंकुश हवा. लोकप्रतिनिधी जनतेशी प्रामाणिक हवा जनतेचे मते त्याने वेळोवेळी घ्यावयास हवे. त्याची निष्ठा जनतेशी हवी. ह्याबद्दल योग्य ते कायदे हवे. जनतेचा दबाव असल्याखेरीज असे जनउपयोगी कायदे विधिमंडळात दाखलसुद्धा होण्याची शक्यता नाही. पोलीस यंत्रणा ही लोकप्रतिनिधींपासून दूर करण्याचा सर्वोच्च न्यायालयाच्या आदेशानुसार अजून कायदा झाला नाही. त्यासाठी जनतेच्या रेट्याची जरुरी आहे.

आपण घटना लिहिताना ही घटना भारतातील सर्व लोकांनी स्वत:साठी विश्वासपूर्वक अशी भारतीयांच्या स्वतंत्र हक्कासाठी करत आहोत अशा अर्थाचे घटनेला प्रिअेंबलमध्ये स्थान दिले पण खरंच हे स्वातंत्र्य जनतेपर्यंत आले का? भारतीय जनतेच्या आशा आकांक्षा त्यात प्रतिबिंबित होऊन तशी वर्तणूक राज्यकर्त्यांची होते आहे का हा प्रश्न आहे. इंग्रज गेले व लोकांच्या मतावर निवडून आलेल्या लोकांचे हे राज्य आहे. जनतेला फक्त मतदानाचाच अधिकार आहे असा प्रश्न पडतो. हानीची किंमत मोजावी लागेल ते देव जाणे. आपल्या भावी पिढ्या आपल्याला दूषणे देतील हेही किती काळ लक्षात ठेवले पाहिजे.

आता मात्र नागरिकांनी आपल्या हक्काबद्दल आणि विशेषत: आपल्या स्वातंत्र्यरक्षणाच्या बाबत सजग राहून कायदे निर्माणप्रक्रियेत सक्रिय कार्य करण्याची नितांत जरूरी आहे. ही जाणीव निर्माण व्हावी म्हणून ह्या लेखांचा हा प्रपंच!

ही सर्व लेखमाला माझेकडून प्रोत्साहन देऊन माझी सहाध्यायी व मानसकन्या ॲड. कल्याणी पाठक हिने लिहून घेतली. इतकेच नव्हे तर तिचे पती श्री. मंगेश पाठक अद्वैत फिचर्सचे संचालक ह्यांचेकडून महाराष्ट्रातील विविध ठिकाणच्या वृत्तपत्रांतून प्रसिद्ध केली. त्यावर वाचकांनी भरघोस प्रतिसाद दिला त्यामुळे मला बरेच उत्तेजन मिळाले. त्या वाचकांचा मी अत्यंत आभारी आहे. माझे बंधू सुनील यांना वकिलीबद्दल उपजतच आवड आहे. त्याचप्रमाणे माझे दुसरे बंधू सुधीर ह्यांनी कायदा व न्यायदान ह्या विषयावर नेहमीच विचक्षणपणे चर्चा केली. तसेच अनेक वकील, न्यायाधीश व विद्यार्थी ह्यांच्याशी चर्चा केली त्याचा मला बराच फायदा झाला. हे पुस्तकछपाईचे किचकट काम मोठ्या आपुलकीने सौ. सुनीता दांडेकर हिने केले तसेच डायमंड पब्लिकेशनचे मालक श्री. द. गं. पाष्टे ह्यांनी आस्थेवाईकपणे हे छपाई प्रकाशनाचे शिवधनुष्य पेलले त्यांचा मी अत्यंत आभारी आहे.

सुरेश वसंत नाईक

माझे गुरु

कै. प. पू. अबूबाबाजी

(ज्यांनी न्यायदान ही ईश्वरप्राप्तीची साधना आहे हे शिकवले)

माझे दोन्ही पणजोबा

(ज्यांनी न्यायदानाचे चोख कार्य केले ते)

कै. बळवंत सिताराम नाईक

(खानदेशचे पहिले पदवीधर)

कै. नानासाहेब निमोणकर

(ज्यांच्या खांद्यावर साईबाबांनी देह सोडला)

माझे कायदेतज्ज्ञ दोनही आजोबा

कै. केशव बळवंत नाईक

व

कै. विश्वनाथ नारायण पारनाईक

माझे वडील व या क्षेत्रातील गुरु

कै. वसंत केशव नाईक

(वकील व सरकारी वकील, ज्यांनी मला बोटाला धरून कायदा व
न्यायप्रणाली शिकवली.)

ह्या सर्वांना अत्यंत आदरपूर्वक अर्पण

अनुक्रमणिका

पाकिस्तान व इतरही काही देशात कुटुंबप्रमुख पुरुषाच्या मनाविरूद्ध स्त्रीस विवाह करता येत नाही. असा जर विवाह केला तर तिला गळ्यापर्यंत खड्ड्यात पुरून दगडाने ठेचून ठार मारण्यात येते. पाकिस्तानात मानवी हक्क संरक्षण न्यायालयात अशी ६०० प्रकरणे दाखल झाली. (दैनिक हिंदू ८-९-२००८) भारतात शारीरिक इतकेच मानसिक हिंसेला अवैध मानले आहे. कायद्याने स्त्रियांची जास्त काळजी घेतली आहे म्हणूनच बलात्काराच्या गुन्ह्याप्रमाणेच कौटुंबिक अत्याचार, विनयभंग, प्रेमविवाहास आडकाठी अशा प्रकारची कृत्ये दंडनीय मानली आहेत. राष्ट्राचा विकास हा कुटुंबाचे स्वास्थ्यावर आहे असे कायदा मानतो. न्यायाच्या दृष्टीने पहाता पुरुषांच्याही हक्क रक्षणासाठी तरतूद हवी असे अनेकांना वाटते. कायद्याने सर्वच प्रकारची हिंसा दंडनीय मानल्यामुळे माणसाला स्वतःची हिंसा करून जीवन संपविण्याचा इच्छामरणाचा हक्क काही देशात मान्य असला तरी आपल्याकडे ते दंडनीय कृत्य मानले आहे. परमेश्वराने दिलेले हे जीवन आपणास नष्ट करण्याचा अधिकार नाही हा त्याच्यामागचा विचार असावा.

१

कायदा कौटुंबिक हिंसाचार रोखणार?

घरगुती हिंसाचाराला प्रतिबंध करणाऱ्या कायद्याची अंमलबजावणी नुकतीच सुरू झाली. बरेचदा असे कायदे संदिग्ध असल्याने तसेच कार्यवाहीबद्दल मार्गदर्शक सूत्रांचा अभाव असल्याने त्यांची अंमलबजावणी करणे अवघड होऊन बसते. पती– पत्नीतील नाते खाजगी स्वरूपातले असल्याने अशा प्रकरणातील तपासकार्य अवघड ठरते. भारतीय न्यायव्यवस्थेतील निष्प्रभ ठरलेल्या अशाच काही कायद्यांचा वेध ...

घरगुती हिंसाचाराला प्रतिबंध करणाऱ्या २००५ मधील घरगुती अत्याचार प्रतिबंधक कायद्याची अंमलबजावणी नुकतीच सुरू झाली. हा कायदा अस्तित्वात आल्यानंतर तमिळनाडूच्या तिरुनेलवेल्ली जिल्ह्यातील एका व्यक्तीवर त्या अन्वये कारवाईदेखील करण्यात आली. या कायद्यातील तरतुदीनुसार तक्रार करणाऱ्या महिलेला पतीकडून संरक्षण देण्याची जबाबदारी पोलिसांची असते. पतीचा गुन्हा सिद्ध झाल्यास त्याला तुरुंगवास किंवा वीस हजार रुपये दंडाची शिक्षा होऊ शकते.

असे कायदे संमत करण्यामागे सरकारचा हेतू स्वच्छ असतो. मात्र, अशा कायद्यांची अंमलबजावणी कशी आणि किती प्रमाणात होते हा प्रश्न अनुत्तरीत राहतो. मुळात असे कायदे करताना त्यातील अडथळ्यांचा विचारच झालेला नसतो. कारण असे कायदे लोकानुनय करण्याच्या नादात घाईघाईने संमत झालेले असतात. इथे इंडियन क्रिमिनल प्रोसिजर कोडमधील १२५ व्या कलमाचे उदाहरण देता येईल. या कलमानुसार पालकांनाही अपत्यांकडून पोटगी मागण्याचा अधिकार आहे. पालकांना संरक्षण देणारा हा कायदा वरकरणी चांगला वाटला तरी त्याच्या अंमलबजावणीचा विचार झाला नसल्याचे लक्षात येते. उदाहरणार्थ, एखाद्या जोडप्याला चार अपत्ये असतील तर

त्यापैकी कोणी आणि किती पोटगी द्यायची की, अपत्यांपैकी एकानेच आई-वडिलांचा भार उचलायचा हे या कायद्यात स्पष्ट झालेले नाही. अशी संदिग्धता असल्याने बरेच कायदे त्यांचा हेतू स्तुत्य असला तरी निष्प्रभ ठरतात. माझ्यासमोर तर एक विचित्र प्रकरण आले होते. या प्रकरणात वृद्ध जोडप्याच्या एका मुलाने पालकांना बळजबरीने स्वतःजवळ ठेवून घेतले होते. हा मुलगा आई-वडिलांतर्फे इतर भावंडांवर पोटगीचे खटले दाखल करत असे. अशा संदर्भातले कायदे संदिग्ध असल्याने तसेच त्यांच्या कार्यवाहीबद्दल मार्गदर्शक सूत्रांचा अभाव असल्याने त्यांची अंमलबजावणी करणे अवघड होऊन बसते. या संदर्भात आणखी एका कायद्याचे उदाहरण देता येईल. एखाद्या स्त्रीचा सासरी अनैसर्गिक मृत्यू झाल्यास कायदा तिच्या सासरच्या माणसांना या प्रकरणात त्यांचा काही हात नाही असे सिद्ध करण्यास सांगतो. या कायद्यान्वये उभ्या राहिलेल्या बहुतांशी खटल्यांमध्ये माहेरची मंडळी सासरच्या मंडळींविरुद्ध केवळ सूड म्हणून खटले दाखल करत असल्याचे आढळले. अशा वेळी सासरच्या शक्य तितक्या व्यक्तींना या खटल्यात गोवले जाते. आकसापोटी दाखल केलेल्या या खटल्यात काही निरपराध व्यक्तीही गोवल्या जातात. कित्येक प्रकरणांत तर माहेरच्या मंडळींनी सासरच्या मंडळींकडून पैसे अथवा इतर मोबदला उकळण्याचा प्रयत्न केल्याचेही आढळते. अशा वेळी कायद्याचा विपर्यास होण्याची शक्यता असते. त्यामुळे निरपराध व्यक्तींना त्रास होऊ नये, यासाठी कायद्यातील तरतुदींचा बारकाईने आणि सखोल विचार होणे आवश्यक असते. तसा विचार कायदा तयार करताना होत नाही.

काही वर्षांपूर्वी कूळ कायदा अस्तित्वात आला होता. त्याच्या अंमलबजावणीची सुरुवात झाल्यानंतर त्यातील त्रुटी पुढे येऊ लागल्या. या कायद्याच्या अनेक बारीक सारीक कलमांवर प्रतिक्रिया व्यक्त करताना माजी न्यायमूर्ती छगला यांनी 'कायद्याच्या या जंगलातून वाट काढणे अवघड आहे!' असे उद्गार काढले होते. त्यामुळे असे कायदे संमत करतानाच त्याच्या सगळ्या बाजूंचा तौलनिक विचार व्हायला हवा. काही कायदे तर हास्यास्पद ठरल्याचे आढळते. मध्यंतरी राज्यातील दुचाकीस्वारांनी हेल्मेट वापरणे सक्तीचे करण्यात आले होते. या कायद्याची काही काळ कडक अंमलबजावणी झाली. त्यातून काय साध्य झाले ते समजायला मार्ग नाही. मात्र, संबंधितांचे हात ओले झाले. त्यानंतर खुद्द वाहतुकीचे नियम करणारे पोलीसही त्यांच्या दुचाकीवर हेल्मेट अडकवून फिरताना दिसू लागले. याचे कारण म्हणजे हा कायदा संमत करताना नागरिकांना हेल्मेटसक्तीमुळे कोणता त्रास होईल, यावरच विचार झाला नाही. हेल्मेटमुळे अनेकांना मानेच्या मणक्यांचे विकार होतात. काहींना आजूबाजूचे ऐकूही येत नाही. त्यामुळे त्यांना शेजारून गेलेल्या वाहनांची दखल घेता येत नाही आणि त्यातून अपघात

होण्याची शक्यता असते. पुढे हा कायदा बासनात गुंडाळून ठेवला गेला. तीच गोष्ट प्लॅस्टिक पिशव्यांवरील बंदीच्या वटहुकुमाची. या कायद्याच्या अंमलबजावणीचे काय झाले? आजही बहुसंख्य नागरिक हा कायदा अस्तित्वात आहे की नाही, या संभ्रमात आहेत.

कायदा पावसासारखा वरून न आदळता जनमानसातून अंकुरणे आवश्यक आहे; तरच त्याचे मोठ्या वृक्षात रूपांतर होऊ शकते. कायदा करून सगळे प्रश्न सुटतील असे समजणे योग्य नाही. न्यायालये समाजातील सगळ्याच अनैतिक आणि विघातक गोष्टींवर संपूर्ण नियंत्रण ठेऊ शकत नाहीत. घरगुती हिंसाचाराला प्रतिबंध करणाऱ्या कायद्याचेही असेच होईल की काय, अशी भीती वाटते. पती-पत्नीमध्ये वितुष्ट असल्यास बाहेरचे साक्षीदार मिळणे अवघड असते. त्यामुळे अशा खटल्यांमध्ये पत्नीच्या जबाबावर विसंबून निकाल दिला जाण्याची शक्यता आहे. या कायद्याचा गैरवापर होण्याचीही शक्यता आहे. एखाद्या महिलेने खोट्या पुराव्याच्या (उदा. अवैध मार्गाने मिळवलेले एखादे खोटे वैद्यकीय प्रमाणपत्र) आधारे पतीवर खटला दाखल केल्यास त्याला विनाकारण मनस्ताप होण्याची शक्यता आहे. त्यामुळे पती-पत्नीतील तिढा सुटण्याऐवजी अधिकच गुंतागुंतीचा होण्याची शक्यता आहे.

वास्तविक, पती-पत्नीतील वाद समुपदेशनाच्या साहाय्याने सामोपचाराने सुटायला हवेत. कायद्याचा बडगा दाखवून ते सुटणार नाहीत. यामुळे ना स्त्रियांची उन्नती होईल, ना कुटुंबव्यवस्थेचे भले होईल. कायद्याच्या आधारे जगभरातील विघातक गोष्टींना आळा घालणे अशक्य आहे. आज घरगुती हिंसाचार संपुष्टात आणणारा कायदा अमलात आला आहे. उद्या मुलगा आणि वडील किंवा मुलगा आणि आई यांच्यात वाद होऊन मुलाकडून पालकांना त्रास दिला जात असेल तर त्यासाठीदेखील स्वतंत्र कायदा करावा लागेल.

अशा कायद्यांमुळे सरकारला जनतेसमोर काही विधायक पावले उचलल्याचा भास निर्माण करता येईल. एरवी असे कायदे म्हणजे मृगजळच ठरावे. कायदा जनतेसाठी, जनतेकडून आणि जनतेच्या मागणीतून निर्माण झाला तरच तो टिकतो. यंत्रणेने वरून लादलेले कायदे स्वीकारले जातीलच याची शाश्वती नाही. ताजा कायदा जनसामान्यांच्या भल्यासाठी असला तरी त्याचा धसका घेऊन लग्नाच्या बोहल्यापासून लांब राहणे युवकांनी पसंत केले नाही म्हणजे मिळवले.

◆ ◆ ◆

२

इच्छेविरुद्धचे विवाह आणि कायदा

घटनेने प्रत्येकाला स्वातंत्र्य दिले आहे. त्यामुळे प्रत्येक व्यक्ती आपल्या हिताचा निर्णय घेऊ शकते. मात्र, स्त्रियांना असे निर्णय अजूनही घेता येत नाहीत. आई-वडिलांच्या इच्छेविरुद्ध एखाद्या मुलाशी विवाह केल्यानंतर संबंधित मुलीला पालकांकडूनच त्रास देण्यात आल्याच्या घटना कमी नाहीत. पाकिस्तानसारख्या काही देशांमध्ये तर अशा बाबतीत मुलीला दोषी ठरवून शिक्षा दिली जाते. अशा स्वरूपाच्या काही घटनांचा ऊहापोह.

विवाह मग तो कोणत्याही जातीतील व धर्मातील असो, त्यातून स्त्री-पुरुष दोघेही शरीराने आणि मनानेही जवळ येत असतात. कुटुंबव्यवस्था अबाधित राहण्यासाठी असे विवाह आवश्यक ठरतात. आजकाल मुला-मुलींना आपला जोडीदार निवडण्याचे स्वातंत्र्य देण्यात येत असले तरी काही ठिकाणी मुलीने आपल्या मनाविरुद्ध विवाह केला तर पालकच मुलीला त्रास देतात. सून म्हणून घरी आलेली स्त्री पसंत नसली तरी सासरकडून तिचा छळ होतो. यासंदर्भात वेळोवेळी आवाज उठवण्यात आला असला आणि कायदे अधिक कडक करण्यात आले असले तरी, अशा घटनांना पूर्णपणे आळा घालता आलेला नाही.

काही दिवसांपूर्वी रायगडच्या सत्र न्यायालयात एक खटला चालला. शीख समाजातील एका मुलीने त्याच समाजातील एका मुलाशी विवाह केला. त्यांचा विवाह शीख समाजातील रीतिरिवाजांप्रमाणे पार पडला. ती मुलगी सासरी सुखाने नांदू लागली. या विवाहाला आई-वडिलांनी संमती दिली असली तरी त्यांना मुलीचा हा निर्णय मनापासून आवडलेला नव्हता. या विवाहामुळे आपली सामाजिक प्रतिष्ठा, मानसन्मान

कमी झाला असे वाटून आई-वडील आणि इतर नातेवाईक मुलीच्या सासरी गेले. त्यांनी आपल्या जावयाला, त्याच्या भावाला मारहाण केली. तसेच मुलीच्या सासू-सासऱ्यांची हत्या केली. यामुळे मुलीचे आई-वडील आणि इतर नातेवाईकांविरुद्ध मनुष्यवधाचा गुन्हा दाखल करण्यात आला. तो शाबीत झाल्यामुळे न्यायालयाने या सर्वांना फाशीची शिक्षा सुनावली. नंतर उच्च आणि सर्वोच्च न्यायालयाने ही शिक्षा कायम केली. कुटुंबातील एखाद्या मुलीने स्वतःच्या मर्जीने विवाह केला तर मुलीच्या आई-वडिलांची प्रतिष्ठा कशी कमी होते, हा खरा प्रश्न आहे. शिवाय अशा प्रकारे त्या मुलीला किंवा तिच्या पतीला, सासू-सासऱ्यांना त्रास देऊन नेमकी कोणाची प्रतिष्ठा वाढते याचाही विचार करायला हवा.

अशा प्रकारच्या घटना आपल्याप्रमाणेच इतर काही देशांतही घडत आहेत. पाकिस्तानमध्ये एखाद्या मुलीने आई-वडिलांच्या मनाविरुद्ध विवाह केला तर तिला झिना म्हणजे व्यभिचारी ठरवले जाते. काही वेळा अशा मुलींना धाकदपटशा दाखवून मारहाण केली जाते, तर काही वेळा तिच्यावर शस्त्राने हल्ला केला जातो. अशा कृत्यामुळे आपल्याला मान मिळतो अशी मुलीच्या कुटुंबीयांची कल्पना आहे. 'हिंदू'च्या काही महिन्यांपूर्वी प्रसिद्ध झालेल्या अंकात पाकिस्तानच्या सभागृहातील इशासल्ला जहेरी यांच्या भाषणाचा वृत्तान्त प्रसिद्ध झाला आहे. त्यानुसार जहेरी यांच्या बलुचिस्तान मतदारसंघात कुटुंबीयांच्या मर्जीविरुद्ध विवाह केल्यामुळे पाच स्त्रियांना गोळ्या घालून ठार मारण्यात आले. तर अन्य काही स्त्रियांना जिवंत पुरण्यात आले. या कृत्याला धर्माचा आधार असल्याचेही बचावात सांगण्यात आले.

पाकिस्तानमधील सामिया वहिद नावाच्या स्त्रीने प्रेमविवाह केला होता. त्यामुळे तिला मारहाण करण्यात आली. या संदर्भात चालवण्यात आलेल्या खटल्यात सरकारी वकिलांनी असा युक्तिवाद केला की, सामिया ज्या धर्मात जन्मली त्यानुसार तिला पालकांच्या परवानगीशिवाय विवाह करता येत नाही. या खटल्याचा निकाल सामियाच्या बाजूने लागला असला तरी आपला जीव वाचवण्यासाठी तिला परदेशात पळून जावे लागले. साईमा सरकार नावाच्या एका स्त्रीची कहाणी तर याहूनही भयंकर आहे. साईमा ही पेशावरची राहणारी. तिचे वडील सुशिक्षित तसेच श्रीमंत व्यापारी. ते पेशावर चेंबर ऑफ कॉमर्सचे अध्यक्ष होते तर साईमाची आई स्त्रीरोगतज्ज्ञ आहे. साईमाचा नवरा व्यसनाधीन होता. तो तिला सतत मारहाण करत असे. त्यामुळे ती आई-वडिलांकडे राहावयास आली. त्यानंतर तिने दुसरा विवाह करण्याचे ठरवले. या विवाहास आई-वडिलांचा विरोध होता. पुढे तिने लाहोरच्या महिलाश्रमात आश्रय घेतला. दरम्यान, आईने तिला सरकारी वकील हीना जिलानी यांच्या कार्यालयात भेटायला बोलावले.

तेथे आईबरोबर अन्य एक व्यक्ती उपस्थित होती. साईमाने त्या वकिलांच्या कक्षात प्रवेश करताक्षणीच त्या व्यक्तीने साईमावर गोळ्या झाडल्या आणि तिला तशा अवस्थेत टाकून आई शांतपणे तेथून निघून गेली.

गेल्या वर्षी पाकिस्तानातील मानवी हक्क आयोगापुढे अशा स्वरूपाच्या साठ खटल्यांची नोंद करण्यात आली आहे. अशा प्रकारात एखाद्याचा खून करण्यात आला तर तो 'सन्मानित खून' मानण्यात येतो. पाकिस्तानमध्ये लोकशाही स्थापन झाल्यानंतर पूर्वीचे कायदामंत्री इक्बाल हैदर यांनी अशा तऱ्हेच्या खुनाचा निषेध करून त्यातील आरोपींना शिक्षा देण्याचा ठराव आणला. परंतु तेथील अनेक पुढारलेल्या व्यक्तींनीही या ठरावाला विरोध केला. या ठरावाला विरोध करणाऱ्यांमध्ये माजी न्यायमूर्ती जावेद इक्बाल, माजी परराष्ट्र सचिव अक्रम झाकी यांचा समावेश होता, हे विशेष. या ठरावाच्या बाजूने फक्त चार मते पडली. यावरून या देशातील पुढारलेल्या समाजाच्या मानसिकतेवर परंपरांचा अजूनही किती पगडा आहे, हे लक्षात येते.

वास्तविक, कोणत्याही संस्कृतीचे मूलतत्त्व 'जगा आणि जगू द्या' असेच असले पाहिजे. कोणत्याही व्यक्तीला अन्य कोणाचे आयुष्य हिरावून घेण्याचा अधिकार नाही. कोणीही दुसऱ्याच्या स्वातंत्र्यावर घाला घालणारे कृत्य करणे योग्य ठरत नाही. एखादी अनिष्ट रूढी तशीच पुढे सुरू ठेवण्याइतका मागासलेपणा कोणत्याही समाजात असता कामा नये. पूर्वीच्या काळी गुलामांची पद्धत होती. त्याबरोबरच इतरही काही चुकीच्या पद्धती रूढ होत्या. पण त्या रूढींना कालांतराने मूठमाती देण्यात आली. तेव्हा धर्म, परंपरा म्हणून अशा अनिष्ट प्रथांना चिकटून बसण्यात काहीच अर्थ नसतो. त्यामुळे अशा कृत्यांबाबत कायद्याने कठोर शिक्षा सुनावण्याची तरतूद करण्यात आली आहे. मात्र, सर्वच ठिकाणी अशी कठोर शिक्षा सुनावली जाते असे नाही. घटनेने प्रत्येकालाच जगण्याचे स्वातंत्र्य दिले आहे. मग त्याला स्त्री कशी अपवाद असणार? असे असूनही केवळ स्त्री आहे म्हणून तिच्यावर बंधने लादली जातात, अत्याचार केले जातात. हे सर्व एकविसाव्या शतकातही सुरूच आहे. मानवाने विविध क्षेत्रांत प्रगती केली असली तरी काही बाबतीत त्याची मानसिकता अजूनही कायम आहे. त्यामुळेच विविध देशांतील मानवी हक्क आयोगांपुढे स्त्रियांवरील अत्याचाराची प्रकरणे सतत येत असतात. स्त्रियांकडे पाहण्याचा समाजाचा दृष्टिकोन बदलल्याशिवाय अशा प्रकरणांची संख्या कमी होणार नाही. त्यासाठी कायद्यातील कठोर तरतुदींबरोबरच व्यापक जनजागरणाचीही आवश्यकता आहे.

◆ ◆ ◆

३

स्त्री आणि स्वातंत्र्य

> खरं म्हणजे निसर्गतःच स्त्री आणि पुरुष या दोन जाती मानवी जीवनात भिन्न भिन्न पण एकमेकांस पूरक आहेत, ही जाणीव सतत वागताना ठेवली तर 'स्त्री-स्वातंत्र्य' आणि 'पुरुष स्वातंत्र्य' असे काही गैरसमज निर्माणच होणार नाहीत. कोणत्या गोष्टी करण्याची क्षमता निसर्गतः केवळ स्त्रियांतच जास्त असते, कोणत्या गोष्टींची क्षमता केवळ पुरुषांतच जास्त असते, तसेच कोणत्या कर्मासाठी स्त्री-पुरुष दोघांतही समान क्षमता असते, वेळोवेळी आपल्यासमोरचे लहान-मोठे कामांचे प्रकल्प पाहून, सतत प्रत्यक्ष अभ्यासून अंदाज घेतला पाहिजे, निष्कर्ष काढले पाहिजेत.

'स्त्री आणि स्वातंत्र्य' दोन्ही शब्द वेगवेगळे उच्चारले तरी कितीतरी विचारांचे मोहोळ उठवते. हे दोन्ही शब्द एकत्र आल्यावर तर... प्रथम 'न स्त्री स्वातंत्र्य अर्हति' हे मनूचे सुप्रसिद्ध वचन आठवते. 'स्त्री ही एक अशी मौल्यवान, महान चीज आहे की, तिचे रक्षण तिच्या लहानपणी तिच्या पित्याने, तरुणपणी पतीने आणि वृद्धावस्थेत पुत्राने करावे' असा या वचनाचा मूळ अर्थ. पण 'व्यक्ती' या दृष्टीने स्त्री-पुरुष समान असून सर्वांनाच आत्मविकासाची समान संधी असावी, अशी समाजवादाशी मिळती-जुळती विचारसरणी जिथं जिथं मानली गेली, तिथं तिथं अगदी कितीही मौल्यवान म्हटली तरी स्त्री ही एक 'वस्तू', 'चीज' 'पझेशन' आहे, हा विचार समाजाला पटेनासा झाला. आपला आत्मविकास आपणच करून घ्यावा ही, 'उद्धरेत् आत्मनाऽऽत्मानम्' ही गीता उपनिषद यातून आलेली प्राचीन वैदिक शिकवण पुन्हा नव्याने उजळली. त्या प्रकाशात 'स्त्री आणि स्वातंत्र्य' यावरील विचार ब्रिटिशांच्या पारतंत्र्यातून भारत स्वतंत्र होताना एकंदरीतच सर्व क्षेत्रांत नव्याने ढवळून निघाले. महर्षी कर्वे, महात्मा फुले, लोकहितवादी, राजा राममोहन रॉय अशा समाजसुधारकांनी आपले आयुष्यच 'स्त्री आणि तिला

स्वातंत्र्य' याच विषयांत प्रत्यक्ष कार्यास वाहून घेतले. 'स्वातंत्र्य' याचा अर्थ प्रत्येक व्यक्तीचं, स्वतः विचार, उच्चार आणि आचार याविषयीचं त्यानं ठरवलेलं तंत्र! पुन्हा स्वातंत्र्य म्हणजे स्वैराचार नव्हे, हे जसं खरं, तसंच अनेक पर्यायांपैकी योग्य निवडीचं स्वातंत्र्य हेही खरं. लग्नात जीवनसाथी निवडताना वधू व वर दोघांनाही निवडीचं, स्वीकारण्याचं, नाकारण्याचं स्वातंत्र्य असतं हे एकदा लक्षात घेतलं की 'दाखवणं', 'पाहणं' या प्रकारात आपल्या स्वातंत्र्यावर गदा आली, 'मुलगी म्हणजे काय भाजीपाला? की पुष्पप्रदर्शन? अशा विचारानं मुलीलाही कमीपणाची, अपमानाची भावना यायला नको आणि फारसा विचार न करता 'मुली बघत सुटणं' असला स्वातंत्र्याचा गैरफायदा घेणं मुलांनाही शक्य होणार नाही. जोडीदार निवडताना प्रथम सारासार विचार करणं, आपल्या अपेक्षा, परिस्थिती, त्यास कसकशी मुरड घालता येते याचा विचार करणे, त्याप्रमाणे वागणे, याला म्हणतात निवडीचं स्वातंत्र्य. तत्त्वतः आणि बरेचदा आजकाल व्यवहारांतही याप्रमाणे स्वातंत्र्य स्त्री-पुरुष दोघांनाही मिळालेले आपण पाहतो, त्याचा योग्य तो वापरही झालेला आपण पाहतो.

खरं म्हणजे निवडीचं स्वातंत्र्य फक्त 'जोडीदाराची निवड' एवढंच मर्यादित नाही. जीवनाच्या प्रत्येक क्षेत्रात, जगताना लहान-मोठ्या प्रत्येक प्रसंगी, क्षणोक्षणी हे निवडीचं स्वातंत्र्य माणसाला असतं. 'सुखानं जगायचंय' हे ध्येय गाठण्यासाठी सावधतेनं निवडीचं हे स्वातंत्र्य वापरलं तर माणूस अधिकाधिक सुखी होऊ शकतो. आपला दिनक्रम ठरवणे, शिक्षणक्रम ठरवणे, निवास, घर, छंद, करमणूक, व्यायामप्रकार ठरवणे, सर्वत्र ज्यांच्या त्यांच्या हातात असते. लहान मुलाला प्रथम शाळेत पाठवायचा प्रसंग आठवून पाहा. खरं म्हणजे या जगात सुखाने, सहजपणे, स्वतंत्रपणे वावरायला शिकावं म्हणूनच मुलाला शाळेत पाठवायचं असतं. अगदी दीड-दोन वर्षाच्या मुलाला तर 'प्ले-ग्रुप' मध्ये 'दोस्त मंडळीत जायचं' म्हणूनच बालकमंदिरात पाठवतात. हे सारं जास्त युक्ती-युक्तीनं मुलाला पटलेसं करावं लागतं. मुलानं 'शर्ट-पँट आणि मुलीने फ्रॉक असाच ड्रेस करायचा का?' 'तू मुलगा आहेस' किंवा 'तू मुलगी आहेस' असा त्याचा किंवा तिचा 'स्व' जागा करावा लागतो.

खरं म्हणजे निसर्गतःच स्त्री आणि पुरुष या दोन जाती मानवी जीवनात भिन्न भिन्न पण एकमेकांस पूरक आहेत, ही जाणीव सतत वागताना ठेवली तर 'स्त्री-स्वातंत्र्य' आणि 'पुरुष स्वातंत्र्य' असे काही गैरसमज निर्माणच होणार नाहीत. कोणत्या गोष्टी करण्याची क्षमता निसर्गतः केवळ स्त्रियांतच जास्त असते, कोणत्या गोष्टींची क्षमता केवळ पुरुषांतच जास्त असते, तसेच कोणत्या कर्मासाठी स्त्री-पुरुष दोघांतही समान क्षमता असते, वेळोवेळी आपल्यासमोरचे लहान-मोठे कामांचे प्रकल्प पाहून, सतत प्रत्यक्ष अभ्यासून अंदाज घेतला पाहिजे, निष्कर्ष काढले पाहिजेत. त्यासाठी स्थानिक इतिहास, भूगोल, समाजशास्त्र, मानसशास्त्र, अध्यात्मशास्त्र, शरीरशास्त्र,

अनुवंशशास्त्र सर्वांचाच अभ्यास व्हायला हवा. प्रत्येकाची अशी अभ्यासाची मनाची लवचीक घडण असते. तशी सवय ठेवली तर व्यक्ती, कुटुंब, गाव, शहर, राष्ट्र अशा वाढत्या श्रेणीने, प्रत्यक्ष जगताना जे प्रसंग क्षणोक्षणी बाल-तरुण-वृद्ध सर्वांपुढे असतात, त्या त्या वेळी, त्या त्या प्रसंगी स्वातंत्र्य-सुख सर्वांनाच उपभोगता येईल.

मानवी जीवाचा, प्रत्येक लहान-मोठ्या व्यक्तीचा सुखाने जगणे या ध्येयाला अनुसरून स्वतःचा असा 'स्व' असतो. स्वभावही असतो. 'स्वभावाला औषध नाही' म्हणतात. पण खरोखरच 'स्वभाव' घडवता येतो. हरघडी टाकीचे घाव झेलत तो घडवावा लागतो. त्यासाठी स्वतःचाच स्वतःशी संपर्क ठेवला तर ज्याला त्याला ज्याचे त्याचे स्वातंत्र्य अवगत होईल. आपण स्वतः जगात कसकसे वागत राहावे, याचे तंत्र सांभाळता आले तर 'स्त्री स्वातंत्र्य' 'पुरुष स्वातंत्र्य' अशा विचारांचा घोळ पडणार नाही. हे सर्व तत्त्वतः ठीक 'आदर्श'. पण व्यवहारात जेव्हा काही वेगळेच दिसते, तेव्हा भले भले व्यथित, कुंठित होतात. उदा. दारूच्या नशेत मुलाबाळांना, बायकोला जीवे मारणारे नरराक्षस, व्यसनाधीनता, आळस, अवैध वागणाऱ्या नवऱ्यांच्या बायका, भ्रष्टाचार, चोरटा व्यापार, बारबाला, वेश्या व्यवसाय इ. बायकांना वेठीस धरणे, अशा अनेक सामाजिक दुर्गुणांचा बळी स्त्रियाच असतात. हुंडाबळी, प्रौढ कुमारिका, घटस्फोटिता इ. चे प्रश्न, हुंडाबळी, एकतर्फी प्रेम इ. इ.! भारतात मतदानाचा अधिकार स्त्रियांना काही लढा न देता मिळाला. म्हणूनच स्त्रियांना राजकीय जागरूकता आलेली नाही. ग्रामपंचायत, जिल्हा परिषदेत अजूनही स्त्रियांवर दबाव आहे. एखादीच इंदिरा गांधी असते. शिक्षणासाठी मुलींना (शालेय) फी माफ याचा फायदा मात्र त्या उमलत्या वयात मिळाल्यामुळे असेल. आता स्त्रियांच्या शिक्षणाला गती आलीय. बरीच जबाबदारीची पदे कष्टकरी समाजातील स्त्रिया भूषवताना दिसतात; पण दुसरीकडे सौंदर्य प्रसाधने, ब्युटी कॉन्टेस्ट, फॅशन शो इ. मुद्दाम परकीय राष्ट्रांनी प्रभावित केलेल्या आधुनिक ललना, त्यांच्या स्वातंत्र्याबद्दलच्या अफाट, आचरट, विघातक कल्पना व वर्तणूक पाहिली की मन उठून जाते, व्यथित होते. जागतिकीकरणाने या झपाट्याने सुखलोलुपतेकडे झुकवलेल्या, मुद्दाम बहकवलेल्या समाजाला ठिणगी आणून पुढे नेणारी स्त्रीजातच असणार आहे, अष्टावधानी अष्टभुजा, अशी! मात्र, २००३ मधलं स्वातंत्र्य जसं नपुसकलिंगी आहे, तसं न राहता आणि स्वातंत्र्य? कुठे स्वातंत्र्य! कुणा स्वातंत्र्य!! असं वसंत बापटांसारखं हताश उद्वेगानं म्हणायची वेळ येऊ द्यायची नसेल तर 'स्त्री आणि स्वतंत्रता' एकरूप करून स्वातंत्र्यवीर सावरकरांप्रमाणे स्वतंत्रता देवी स्त्री रूपातच घडवायला हवी. तेव्हाच 'स्वतंत्रते, भगवती त्वां अहं यशोयुतां वंदे' असं तेजस्वी स्तोत्र म्हणायचे अधिकारी आपण सारे होऊ.

◆ ◆ ◆

४

भिन्नधर्मीयांचा प्रेमविवाह आणि कायदा

अन्यधर्मीय मुलाशी प्रेमबंध जडल्यामुळे पळून जाऊन लग्न करणाऱ्या मुलींची संख्या कमी नाही. त्यातच संबंधित मुलगी कायद्याच्या दृष्टीने सज्ञान नसेल तर अनेक प्रश्न उभे राहतात. समाजावर असणाऱ्या धर्माच्या पगड्यामुळे अन्यधर्मीय तरुणाबरोबर विवाह करण्यास परवानगी दिली जात नाहीच; परंतु या प्रकरणाला जातीय, धार्मिक स्वरूप प्राप्त झाल्याने कौटुंबिक हिंसा, खूनखराबा आदी प्रकार घडतात. हे टाळण्यासाठी अशा प्रकरणातील कायद्याच्या तरतुदी अभ्यासणे गरजेचे आहे.

दिल्ली उच्च न्यायालयाने नुकत्याच दिलेल्या एका महत्त्वपूर्ण निकालाकडे सर्वसामान्यांचे लक्ष वेधणे जरुरीचे आहे. १७ वर्षे वयाच्या एका मुस्लीम तरुणीचे अन्य धर्मातील मुलाशी प्रेमसंबंध होते. त्या दोघांनी पळून जाऊन लग्न करण्याचा निश्चय केला. अर्थात, सदर तरुणी कायद्याच्या दृष्टीने सज्ञान नव्हती तरीही तिचा लग्नाचा निश्चय कायम होता. त्यांच्या लग्नाची बातमी वडिलांच्या कानावर गेल्यावर त्यांनी मुलीला 'त्या मुलाशी लग्न केले तर तुला ठार मारून टाकू' अशी धमकी दिली. त्यानंतर संबंधित तरुणीला तरुणाच्या ताब्यातून पकडून आणून तिचा ताबा मिळवण्यासाठी वडिलांनी न्यायालयात अर्ज दाखल केला. हे प्रकरण न्यायालयात आल्यानंतर न्यायाधीशांनी 'ही तरुणी अल्पवयीन असल्याने तिला लग्न करता येणार नाही, कायद्याच्या दृष्टीने सज्ञान होईपर्यंत थांबावे लागेल,' असे सांगितले. मात्र, न्यायालयाच्या निकालानंतर तिची रवानगी आई-वडिलांकडे न करता महिलागृहामध्ये करण्यात आली. मुलीने पालनकर्ते, जन्मदाते आई-वडील यांच्याकडे मुलगी राहिल्यास तिच्या जीविताला धोका निर्माण होऊ शकतो, हे लक्षात घेऊन न्यायालयाने तिची रवानगी महिलागृहात केली.

वास्तविक पाहता घरातील वडीलधाऱ्यांचा विरोध पत्करूनही प्रेम करणाऱ्या तसेच विवाह करणाऱ्या व्यक्ती काही कमी नाहीत. आजकाल शिक्षणाच्या नवनवीन संधी आणि रोजगाराच्या अनेक वाटा निर्माण झाल्या आहेत. अशा परिस्थितीत अनेक तरुण-तरुणी एकत्र येत असतात. शिक्षण घेताना किंवा नोकरी-व्यवसायाच्या ठिकाणी दीर्घकाळ सहवासात राहिल्यामुळे तारुण्यसुलभ भावनेतून प्रेमसंबंध निर्माण होतात. अर्थात, असे संबंध निर्माण होताना जात, धर्म, पंथ या गोष्टी विचारात घेणे शक्य नसते. त्यामुळे भिन्नधर्मीय तरुण-तरुणी एकमेकांच्या प्रेमात पडू शकतात. भिन्नधर्मीयांच्या प्रेमप्रकरणामध्ये बरेचदा मुलाकडील लोकांचा धर्माभिमान खूनखराबा करण्याइतपत पराकोटीचा असतो आणि त्यामुळेच कित्येक वेळा प्रेमप्रकरणातून दोन कुटुंबीयांमध्ये किंवा समाजामध्ये मारामारी, खुनाचे प्रकार घडतात. पनवेल शहरातील एका शीख जमातीच्या युवतीने त्यांच्याच जमातीतील पण कनिष्ठ समजल्या जाणाऱ्या जातीच्या तरुणाशी विवाह केला. त्यानंतर संबंधित तरुणीची आई, इतर नातेवाईक, मित्र, नोकर या सर्वांनी मुलीच्या सासरी जाऊन तिचा नवरा, दीर आणि सासू-सासरे यांची निर्घृण हत्या केली होती. या गुन्ह्यातील आरोपींना उच्च न्यायालयात शिक्षाही सुनावण्यात आल्या. या घटनेच्या वेळी ती मुलगी आपल्या आई-वडिलांचा आणि संबंधितांचा रौद्रावतार पाहून जीव वाचवण्याच्या हेतूने परागंदा झाली. या प्रकारातून घरच्यांच्या विरोधाला न जुमानता प्रेमविवाह करणाऱ्या तरुणीच्या संरक्षणाचा प्रश्न उपस्थित होतो. प्रेमात पडलेली तरुणी कायद्याच्या दृष्टीने सज्ञान नसली तरी तिच्या जीविताला असणाऱ्या संभाव्य धोक्यापासून कसा बचाव करता येईल हे पाहणे महत्त्वाचे आहे. प्रेमप्रकरणामुळे निर्माण झालेल्या कलहासंदर्भातील न्यायालयाचे बहुतेक निकाल याच दृष्टिकोनातून दिलेले आहेत.

न्यायालयापुढे अशा घटना वारंवार येत असतात. प्रेमप्रकरणाच्या खटल्यामध्ये संबंधित तरुणीचे भवितव्य आणि व्यक्तिमत्त्व विकासाला प्राधान्य दिले जाते. भविष्यात तिचा बौद्धिक तसेच आर्थिक विकास करण्यास साहाय्यभूत ठरणाऱ्या संस्थेकडे किंवा व्यक्तीकडे संबंधित तरुणीची जबाबदारी सोपवली जाते. प्रसिद्ध तत्त्ववेत्ते जे. कृष्णमूर्ती यांच्याबाबतही न्यायालयात असाच वाद निर्माण झाला होता. डॉ. ॲनी बेझंट यांनी मुलाच्या विकासाच्या दृष्टीने त्याचा ताबा आपल्याकडे द्यावा, अशी मागणी केली होती, तर मुलाच्या पालकांनी तो आपल्याकडे असावा, अशी मागणी केली होती. त्यावेळी न्यायालयाने मुलाच्या भवितव्याचा विचार करून त्याचा ताबा ॲनी बेझंट यांच्याकडे दिला होता. या निर्णयाचा अनुकूल परिणाम सर्वांनाच विदित आहे.

वास्तविक पाहता अज्ञान पाल्याचा ताबा त्याच्या कायदेशीर पालकांकडे असावा असा समज आहे. सहसा जन्मदाते आई-बापच अशा पाल्याचे कायदेशीर पालक

असतात. तेव्हा त्यांच्याकडेच पालकत्व असावे, अशी अपेक्षा असते. परंतु पालकांच्या जाचाला कंटाळून पळून जाणाऱ्या पाल्याच्या ताब्याबाबतची अनेक प्रकरणे न्यायालयासमोर येत असतात. अशा वेळी या पाल्यांचे काय करायचे हा न्यायालयासमोरील प्रश्न असतो. उदा. एखादी अज्ञान व्यक्ती पालकाच्या जाचाला कंटाळून त्याच्या ताब्यातून पळून गेली आणि तिला दुसऱ्या एखाद्या व्यक्तीने आश्रय दिला तर आश्रय देणाऱ्यालाही भीती वाटत असते. संबंधित पाल्याचे पालक आपल्यावर खटला दाखल करतील आणि आपण विनाकारण न्यायालयाच्या फेऱ्यात सापडू अशी अडचण निर्माण होते. त्यामुळे अनेकांना इच्छा असूनही पालकत्व स्वीकारता येत नाही. तसेच कायद्यातील तरतुदींची परिपूर्ण माहिती नसल्यामुळे अनोळखी पाल्याला सांभाळायला किंवा मदत करायला लोक फारसा उत्साह दाखवत नाहीत.

वास्तविक पाहता या संबंधीची भारतीय दंड संहितेमधील ३६३ ते ३६६ पर्यंतची कलमे बारकाईने विचारात घेतल्यास कोणतीच अडचण येणार नाही. कायदेशीर पालकाकडे राहणाऱ्या पाल्याला फूस लावून निघून जाण्यास भाग पाडणे हा गुन्हा असतो. कायदेशीर पालकाच्या ताब्यातून बाहेर पडायला कोणत्याही व्यक्तीने फूस लावली नसेल किंवा प्रत्यक्षात पळवले नसेल तर त्याच्यावरील गुन्ह्याची शाबिती होऊ शकत नाही. मात्र, पाल्य त्याच्या पालकांचा ताबा झुगारून देऊ शकतो, असेही कायद्याने मान्य केले आहे. अशा प्रकारे पालकाचा ताबा झुगारताना त्याचे अज्ञानत्व आड येऊ शकत नाही. कायद्यातील या सर्व तरतुदी लक्षात घेता दिल्ली उच्च न्यायालयाने दिलेल्या निकालात फारसे नवीन काही नाही. त्यातील युवतीने स्वतःहून कायदेशीर पालकांचा ताबा झुगारून दिला आणि संबंधित तरुणाच्या घरात निघून गेली असेल तर तिला आश्रय देणाऱ्या कोणत्याही व्यक्तीला दोषी समजले जाणार नाही; मात्र अशा व्यक्तीने तिला पालकांचे घर सोडण्यास फूस दिलेली नसावी.

आजकाल अशा प्रकारची बरीच प्रकरणे घडत असल्याने या संबंधीच्या कायद्यातील तरतुदी संबंधित लोकांच्या नजरेत येणे आवश्यक झाले आहे. प्रेमप्रकरणाची चर्चा सर्वत्र होत असते; मात्र यासंबंधातील कायद्याच्या तरतुदींविषयी फारशी चर्चा होताना दिसत नाही. या प्रकरणाशी संबंधित कलमे आणि तरतुदी लोकांच्या नजरेस आल्या तर कायद्यासंबंधी निर्माण होणारे गैरसमज आणि संबंधित व्यक्तींची किंकर्तव्यमूढता नाहीशी होईल. पालकांबरोबरच पाल्यांनाही कायद्यातील तरतुदींविषयी माहिती असायला हवी. याबाबत खऱ्या अर्थाने जनजागृती झाल्यास प्रेमप्रकरणातून घडणाऱ्या दुर्दैवी घटनांना आळा घालता येईल.

◆ ◆ ◆

५

बलात्काराची प्रकरणे आणि न्यायिक तथ्ये

मरिन ड्राईव्ह पोलीस चौकीतील बलात्कारप्रकरणी पोलीस हवालदार सुनील मोरे याच्या विरुद्ध बाजूने निकाल देण्यात आला. अशा प्रकरणांमध्ये लोकक्षोभाला अथवा सामाजिक टीकेला बळी पडण्याच्या भीतीने लोकानुनय करणारे निकाल दिले जातात असा लोकांचा समज असतो. सुनील मोरेविरुद्ध कोणता पुरावा होता, त्याच्या बचावार्थ कोणते मुद्दे सादर करण्यात आले आणि ते का अग्राह्य ठरवण्यात आले, याचा सविस्तर अभ्यास करून या निकालावर प्रतिक्रिया व्यक्त होणे आवश्यक आहे.

मुंबईच्या मरिन ड्राईव्हवरील बलात्काराच्या घटनेने केवळ पोलीस दलाच्याच नव्हे तर मुंबई शहराच्या इभ्रतीलाही बट्टा लावला होता. सुनील मोरे या हवालदाराने पोलीस चौकीतच भरदिवसा १७ वर्षांच्या तरुणीवर बलात्कार केला. वास्तविक, अशा प्रकरणापासून सर्वसामान्य मुंबईकर चार हात दूर राहणेच पसंत करतात. मात्र, याप्रकरणी त्यांनी सतर्कता राखल्याने मोरेला तातडीने अटक झाली. या नंतरही त्या तरुणीच्या कुटुंबीयांनी हे प्रकरण धसास लावल्याने हा खटला 'इन कॅमेरा' चालवण्यात आला आणि वर्षाच्या आतच आरोपीला शिक्षा झाली.

सुनील मोरेने केलेल्या बलात्काराचे प्रकरण दोन गोष्टींमुळे गाजले. त्यातील पहिले कारण म्हणजे कायद्याचा रक्षक असलेल्या पोलीस हवालदाराकडूनच बलात्कारासारखा गुन्हा घडला. त्यामुळे सर्वसामान्य जनतेमध्ये चीड निर्माण झाली. काही दशकांपूर्वी प्रकाशित झालेल्या 'सांगत्ये ऐका' या आत्मचरित्रात हंसा वाडकर

या नायिकेने मॅजिस्ट्रेटनेच बलात्कार केल्याची तक्रार केली होती. त्यावेळीही वाचकांमधून अशीच निषेधाची लहर उमटली होती. मोरे प्रकरणाचा गाजावाजा होण्याचे दुसरे कारण म्हणजे या प्रकरणाला प्रसारमाध्यमांनी दिलेली अवास्तव प्रसिद्धी.

काही वर्षांपूर्वी नागपूरमध्ये अशाच स्वरूपाचे एक प्रकरण घडले. या घटनेतून अशा प्रकरणातील निकालांची दिशा ठरवणारा निष्कर्ष पुढे आला. या प्रकरणातील बलात्कारित तरुणीच्या जबानीला पुष्टी देणारे फारसे पुरावे नसूनही तिची साक्ष न्यायाधीशाला विश्वसनीय वाटल्याने आरोपीला शिक्षा झाली होती. त्यामुळे बलात्काराच्या प्रकरणात महिलेच्या जबानीला पुष्टी देणारे पुरावे नसूनही तिची साक्ष न्यायाधीशांना विश्वसनीय वाटल्यास त्यावर विसंबून निकाल देण्यात येऊ लागले. त्यानंतर सर्वोच्च न्यायालयाच्या या निकालाचा आधार घेऊन बलात्काराच्या प्रकरणांचे निकाल लागू लागले. मुस्लीम धर्मीयांच्या 'शरियत' या कायदेप्रणालीनुसार मात्र बलात्कार प्रत्यक्ष पाहणारे चार साक्षीदार नसल्यास बलात्कारित महिलेची तक्रार फेटाळली जाते. वास्तविक, असे गुन्हे एकांतात घडत असल्याने तेथे आरोपीव्यतिरिक्त कोणीही हजर नसते. त्यामुळे 'शरियत'मधील या संदर्भातल्या कायद्यांमध्ये त्रुटी जाणवतात.

बलात्काराच्या प्रकरणात महिलेने केलेल्या फिर्यादीच्या पुष्ट्यर्थ पुरावा आवश्यक असतो. मात्र, कित्येकदा हा पुरावा परिस्थितीजन्य असल्याने मिळतोच असे नाही. उदाहरणार्थ, गुन्हा घडल्यानंतर आरोपी फरार होतो. फिर्याद नोंदवण्यास विलंब होतो. दरम्यान, आरोपीच्या आणि फिर्यादीच्या कपड्यांवरील रक्त आणि वीर्याचे डाग नष्ट होण्याचा संभव असतो. या कारणांमुळे वैद्यकीय चाचणीतही बलात्कार घडल्याचे सिद्ध होणे अवघड होते. दुसरी बाब म्हणजे असे गुन्हे एकांतात घडत असल्याने महिलेला साक्षीदार सादर करता येत नाहीत. त्यामुळे अशा प्रकरणात बलात्कारित स्त्री ही एकटीच साक्षीदार असू शकते. खटला सुरू असताना फिर्यादी महिला आपल्या म्हणण्याच्या पुष्ट्यर्थ कोणता पुरावा सादर करू शकते असा प्रश्न उपस्थित होणे स्वाभाविक आहे. अशा वेळी फिर्यादी महिलेची कोर्टातील वर्तणूक, तिची देहबोली आणि जबानीतील विसंगती हे मुद्दे सर्वसामान्य बलात्कारित स्त्रियांसारखे आहेत किंवा नाही अशा बारीक-सारीक बाबींचा अभ्यास केला जातो. याला कायद्याच्या भाषेत 'डिमिनर'असे संबोधले जाते. यासोबत गुन्हा घडल्यानंतर तिने ताबडतोब पोलिसांकडे धाव घेतली अथवा नाही अशा बाबीही विचारात घेतल्या जातात.

कित्येक प्रकरणांमध्ये केवळ आरोपीला निष्कारण भानगडीत गोवायच्या उद्देशाने अशा फिर्यादी दाखल केल्या जातात. अशा वेळी तथाकथित बलात्कारित स्त्रिया साक्ष

देताना मोठा कांगावा करतात. त्यांना जास्त कांगावा केल्याने सबळ पुरावा सादर झाला असे वाटते. त्यामुळे अशी प्रकरणे हाताळताना न्यायाधीशाला अत्यंत जबाबदारीने निरीक्षण आणि विचारमंथन करून निकाल द्यावे लागतात. अशा प्रकरणांमध्ये संबंधित महिलेची गुन्ह्यापूर्वीची आणि गुन्हा घडल्यानंतरची वर्तणूक तपासली जाते. यात विसंगती आढळल्यास त्याचा फायदा आरोपीला दिला जातो. काही प्रकरणांमध्ये फिर्यादी महिलाच संमतीदर्शक वागल्याचे निष्पन्न होते. त्यामुळे अशा प्रकरणांमध्ये मूळ मुद्दा आणि वास्तव यातील तफावत लक्षात घेऊन त्यानुसार न्यायिक निर्णय द्यावे लागतात. न्यायिक निर्णय म्हणजे दोन्ही बाजूंनी सादर केलेले साक्षीपुरावे विचारात घेऊन आणि त्यावर समतोल विचारमंथन करून न्यायाधीशांनी जाहीर केलेला निर्णय.

नुकताच मरिन ड्राईव्ह पोलीस चौकीतील बलात्कारप्रकरणी निर्णय जाहीर झाला. प्रकरणात जाहीर झालेला निकाल चांगला आणि योग्य कसा असू शकतो याचा विचार करताना काही बाबी विचारात घ्याव्या लागतात. या प्रकरणात पोलीस हवालदार सुनील मोरे याच्या विरुद्ध बाजूने निकाल देण्यात आला. त्यामुळे त्याचा बचाव का स्वीकारार्ह ठरला नाही याची कारणमीमांसा होणे गरजेचे आहे. ही कारणमीमांसा तार्किक आणि कायद्याच्या दृष्टीने सुसंगत असायला हवी. सुनील मोरे पोलीस दलात कार्यरत असूनही त्याने बलात्कारासारखे निंद्य कृत्य केले. त्यामुळे सर्वसामान्य जनतेत चीड आहे. इंग्रजीमध्ये 'मॅन इज गुड बट मेन आर क्रुएल' म्हणजेच एकटा माणूस सभ्यपणाने वागत असला तरी जमावात सामील झाल्यानंतर त्याची मानसिकता बदलते या अर्थाची एक म्हण आहे. न्याययंत्रणेने संभाव्य लोकक्षोभाला बळी पडून तर हा निकाल दिला नसावा ना? कारण अशा प्रकरणांमध्ये लोकक्षोभाला बळी पडून अथवा सामाजिक टीकेला बळी पडण्याच्या भीतीने लोकानुनय करणारे निकाल दिले जातात. जनमत आरोपीच्या विरोधात असताना शिक्षा देणे सोपे असते. मात्र, जनमत आरोपीच्या विरोधात असताना लोकभावनेला बळी न पडता त्याला निरपराध-ठरवणे हे न्यायाधीशाचे कठोर कर्तव्य आहे. इथेच न्यायाचा कोंडमारा होण्याची शक्यता असते. दुर्दैवाने माणसेच नव्हे तर तथाकथित कायदेनिष्णात मंडळीही भावनेला बळी पडतात. उदाहरणार्थ, जेसिका लाल प्रकरणात आरोपींची निर्दोष मुक्तता करणाऱ्या न्यायाधीशाला उच्च न्यायालयात बढती देऊ नये असा अर्ज काही कायदेपंडितांनी सर्वोच्च न्यायालयात केला होता. सुदैवाने सर्वोच्च न्यायालयाच्या न्यायाधीशांनी ही मागणी धुडकावून लावली. जेसिका लाल प्रकरणात न्यायाधीशाने काही पुरावा नसताना शिक्षा दिली असती तर तो लोकक्षोभाला बळी पडला नसता. तेव्हा अशा संवेदनशील प्रकरणांचे निकाल देताना लोकभावनेचे

दडपण नसणे आवश्यक ठरते. अन्यथा लोकभावनेच्या दडपणाखाली निकाल जाहीर होऊन आरोपीवर अन्याय होण्याचा संभव असतो. यासोबत लोकभावनेच्या दबावाला बळी न पडता निकाल देणाऱ्या न्यायाधीशांना पुरेसे संरक्षणही असायला हवे. तरच अशा प्रकरणात योग्य निकाल लागू शकतील.

काही वर्षांपूर्वी पुण्यात मंजूश्री सारडा या महिलेचे हुंडाबळी प्रकरण गाजले होते. या प्रकरणात आरोपींना शिक्षा झाल्यानंतर ठिकठिकाणी साक्षीदारांचे सत्कार करण्यात आले. कोर्टाने निकाल जाहीर केला तेव्हा 'कोर्ट जिंदाबाद' अशा घोषणाही निनादल्या. या लोकभावनेचा थोडाफार प्रभाव खटल्यावर पडला असण्याची शक्यता जनमानसात होती. त्यामुळे उच्च न्यायालयातही आरोपींना फाशीची शिक्षा झाली. कालांतराने सर्वोच्च न्यायालयाने मंजूश्री सारडाने लिहिलेली पत्रे अग्राह्य ठरवत तसेच आरोपीच्या विरुद्ध योग्य पुरावा नसल्याचे सांगत खटला निकाली काढला आणि आरोपींची निर्दोष मुक्तता केली. लोकभावनेचा न्याययंत्रणेवर प्रभाव असल्याचे जनमानसाला उगाचच कसे वाटत असते त्याचे हे उदाहरण! सुनील मोरे खटल्याबाबत विचार करताना मोरेच्या विरुद्ध पुरावा कोणता होता, त्याच्या बचावार्थ कोणते मुद्दे सादर करण्यात आले आणि ते का अग्राह्य ठरवण्यात आले याचा सविस्तर अभ्यास करून या निकालावर प्रतिक्रिया व्यक्त होणे आवश्यक आहे. या बाबी लक्षात न घेता प्रतिक्रिया व्यक्त केल्यास ही वरवरची आणि उथळ बाब ठरेल.

कायद्यातील तरतूद आणि खटल्यातील गुंतागुंत

बलात्कारांसारख्या गुन्ह्यांना आळा बसावा यासाठी घटनेने ३७६ व्या कलमाची तरतूद केली आहे. त्यानुसार महिलेच्या संमतीशिवाय तिच्याशी शारीरिक संबंध ठेवल्यास ती कृती दंडनीय समजली जाते. तसेच ही महिला १६ वर्षांखालील असल्यास तिच्या संमतीने शारीरिक संबंध घडून आला असला तरी तो अवैध ठरून आरोपीला शिक्षा होऊ शकते. सर्वसामान्य खटल्यांमध्ये खरा प्रश्न येतो तो महिलेच्या संमतीचा. बलात्काराच्या घटनेमध्ये महिलेची संमती होती अथवा नव्हती हे ठरवणे गुंतागुंतीचे असते. त्यामुळे अवघड बनलेल्या या प्रकरणात न्यायाधीशांनी फिर्यादी महिलेचे बारकाईने निरीक्षण करणे, परिस्थितीजन्य पुरावे तपासणे आणि लोकक्षोभाला बळी न पडता न्याय देणे अपेक्षित असते.

◆ ◆ ◆

६

काश्मीरमधील शरियत
कायदा कितपत व्यवहार्य?

काश्मीरमध्ये शरियत कायदा लागू करण्याचा निर्णय नुकताच घेण्यात आला. हा कायदा लागू करायचा असेल तर त्याबाबत अनेक दृष्टिकोनांतून विचार व्हायला हवा. मात्र, तसा विचार झाल्याचे दिसत नाही. काश्मीरमध्ये या कायद्याच्या अंमलबजावणीला फारसा विरोध होईल असे वाटत नसले तरी भारताचा परंपरागत शत्रू असलेल्या पाकिस्तानने मात्र हा कायदा लागू करण्याविरुद्ध आरोळी ठोकली आहे.

काश्मीरमध्ये शरियत कायदा लागू करण्याचा निर्णय नुकताच घेण्यात आला. काश्मीरच्या विधानसभेतही यासंबंधीचा ठराव मंजूर करण्यात आला. वास्तविक, काश्मीरबाहेर राहणाऱ्या भारतीयांवर या कायद्याचा काय परिणाम होईल याचा विचार अद्याप करण्यात आलेला नाही. काश्मीर हा भारताचा अविभाज्य भाग आहे, असे स्वार्थाने किंवा राजकीय दृष्टीने न म्हणता अशा विधानांमधून काश्मिरी लोकांबाबत आपली भावनिक जवळीक दिसायला हवी. काश्मीरमध्ये घडणाऱ्या बारीक-सारीक घडामोडींकडे आपण त्यांच्याइतक्याच मानसशास्त्रीय दृष्टिकोनातून पाहिले पाहिजे. या दृष्टिकोनातून काश्मीरने नवीन कायदा स्वीकारला तर त्याच्या परिणामांचा विचारही सर्वच भारतीयांनी करायला हवा. काश्मीरमध्ये एखादा कायदा लागू करायचा असेल तर त्याबाबत तीन दृष्टिकोनांमधून विचार करायला हवा.

पहिला म्हणजे काश्मीर हा भारताचा अविभाज्य भाग आहे हे लक्षात घेऊ. या आपल्या भूमिकेशी हा कायदा किंवा त्यासंबंधीची कोणतीही घटना सुसंवादित आहे का नाही, हे पाहिले पाहिजे. त्याचबरोबर या कायद्यामुळे स्त्रियांच्या हक्कांवर कोणता

परिणाम होईल याचाही विचार व्हायला हवा. तिसरा दृष्टिकोन म्हणजे या कायद्याचा जनमानसातून कसा स्वीकार केला जाईल याबाबत विचारमंथन व्हावे. या दृष्टिकोनातून नवीन कायद्याचा विचार केला तर असे दिसून येईल की, काश्मीरमधील लोकांना इतर मुस्लीमधर्मीयांप्रमाणे कायदा लागू नव्हता. त्याऐवजी वेगळाच कायदा अस्तित्वात होता. या वेगळ्या कायद्यामुळे काश्मीरमधील सर्वसामान्य मुसलमानांना आपण भारतातील मुसलमानांपेक्षा वेगळे आहोत याची जाणीव होत होती. शेजारील हितशत्रू देश अशी जाणीव हेतूपूर्वक जोपासत होते. त्यातून फुटीरतावादालाच खतपाणी घातले जात असे.

याबाबतचे अगदी अलीकडील उदाहरण म्हणून धुळे जिल्ह्यातील तळोदा किंवा अक्कलकुवा या तालुक्यांमधील भिल्ल लोकांकडे पाहता येईल. या दोन तालुक्यांमध्ये भिल्ल लोकांची वस्ती मोठी आहे. दुर्दैवाची गोष्ट म्हणजे या लोकांना हिंदू कायदा लागू नाही. ते त्यांच्याच चालीरीतींप्रमाणे वागतात. त्यांचा कायदा वेगळा होता. आपण 'देवाशपथ खरं सांगेन' असे म्हणतो तर भिल्ल लोक शपथ घेताना 'वाघ खाय गो' असे म्हणत. याचा अर्थ खोटे बोललो तर मला वाघ खाईल असा होता. याचाच नेमका फायदा फुटीरतावाद्यांनी घेतला आणि 'तुम्ही लोक हिंदू नाहीत, हिंदूंचा कायदा तुम्हाला लागू नाही; एवढेच नव्हे तर, तुमची शपथही हिंदूंच्या देवाला स्मरून घेतलेली नाही', असे या लोकांच्या मनावर ठसवले. त्यामुळे त्यांचे धर्मांतर करणे अत्यंत सोपे झाले. गावेच्या गावे धर्मांतरित झाली. या धर्मांतराचा एवढा परिणाम झाला की, त्या भागातील गावांची पूर्वीची नावे बदलून 'जॉर्जपूर', 'सेलिंगपूर' अशी ठेवण्यात आली. सर्वसामान्य भारतीयांनी या घटनेची फारशी दखल घेतली नाही. पुढे त्याचे विकृत परिणाम मात्र भोगावे लागले. त्यामुळे या बाबीचे गांभीर्य लक्षात यायला बराच कालावधी लागला. काश्मीरच्या मुसलमानांबाबत नेमके हेच होत होते. त्यामुळे त्यांच्यात फुटीरतावाद पसरवणे बरेच सोपे जात होते. अर्थात भारतीयच काय, पाकिस्तानातील मुसलमानांनाही सौदी अरेबियातील मक्का-मदिना येथील लोक अस्सल मुसलमान म्हणून किंमत देत नाहीत, ही गोष्ट वेगळी आहे.

निदान या नवीन कायद्याच्या अंमलबजावणीमुळे काश्मीरमधील मुसलमान आणि भारताच्या इतर भागातील मुसलमान यात कायद्याच्या दृष्टिकोनातून विभिन्नता राहणार नाही. आपल्या घटनेमध्ये समान नागरी कायद्याचा उल्लेख आहे. काश्मीरमधील नव्या कायद्यामुळे समान नागरी कायद्याच्या पूर्ततेसाठी एक पाऊल पुढे टाकण्यात आले आहे. दुसरे असे की या कायद्यानुसार स्त्रियांना जादा अधिकार मिळणार आहेत. त्यांना आता आई-वडिलांच्या मिळकतीतही हिस्सा मागता येईल. पूर्वीपेक्षा कित्येक पटीने जास्त अधिकार या कायद्यामुळे मिळतील. याचा परिणाम स्त्रियांचा दर्जा सुधारण्यात

होणार आहे. गेली अनेक वर्षे आपल्या हक्कांपासून वंचित राहिलेल्या स्त्रियांना या नव्या कायद्यामुळे नक्कीच दिलासा मिळाला आहे. पूर्वी अफगणिस्तान किंवा इतर काही इस्लामिक देशांमधील स्त्रियांची परिस्थिती अत्यंत शोचनीय होतीच; परंतु त्यांना पशूइतकेही अधिकार नव्हते.

संपूर्ण जगामध्ये स्त्री-सुधारणावादाचे वारे वाहत आहे. त्याचा बराचसा चांगला परिणाम आता दिसू लागला आहे. त्या दृष्टिकोनातून कायद्यातील हा बदल स्वागतार्ह आहे. अर्थात, या कायद्याचे स्वागत भारतातील लोक चांगल्या पद्धतीने करतील यात शंका नाही. खुद्द काश्मीरमध्येही या कायद्याच्या अंमलबजावणीला फारसा विरोध होईल असे वाटत नाही; परंतु भारताचा परंपरागत शत्रू असलेल्या पाकिस्तानने मात्र हा कायदा लागू करण्याविरुद्ध आरोळी ठोकली आहे. याचा स्पष्ट अर्थ असा की, काश्मीर आणि भारत यांच्यामधील भावनिक जवळीक त्यांना मोडून काढायची आहे. यावरून एक गोष्ट लक्षात येते की काश्मीरमध्ये होणारे बारीक-सारीक बदल किंवा घटना याकडे पाकिस्तान सापेक्षतेने बघत आहे. आपणही असेच पाहायला हवे, तरच या फुटीरतावाद्यांचे नसते उद्योग बंद पडतील.

अर्थात, हा कायदा अमलात आल्यामुळे सर्वच प्रश्न सुटतील असे मानायचे कारण नाही. रूढी असेल त्या ठिकाणीच हा कायदा लागू केला जाईल. अर्थात, या कायद्याच्या अंमलबजावणीतही बऱ्याचशा त्रुटी आहेत. उदाहरणार्थ, नवरा-बायको समानधर्मीय मुसलमान असतील तर हा कायदा अमलात आणणे सोपे होईल; परंतु या जोडप्यातील नवरा किंवा बायको मुसलमान असेल आणि जोडीदार अन्यधर्मीय असेल तर हा कायदा लागू पडेल का नाही, असाही प्रश्न निर्माण होण्याची शक्यता आहे. अर्थात, कायद्याबाबतचे अनेक प्रश्न त्याच्या अंमलबजावणीच्या वेळी प्रसंगानुरूप निर्माण होतात. त्यावेळी जनतेच्या मतांचा विचार करूनच निर्णय दिले जातात. कायदा तयार करताना असलेली परिस्थिती नंतर बदलत गेल्याने त्यामध्येही बदल अपेक्षित असतात. असे बदल वेळेवर झाल्यास कायद्याची उपयुक्तता अधिकच वाढते. शरियत कायद्याच्या अंमलबजावणीच्या निमित्ताने आपण काश्मीरमध्ये होणाऱ्या बदलांबाबत सजग राहणे अत्यंत आवश्यक आहे. त्यातील योग्य गोष्टींचा स्वीकार करून बदलांचे स्वागत केले पाहिजे. तरच काश्मीरसह भारतात खऱ्या अर्थाने शांतता, सुबत्ता आणि स्थैर्य नांदू शकेल.

◆ ◆ ◆

७

पुरुषाचा विनयभंग झाला तर?

पुरुषप्रधान संस्कृतीत स्त्रीप्रधान कायदे अस्तित्वात आहेत. विनयभंग, बलात्कार अशा गुन्ह्यांमध्ये केवळ पुरुषालाच शिक्षा होते. पुरुषाच्या भावना उद्दीपित करणाऱ्या स्त्रीमुळे काही गैरकृत्य घडले तर भावना भडकवणाऱ्या स्त्रीचाही गुन्ह्यामध्ये विचार करायला हवा. स्त्री-पुरुष समानतेचा डंका वाजवणाऱ्या कायद्यामध्ये पुरुषांना असा दुजाभाव का? असे प्रश्न समोर येत आहेत. याविषयी...

तोकड्या कपड्यात नृत्य पेश करण्याची खासियत असलेल्या राखी सावंतने नवाच हंगामा केला. दलेर मेहंदीचा भाऊ मिका याच्या वाढदिवसानिमित्त राखी उपस्थित होती. या पार्टीत राखीने मिकाच्या तोंडात केकचा तुकडा कोंबला आणि त्याच्या गालाचे चुंबन घेतले. अर्थात, हा 'मुका'मार सहन न होऊन मिकाने तिच्या ओठाचे चुंबन घेतले. मात्र, या प्रकरणाला भलतेच वळण मिळाले. राखीने ओशिवरा पोलीस ठाण्यात मिकाविरुद्ध विनयभंगाची तक्रार दाखल केली. यामुळे सर्वसामान्यांच्या मनात पुढे काय होणार, या विचारांचे काहूर माजले.

या सगळ्या प्रकरणाकडे कायदा कोणत्या दृष्टिकोनातून पाहतो हे बघणे आवश्यक आहे. सध्याची भारतीय दंडसंहिता किंवा इंडियन पिनल कोड १८६० मध्ये मेकॉले याने लिहिली. अर्थात, त्यावेळी जी परिस्थिती होती त्याचे प्रतिबिंब त्या संहितेमध्ये पडणे स्वाभाविक होते. यानंतर दिवसेंदिवस परिस्थिती बदलत गेली. गेल्या दीडशे वर्षांत परिस्थिती बदलली. मात्र, कायद्यात बदल झालेला नाही. त्याकाळी विशेषतः इंग्लंडमध्ये श्लील-अश्लीलतेच्या कल्पना आजच्या कल्पनेपेक्षा अतिशय भिन्न होत्या. किंबहुना आता त्या हास्यास्पद वाटतील अशा होत्या. स्त्रियांनी पाय उघडे ठेवणे हे अश्लील समजले जाई. मात्र, गळ्याखालचा भाग कितीही उघडा टाकला तरी याला

अश्लील समजले जात नसे. ही कल्पना इतक्या पराकोटीची झाली होती की, त्याकाळी इंग्लंडमध्ये टेबल-खुर्च्यांच्या पायांनादेखील पायमोजे घातले जात. या दरम्यानच 'टारझन' हा चित्रपट प्रदर्शित झाला. मात्र, या चित्रपटास अश्लील चित्रपट म्हणून संबोधले जाऊ लागले. कारण चित्रपटातील टारझनच्या प्रेमात पडलेल्या जेन या अभिनेत्रीचे पाय उघडे दाखवले होते. या पार्श्वभूमीवर सध्याच्या कल्पनांनी उच्चांक गाठला आहे. यामध्ये स्त्रियांच्या अश्लीलतेला बळी पडणारा पुरुष कुठल्याही कायद्याचा आधार घेऊ शकत नाही. इंडियन पिनल कोड पूर्णपणे स्त्रियांच्या पक्षातीलच आहे असे आढळते. कारण या कायद्यानुसार विनयभंग हा केवळ स्त्रियांचाच होऊ शकतो आणि स्त्रीच विनयभंगाची तक्रार करू शकते.

राखी आणि मिका प्रकरण

राखी सावंत आणि मिकाच्या प्रकरणाबाबत विचार करता या खटल्यामध्ये 'राखीने माझे चुंबन घेतले' म्हणून मिका तक्रार करू शकणार नाही. किंबहुना या मुद्द्यावर तो कुठलीच तक्रार करू शकणार नाही. काही वर्षांपूर्वीचा महाबळेश्वरमधील एक प्रसंग आठवतो. हिंदी चित्रपटसृष्टीतील अभिनेता प्रेम चोप्रा भेटला. त्याच्या अंगावरचे कपडे फाटले होते आणि शर्टावर व गालावर तांबड्या रंगाच्या खुणा होत्या. यासंबंधी विचारले असता त्याने सांगितले, 'चित्रीकरण सुरू असताना कुठल्या तरी मुलींच्या शाळेची सहल आली होती. त्या मुली अक्षरशः माझ्या अंगाला झोंबल्या आणि त्यांनी माझी ही दैना करून टाकली.' मला त्या चित्रपटातल्या खलनायकाला हसून सांगावे लागले की, याबाबत कायदा तुम्हाला काहीच मदत करू शकणार नाही. बलात्काराबाबतदेखील कायद्याने पूर्णपणे स्त्रीचीच बाजू घेतल्याचे दिसते. विवाहित स्त्रीशी तिच्या संमतीने परपुरुषाने अनैतिक संबंध ठेवला तरीसुद्धा कायद्यातील कलम ४९७ प्रमाणे फक्त पुरुषालाच शिक्षा होऊ शकते, स्त्रीला होऊ शकत नाही. बलात्काराची तक्रार फक्त स्त्रीच करू शकते, मात्र पुरुषावर झालेला बलात्कार हा बलात्कार समजला जात नाही. मध्यंतरी जपानमधील मुलींनी मुलावर बलात्कार केला, तरी कायदा याला बलात्कार मानायला तयार नाही, हे याचेच उदाहरण. कायद्यामधील कलम ५०९ नुसार शब्दांनी किंवा कृतींनी स्त्रियांचा विनयभंग होतो. तसेच कलम ३५४ नुसार स्त्रीच्या शरीराला स्पर्श केला तर तोदेखील गुन्हा होऊन गुन्हेगार शिक्षेस पात्र ठरतो. प्रश्न साधा आहे की समाजामध्ये श्लील-अश्लीलतेच्या कल्पना या निश्चित असायला हव्यात. त्याला काही नैतिक अधिष्ठानही हवे.

याच राखीने कमी कपड्यांमध्ये नृत्य केले. तिच्या या जलषामध्ये स्थानिकांनी केलेल्या प्रचंड दंग्याला आवर घालताना प्रशासनाच्या नाकीनऊ आले. मुळात अशा अंगप्रदर्शनामुळे लोकांच्या भावना उद्दीपित होतात याची जाणीव असूनही राखीचा कार्यक्रम आयोजित करणारे या दंग्याला राखीइतकेच जबाबदार नाहीत का? मध्यंतरी

अमेरिकेत एक घटना घडली. कार्यालयात काम करणाऱ्या एका व्यक्तीने सदऱ्याच्या बाह्या मुडपल्या होत्या. 'बाह्या मुडपून हात उघडे ठेवून हा इसम माझ्यासमोर आला, त्यामुळे माझा विनयभंग झाला अशी तक्रार करत वरिष्ठ अधिकारी स्त्रीने त्या गृहस्थास नोकरीवरून काढून टाकले. म्हणजे पुरुषाला हात उघडे ठेवण्याचीही बंदी आहे का? असा प्रश्न निर्माण झाला. याउलट काही वर्षांपूर्वी बुटाच्या एका जाहिरातीसाठी दोन मॉडेल्सनी वस्त्रहीन अवस्थेत छायाचित्र दिले होते. यावर बराच गदारोळ झाला. परंतु या चित्रातही अश्लीलतेचा काहीच संबंध नाही असे म्हणत अनेकांनी या दृश्याला दुजोरा दिला. कोवळ्या भावना असणाऱ्या तरुण पिढीवर याचे काय परिणाम होतील याचा समाजाने विचार करायला हवा; अन्यथा नीतिमूल्यविरहित जनावरांचा कळप आणि समाज यात फारसा फरक उरणार नाही.

मुंबईतील तृतीयपंथी

एकंदरीत, लिंगभेदानुसार कायद्यामध्ये न्यायाच्या संकल्पना असल्या तर मग तृतीयपंथीयांचे काय, हा प्रश्न निर्माण होणे वावगे नाही. मुंबईसारख्या शहरांमध्ये हे तृतीयपंथीय अश्लील चाळे करतात; मात्र अशा चाळ्यांबाबत कायद्यामध्ये तरतूद करायला हवी. एखाद्या व्यक्तीने दुसऱ्या व्यक्तीच्या भावना भडकवल्या आणि गैरकृत्य घडले तर भावना भडकवणाऱ्या माणसाचाही गुन्ह्यासंदर्भात विचार करायला हवा. मिकाचे चुंबन घेऊन राखीने त्याच्या भावनांनाच आवाहन केले असेल तर समाजाने आणि कायद्याने बर्फाप्रमाणे स्थिर राहावे का आणि अशा वेळी केवळ त्यालाच जबाबदार धरणे हे न्यायाच्या दृष्टीने किती योग्य ठरेल हे पाहायला हवे. असे भडकावणारे कृत्य कायद्यात बसणारे नसेल तर असा कायदा बदलायला हवा. स्त्रीची व्याख्या करताना ती कोणत्याही वयाची असली तरी स्त्रीच असते, हे कायद्याच्या कलम १० मध्ये नमूद केले आहे. त्यामुळे अगदी सहा वर्षांच्या मुलीचेही घेतलेले चुंबन विनयभंग ठरू शकतो. याबाबत कायद्यामध्ये असा विनयभंग करणाऱ्यास शिक्षेची तरतूद केली आहे.

अमेरिकेत नुकत्याच घडलेल्या घटनेमध्ये एका सद्‌गृहस्थाला तुरुंगवास भोगावा लागला. एका छोट्या मुलीला लघुशंकेला जाण्यासाठी या गृहस्थाने मदत केली. मात्र, त्या मुलीच्या आईने या गृहस्थावर मुलीच्या विनयभंगाची तक्रार करत त्याला पोलीस कोठडी दाखवली. स्त्रियांच्या बाजूने विचार करणारा कायदा अस्तित्वात असल्याने श्लील–अश्लीलतेच्या संदर्भात पुरुषांच्या भावना भडकू नयेत म्हणून स्त्रियांनी स्वतःवरच काही बंधने घालायला हवीत. किंबहुना, कायद्यामध्येही चित्रपट, जाहिराती अथवा तत्सम ठिकाणी होणारे अंगप्रदर्शन याबाबत तरतूद असायला हवी. याचा गांभीर्याने विचार करायला हवा. कायदा असा विचार करत नाही, तोपर्यंत पुरुषांना मात्र असा 'मुका' मार सहन करत बसावे लागेल.

◆ ◆ ◆

८

पुरुषांची बाजूही समजून घ्या!

स्त्रीमुक्तीची भाषा वापरताना हे स्वातंत्र्य कसे असावे, यासंबंधी विचार करायला हवा.

स्त्रीमुक्तीच्या आग्रहातून अमेरिकन संस्कृतीचे अंधानुकरण होणार नाही किंवा स्वैराचाराला प्रोत्साहन मिळणार नाही याची खातरजमा करायला हवी. स्वातंत्र्याबरोबरच स्त्रियांना काही जबाबदाऱ्याही स्वीकाराव्या लागतील. सर्व दोष पुरुषांचा असतो असा दृष्टिकोन स्वीकारून चालणार नाही.

स्त्रीमुक्तीबद्दल कुठलेही विधान करताना मला नेहमी प्रश्न पडतो की, स्त्रियांना नेमकी कशापासून मुक्ती हवी आहे? घरात जर प्रशासन हवे असेल तर प्रत्येकाला कुठल्या ना कुठल्या नियमाची अंमलबजावणी करावीच लागते आणि अंमलबजावणीचा प्रश्न येतो तेव्हा कोणाचे तरी ऐकून घ्यावेच लागते. त्यामुळे कुटुंबात कुठल्या तरी एका व्यक्तीला थोडी पडती बाजू घेऊन घरातील प्रशासन टिकवावे लागते. नवरा-बायकोपैकी दोघांनीही टोकाची भूमिका घेतली तर घरात कायम वादच धुमसत राहतील. संसार करणे किंवा कुटुंब व्यवस्था टिकवणे अवघड होऊन बसेल. अशा परिस्थितीत मुलांचे काय, हाही प्रश्न मोठ्या गांभीर्याने समोर येईल. नोकरीच्या ठिकाणीदेखील प्रत्येक प्रसंगात, प्रत्येक निर्णयात एकाला ऐकण्याची भूमिका घ्यावी लागते तर एकाला सांगण्याची. तेव्हाच कुठल्याही कार्यालयीन कामकाजाचे प्रशासन टिकते. प्रत्येकानेच निर्णय स्वातंत्र्य घेतले तर कुठलेच काम योग्य दिशेने होऊ शकणार नाही. हाच नियम कुटुंबाच्या बाबतीतही लागू होतो.

स्त्रीमुक्तीच्या किंवा स्त्रीहक्काच्या बाबतीत नेहमी स्त्रियांवर होणाऱ्या

अत्याचारांबाबत बोलले जाते. अत्याचाराचे बरेच प्रकार आहेत. त्यापैकी एक म्हणजे- कौटुंबिक अत्याचार. घरातील सुनेवर सासरच्यांकडून होणारा अत्याचार. अत्याचार करणे ही गोष्ट अयोग्यच आहे; पण अशा अत्याचारित प्रकरणांकडे गांभीर्याने बघितले तर सुनांवर अत्याचार करण्यात सासू किंवा नणंदेचाच म्हणजे स्त्रियांचाच मोठा वाटा असतो. एखाद्या घटनेत घरातील पुरुष स्त्रीवर अत्याचार करत असेलही; पण अशा वेळेला घरातील दुसरी स्त्री म्हणजे सासू किंवा नणंद त्याविरुद्ध आवाज का उठवत नाही? या अत्याचाराला ती मूकसंमती का देते? इथे स्त्रीमुक्तीच्या कल्पना किंवा घोषणांचे नेमके काय होते? अशा घटनांमध्ये स्त्रियांना मुक्तीची गरज वाटत नाही का? एका स्त्रीवर अत्याचार होतो आहे ही कल्पना त्यांना अस्वस्थ करत नाही. म्हणूनच स्त्रियांना मुक्ती कशापासून हवी आहे, हा प्रश्न मला नेहमी भेडसावत असतो.

स्वातंत्र्याचा खरा अर्थ स्वतंत्र. म्हणजे स्वतःच्या विकासासाठी काही तरी तंत्र हवे आहे. ते कसे असावे, याबाबत काही नियम असावेत. मला पाहिजे तशी मी वागेन हे स्वातंत्र्य होऊ शकत नाही. तो स्वैराचार झाला. म्हणून स्वातंत्र्य आणि स्वैराचाराची सीमारेषा ओळखणे अत्यंत गरजेचे आहे. स्त्रियांना निर्णय घेण्याचे स्वातंत्र्य असावे पण त्या निर्णयामुळे समोर येणाऱ्या सर्व परिणामांची जबाबदारी स्वीकारण्याचीही तयारी तिने दाखवली पाहिजे. अशी जबाबदारी घेण्याची तिची तयारी असेल तरच निर्णय स्वातंत्र्याबद्दल ओरड करावी. स्त्रीमुक्ती संदर्भातील खटकणारे अजून एक विधान म्हणजे पुरुषप्रधान संस्कृतीत स्त्रियांना मोठ्या प्रमाणात अत्याचाराला सामोरे जावे लागते. उद्या स्त्रीमुक्तीच्या तथाकथित परिणामांमुळे कुटुंबातील स्त्री प्रमुख झाली तर स्त्रियांवर अत्याचार होणार नाहीत का? स्त्रियांवर अत्याचार होण्याची कारणे वेगळी आहेत. त्याचा विचारही वेगळ्या मार्गाने होणे गरजेचे आहे. केवळ स्त्रीमुक्तीच्या घोषणा करून अत्याचार थांबणार नाहीत. माझ्या निरीक्षणानुसार ज्या घरात आईचा वचक असेल किंवा मातृसत्ता कुटुंबपद्धत असेल त्या घरातील मुलं नेहमी आईवर अवलंबून असतात. ते स्वतंत्रपणे निर्णय घेऊ शकत नाहीत. कुटुंब व्यवस्थेच्या स्वास्थ्यासाठी 'स्त्रीमुक्ती' या कल्पनेचा गांभीर्याने विचार करणे गरजेचे आहे.

इथे आणखी एक मुद्दा लक्षात घ्यायला हवा. स्त्रियांवरील अत्याचाराबाबत नेहमी ओरडा करणाऱ्या संघटना जाहिरातींद्वारे, प्रसिद्धिमाध्यमांद्वारे होणारे स्त्रीदेहाचे प्रदर्शन का थांबवत नाहीत? स्त्री ही शोभेची किंवा मनोरंजनाची वस्तू नाही, असा आवाज मोठ्या प्रमाणात का उठवत नाहीत? स्त्रीदेहाच्या प्रदर्शनाबाबतचा सवंगपणा रोखला नाही तर भारताची अमेरिका व्हायला वेळ लागणार नाही. भारताला स्वैराचाराच्या बाबतीत अमेरिका बनायचे आहे का? काहीही करण्याचे स्वातंत्र्य हवे, कुठलेही कपडे

घालण्याची मोकळीक हवी, अशा प्रकारचे स्वातंत्र्य स्त्रीमुक्ती संघटनांना अपेक्षित आहे का? अशा स्वातंत्र्यामुळे समाजाचे भले होणार आहे का? या प्रश्नांचा गांभीर्याने विचार करण्याची वेळ आली आहे. स्वातंत्र्य असायला माझी ना नाही पण स्वातंत्र्यावर काही तरी बंधने नक्कीच पाहिजेत. नाही तर मग कुत्र्या-मांजरांनादेखील स्वातंत्र्य आहे. त्यांच्याकडे कुठलीच कुटुंब व्यवस्था नाही. आपल्याला तसं स्वातंत्र्य हवं आहे का? अशा स्वातंत्र्यामुळे समाजावर होणारे परिणाम कोणी सहन करायचे?

आज स्त्रियांच्या बाजूने बरेच कायदे आहेत. स्त्रियांवर होणारे अत्याचार रोखण्यासाठी असे कायदे निर्माण करण्यात आले आहेत. मात्र, समाजात या कायद्यांचा गैरफायदा घेणाऱ्या स्त्रियांचे प्रमाण वाढत आहे. हे कायदे पूर्णपणे स्त्रियांच्या पक्षातील आहेत. स्त्रीचा नुसता विनयभंग झाला, तिची छेडाछेडी केली तरीही पुरुषांसाठी तो गुन्हा ठरू शकतो आणि पुरुषाला शिक्षा होऊ शकते. मात्र, अशा प्रकारे एखाद्या स्त्रीने पुरुषाचा विनयभंग केला तर त्यासाठी कुठल्याही शिक्षेची तरतूद कायद्यामध्ये नाही. म्हणजे पुरुषांना विनयच नसतो असे कायद्याला, पर्यायाने समाजाला म्हणायचे आहे का? इंडियन पिनल कोड ४९७ या कलमानुसार एखाद्या पुरुषाचे विवाहित स्त्रीशी संबंध असल्यास पुरुषच दोषी ठरतो. स्त्री मात्र दोषी ठरू शकत नाही, असे का? असे विवाहबाह्य संबंध ठेवण्यास स्त्रीचीही संमती असेल तर स्त्रीला दोषी का ठरवले जात नाही? समानतेचा आग्रह धरणारे याबाबत मौन का पाळतात? तसाच प्रकार पळून जाणाऱ्या मुलीच्या बाबतीत दिसून येतो. मुलगी स्वखुशीने एखाद्या मुलाबरोबर पळून गेली असेल आणि नंतर तिने कोर्टासमोर साक्ष देताना 'याने मला फूस लावून पळवून नेले' असे म्हटले की, तो मुलगा कोठडीत बसतो. अशा प्रकारच्या एकतर्फी कायद्यामुळे बऱ्याच स्त्रिया गैरफायदा घेताना दिसतात.

माझ्यासमोर असे कितीतरी खटले घडले आहेत. एका खटल्यातील वास्तव मोठे चिंताजनक वाटले. तिघा बहिणींपैकी दोघींना राहण्यासाठी स्वतःचे घर होते. तिसरीलाही असे घर पाहिजे होते. म्हणून तिने माहितीतल्या एका पुरुषाशी ठरवून लग्न केले. त्या पुरुषाचे गावात तीन फ्लॅट आहेत हे तिला माहीत होते. लग्नानंतर लगेचच तिने छोट्याशा कारणावरून त्याच्याशी भांडण करून घटस्फोटाचा मार्ग धरला आणि पोटगी म्हणून एक फ्लॅट स्वतःच्या नावावर करून घेतला. अशा घटनांमध्ये पुरुषाला होणारा त्रास, त्याच्या सामाजिक प्रतिमेला बसणारा धक्का इत्यादी गोष्टींचा विचारच कायद्याने केलेला नाही आणि म्हणूनच स्त्रियांकडून अशा कायद्याचा गैरफायदा घेण्याचे प्रमाण वाढले आहे. स्त्रीमुक्तीवाल्यांना अशी मुक्ती अपेक्षित आहे का? मिका सिंगने राखी सावंतचा मुका घेतला म्हणून तिने लगेचच विनयभंगाचा आरोप त्याच्यावर ठेवला.

मात्र, त्याआधी तिने त्याचा घेतलेला मुका हा मिकाचा विनयभंग होऊ शकत नाही का? स्वतः कुठलेही कपडे घालायचे, कसेही स्वैर वर्तन करायचे आणि नंतर विनयभंग केल्याचा आरोप करून सोज्वळपणाचे नाटक करायचे, ही कुठली स्त्रीमुक्ती?

एकीकडे आपण भारतीय संस्कृतीचा उदोउदो करतो आणि दुसरीकडे संस्कृतीच्या ऱ्हासाकडे दुर्लक्ष करतो. भारतीय समाजाने गेली पाच हजार वर्षे पुरुषप्रधान संस्कृती चालवून दाखवली. या दरम्यान स्त्रियांवर अन्याय होत असतील तर ते दूर करण्यासाठी प्रयत्न केलेच पाहिजेत. पण याबाबत टोकाची भूमिका घेऊन बिनसंस्कृतीचा समाज आपल्याला निर्माण करायचा आहे का? स्त्रियांना हक्क मिळावेत, त्यांच्यावर होणारा अन्याय दूर व्हावा म्हणून होणारे कायदे, वाढत्या स्त्रीमुक्तीवादी संघटना यातून निर्माण होणारी नवीन संस्कृती कशी असेल? स्त्रीप्रधान संस्कृती बनवायची असेल तर त्याबाबत काही विचार समाजचिंतकांनी केला आहे का? त्यादृष्टीने काही पावले उचलली का? समाजाच्या हिताचे काय याचा विचार कुठेच दिसून येत नाही. समाजहिताच्या सापेक्षत्वाच्या दृष्टीने विचार केला तर भविष्यातील चित्र काय असेल? बदलत्या प्रवाहासाठी काही नवीन मूल्ये तयार केली आहेत का? स्त्रीमुक्तीमागे हा विचार नसेल तर भविष्यातील चित्र चिंताजनक म्हणायला हवे. स्त्रीमुक्तीचा सध्याचा प्रवाह बघता 'करायला गेलो गणपती आणि झाला मारुती' अशी परिस्थिती झाली आहे.

आज स्त्रियांच्या बाजूने अनेक कायदे आहेत, स्त्रिया आर्थिकदृष्ट्या स्वतंत्र बनल्या आहेत, त्यांना निर्णय स्वातंत्र्य मिळाले आहे. स्त्रीमुक्तीवाल्यांना अपेक्षित असणारे स्वातंत्र्य स्त्रियांना मिळते आहे. असे असले तरी स्त्रियांवर होणारे अत्याचार कमी का झाले नाहीत? स्त्रीदेहाचे प्रदर्शन रोखण्याचे प्रयत्न का झाले नाहीत? स्त्रीमुक्तीचा आग्रह धरणाऱ्यांनी मुक्तीच्या दुसऱ्या चेहऱ्याचा विचारच केलेला दिसून येत नाही. एक स्त्री म्हणून स्वतः काही मर्यादा पाळणे, आपल्या कृतीतून पुरुषाच्या भावना उद्दीपित होऊ न देणे, ही स्त्रीची जबाबदारी आहे. स्वातंत्र्याच्या प्रवाहात स्त्रीला या जबाबदारीचा विसर पडलेला दिसून येतो. आज बायको छळते म्हणून न्याय मागण्यासाठी कायद्यात पुरुषासाठी कुठलीही तरतूद नाही. असा एकांगी कायदा समाजाच्या स्वास्थ्यासाठी योग्य ठरू शकत नाही. म्हणून कायद्यातही उभय पक्षांत समतोल साधला जाईल अशी व्यवस्था आणण्याच्या दृष्टीनेही प्रयत्न झाले पाहिजेत. अन्यथा, भारतीय समाजाची संस्कृती, कुटुंब व्यवस्था ढासळायला वेळ लागणार नाही.

◆ ◆ ◆

१

आत्महत्येला मदत केव्हा गुन्हा होईल

अलीकडे आत्महत्यांच्या संख्येत वाढ होत आहे. एखाद्याकडून मानसिक त्रास किंवा आर्थिक फसवणूक झाल्यास होणाऱ्या आत्महत्यांची संख्या वाढत आहे. अशा घटनांचा तपास करताना आत्महत्येसाठी प्रवृत्त करणाऱ्या व्यक्तीला दोषी मानले जाते. मात्र, यासंदर्भात संबंधितांवर कारवाई करताना कायद्यातील तरतुदींचा तसेच अन्य काही महत्त्वपूर्ण बाबींचा बारकाईने विचार करायला हवा.

अलीकडे आत्महत्या करणाऱ्यांचे प्रमाण बरेच वाढले आहे. कर्जबाजारीपणातून होणाऱ्या शेतकऱ्यांच्या आत्महत्या हा सर्वत्र चर्चेचा विषय झाला आहे. केंद्र शासनाच्या वतीने देण्यात आलेल्या कर्जमाफीमुळे या प्रश्नावर उत्तर मिळाले आहे. मात्र, शेतकऱ्यांव्यतिरिक्त अन्य अनेकजण आर्थिक संकटात सापडल्यामुळे किंवा आर्थिक व्यवहारात फसवणूक झाल्यामुळे आत्महत्येचा मार्ग अवलंबत असतात. मित्राने उसने घेतलेले पैसे परत दिले नाहीत म्हणून कुटुंबातील इतर सदस्यांची हत्या करून स्वतः आत्महत्या करणाऱ्या व्यक्तीबाबतचे वृत्त वाचनात आले होते. प्रियकराने किंवा प्रेयसीने विवाहास नकार दिला म्हणूनही आत्महत्येचा मार्ग अवलंबला जातो. अशा वेळी आत्महत्या करण्यास प्रवृत्त करणाऱ्या व्यक्तींविरुद्ध रोष निर्माण होणे साहजिक आहे. पोलीसही आत्महत्येमागच्या कारणांचा तपास करताना कोणती व्यक्ती जबाबदार आहे, हे पाहत असतात. आत्महत्येसाठी कारणीभूत ठरणाऱ्या व्यक्तीला कोर्टात शिक्षा होते, असे लोकांना वाटत असते. वास्तविक पाहता अशा व्यक्तीला शिक्षा करण्यापूर्वी मुळात कायद्यात काय तरतूद आहे याची माहिती घ्यायला हवी. असे झाल्यास बरेचसे गैरसमज दूर होतील.

एखाद्या व्यक्तीविषयी चीड किंवा राग मनामध्ये धरून अन्य एखाद्या व्यक्तीने आत्महत्या केली तर चीड निर्माण करणाऱ्या व्यक्तीला कायद्याने कधीही अपराधी मानले जात नाही. कायद्यानुसार आत्महत्या करण्यासाठी काही मदत केली तरच तो गुन्हा इंडियन पिनल कोड कलम ३०६ प्रमाणे दोषार्ह मानला आहे. त्याचप्रमाणे गुन्ह्याला मदत करणे म्हणजे काय याची व्याख्याही त्याच कायद्याच्या कलम १०७ मध्ये केली आहे. एखाद्या व्यक्तीने अन्य व्यक्तीला गुन्हा करण्याकामी मदत केली किंवा त्याला गुन्हा करण्यासाठी प्रोत्साहन दिले, काही मदत पुरवली तर, त्या व्यक्तीला प्रत्यक्ष गुन्ह्यासाठी मदत केली म्हणून गुन्हेगाराचा मदतनीस मानून शिक्षा करता येते.

आता आत्महत्येचा प्रयत्न करणे कलम ३०९ प्रमाणे दोषार्ह मानले गेले आहे. त्यामुळे एखाद्या व्यक्तीने प्रत्यक्ष आत्महत्या करण्यासाठी मदत केली तरच कायद्यानुसार मदत करणारी व्यक्ती दोषी ठरते. एखादी व्यक्ती मानसिकदृष्ट्या खचली असून ती आत्महत्येच्या विचारात आहे असे लक्षात आल्यानंतरही त्या व्यक्तीला झोपेच्या गोळ्या किंवा अन्य विषारी पदार्थ आणून देणे हा गुन्हा मानला जातो. एवढेच नव्हे तर, एखादी व्यक्ती आत्महत्या करत असेल किंवा त्या विचारात असेल तर त्या व्यक्तीचा आत्महत्येचा प्रयत्न सफल होण्यासाठी मदत करणे हाही गुन्हाच मानला जातो. परिणामी, अशी मदत करणाऱ्या व्यक्तीवर योग्य ती कारवाई होऊ शकते. पूर्वी सती जाणाऱ्या स्त्रीला प्रोत्साहन देणाऱ्यांना याच कायद्याखाली दोषी धरण्यात आले होते. परंतु केवळ एखाद्याच्या आत्महत्येचे कारण बनणे ही बाब कायद्याने दोषार्ह मानलेली नाही.

आत्महत्येचे कारण बनलेली व्यक्ती नैतिकदृष्ट्या दोषी असू शकेल पण ती कायद्याने दोषी असणार नाही. कायदा आणि नैतिकता यामध्ये निश्चितच फरक आहे. अलिबागच्या सत्र न्यायालयात माझ्यासमोर असाच एक खटला आला होता. पुतण्या अभ्यास करत नाही, गावभर गुंडगिरी करत फिरतो म्हणून काकांनी त्याला घराबाहेर काढले. त्यानंतर वैतागून त्या मुलाने आत्महत्या केली. आत्महत्या करताना त्याने 'यासाठी काका जबाबदार आहेत' अशी चिठ्ठी लिहून ठेवली होती. त्यानुसार पोलिसांनी काकांना अटक करून गुन्हा दाखल केला. अर्थात, न्यायालयात हा खटला उभा राहिल्यानंतर कायद्याने काकांना निर्दोष सोडण्यात आले. एखाद्या व्यक्तीमुळे अन्य व्यक्तीने आत्महत्या केली असेल तर आत्महत्येसाठी प्रवृत्त करणाऱ्या व्यक्तीला दोषी मानले तर समाजात फारच अस्थिरता निर्माण होईल. थोड्या फार कारणानेही एखादी व्यक्ती 'तू अमूक एक गोष्ट केली नाहीस तर मी आत्महत्या करेन' असे म्हणून त्या व्यक्तीवर मानसिक दडपण आणू शकते. अशा वेळी ती व्यक्ती काल्पनिक भीतीने मनाविरुद्ध एखादी कृती करण्यास तयार होऊ शकते. एखाद्या तरुणीला 'तू माझ्याशी

विवाह केला नाहीस तर मी आत्महत्या करेन' अशी धमकी दिल्यास घाबरून संबंधित तरुणाशी विवाह करणे हे सर्वथैव अयोग्य होय. आजकाल समोरच्या व्यक्तीवर दबाव निर्माण करण्यासाठी किंवा तिला ब्लॅकमेल करण्यासाठीही अशा स्वरूपाच्या धमक्या दिल्या जातात. या परिस्थितीत संबंधित व्यक्तीला कमालीचा आर्थिक आणि मानसिक त्रास सहन करावा लागतो.

आजकाल काही मुलेही पालकांना विविध स्वरूपाच्या धमक्या देत असतात. आपल्याला पाहिजे ती वस्तू पालकांना खरेदी करण्यास भाग पाडणे किंवा पालकांकडून पैसे उकळणे असा उद्देश त्यामागे असतो. मात्र, अशा बाबी अयोग्य मार्गाने मिळवणे हा एक प्रकारचा दरोडाच म्हणावा लागेल. या बाबीचाही विचार कायद्याने केला आहे. मात्र, या सर्व परिस्थितीचा विचार करताना सामान्य माणसाने त्यामागील नैतिकता समजून घेतली पाहिजे. त्यानंतरच आपले योग्य ते मत बनवणे उचित ठरते.

आत्महत्यांच्या प्रकरणांचा तपास करताना पोलीस यंत्रणेनेही या सर्व बाबी विचारात घ्यायला हव्यात. एखाद्या व्यक्तीने खरोखरच कायद्यात सांगितल्याप्रमाणे आत्महत्या करण्याकामी प्रत्यक्ष काही मदत केली आहे का, याचा तपास करूनच संबंधित गुन्हेगारांवर योग्य ती कारवाई करायला हवी. केवळ लोकमताच्या दबावाला बळी पडून एखाद्या व्यक्तीवर कारवाई करणे अनुचित ठरते. एखाद्या व्यक्तीला खोट्या गुन्ह्यात अडकवण्यासाठी किंवा मानसिक त्रास देण्यासाठीही अशा धमक्या दिल्या जाण्याची शक्यता नाकारता येत नाही. पूर्ववैमनस्यातून किंवा वैयक्तिक आकसापोटी असे प्रकार घडू शकतात याचाही विचार तपास करताना व्हायला हवा. आत्महत्या करणाऱ्या व्यक्तीने अन्य एखाद्या व्यक्तीच्या नावे चिठ्ठी लिहून ठेवली असेल तर केवळ त्यावरून त्या व्यक्तीला दोषी मानणेही योग्य ठरणार नाही. आत्महत्या केलेल्या व्यक्तीचे हस्ताक्षर हे चिठ्ठीतील हस्ताक्षराशी मिळते का, याचा शोध घ्यायला हवा. त्यासाठी तज्ज्ञांची मदत घेता येते. तशी खात्री झाल्यानंतरच संबंधित व्यक्तीला दोषी मानण्यात यावे. यासंदर्भात एखादी निरपराध व्यक्ती विनाकारण कायद्याच्या कचाट्यात गोवली जाऊ नये ही बाब तपासयंत्रणेने कायम लक्षात ठेवायला हवी. तरच अशा प्रकरणात होणारा मनस्ताप टाळता येईल.

◆ ◆ ◆

१०

आत्महत्या गुन्हा मानावा का?

आत्महत्येच्या प्रयत्नाच्या गुन्ह्याला कायद्याच्या भाषेत गुन्हा मानावे की नाही, याबाबत कायदेतज्ज्ञांमध्ये एकवाक्यता नाही, हा महत्त्वाचा मुद्दा आहे. जगाच्या पाठीवर फक्त पाचच देशांमध्ये आत्महत्येचा प्रयत्न करणे हा गुन्हा मानण्यात आला आहे. भारत, पाकिस्तान, बांगलादेश, मलेशिया आणि सिंगापूर हे ते पाच देश होत. अर्थात, या देशांमध्ये प्रचलित असलेल्या धर्मांनीही आत्महत्येचा प्रयत्न करणे हे मोठे पाप मानले आहे.

'आत्महत्यांबाबत चर्चा करण्यासारखे नवे काही नाही. विविध कारणांनी त्या दर वर्षी होतच असतात. आत्महत्यांच्या प्रमाणात शेतकऱ्यांच्या आत्महत्यांचे प्रमाण १५ टक्के आहे', असे उद्‌गार केंद्रीय कृषिमंत्री शरद पवार यांनी नुकतेच काढले. विदर्भातील शेतकऱ्यांच्या आत्महत्या सुरूच असल्याने एकूणच या प्रश्नावर सर्वत्र चर्चा होत आहे. त्यातूनच आत्महत्यांबाबत कायद्याचा दृष्टिकोन कसा आहे हे पाहणे महत्त्वाचे ठरेल. आपल्या देशात सर्वत्र विविध कारणांनी सातत्याने आत्महत्येचे प्रकार घडत असतात. आत्महत्येमध्ये मरण पावलेल्या व्यक्तींच्या संख्येच्या दहापट लोक आत्महत्येचा प्रयत्न करत असतात. हे प्रमाण लक्षात घेतल्यास लाखो लोक आत्महत्येचा प्रयत्न करत असल्याचे स्पष्ट होते. कायद्यामध्ये दोनच गुन्हे असे आहेत ज्यामध्ये गुन्हा करण्याचा प्रयत्न करणाऱ्यांनाच फक्त शिक्षा आहे; परंतु गुन्हा केलेल्यांना नाही. त्यापैकीच एक म्हणजे आत्महत्येचा प्रयत्न करणे होय.

आत्महत्येचा प्रयत्न हा गुन्हा

भारतीय दंडसंहितेच्या कलम ३०९ प्रमाणे आत्महत्येचा प्रयत्न करणाऱ्याला एक वर्षापर्यंत कारावासाची शिक्षा होऊ शकते; मात्र आत्महत्येचा प्रयत्न करण्यासाठी मदत करणाऱ्यास किंवा एखाद्या व्यक्तीला आत्महत्येस प्रवृत्त करण्याचा प्रयत्न करणाऱ्यास, भारतीय दंडसंहितेच्या कलम ३०६ प्रमाणे दहा वर्षांपर्यंत शिक्षा होऊ शकते. विवाहित स्त्रियांवर होणारे अत्याचार आणि त्यातून होणाऱ्या त्यांच्या आत्महत्या नवीन नाहीत. अशा प्रकारच्या आत्महत्यांचे वाढते प्रमाण लक्षात घेऊन त्याविषयी कायद्यात तरतूद करण्यात आली आहे. विवाहित स्त्रीने आत्महत्या केल्यानंतर आत्महत्येला जबाबदार असलेल्या सासरच्या लोकांवर कलम ३०६ खाली खटला भरण्यात येतो. त्यामुळे हे कलम जनतेला बऱ्यापैकी माहीत आहे.

आत्महत्येच्या प्रयत्नाच्या गुन्ह्याला कायद्याच्या भाषेत गुन्हा मानावे की नाही याबाबत कायदेतज्ज्ञांमध्ये एकवाक्यता नाही हा महत्त्वाचा मुद्दा आहे. जगाच्या पाठीवर फक्त पाचच देशांमध्ये आत्महत्येचा प्रयत्न करणे हा गुन्हा मानण्यात आला आहे. भारत, पाकिस्तान, बांगलादेश, मलेशिया आणि सिंगापूर हे ते पाच देश होत. अर्थात, या देशांमध्ये प्रचलित असलेल्या धर्मांनीही आत्महत्येचा प्रयत्न करणे हे मोठे पाप मानले आहे. आत्महत्या करणाऱ्याला मोक्ष मिळणार नाही असे हिंदू धर्मामध्ये मानले जाते. इस्लाम धर्मामध्ये आत्महत्या करण्याच्या प्रयत्नाला 'हराम' म्हणून त्याची निंदा केली जाते. ख्रिश्चन धर्मामध्ये तर आत्महत्या करणाऱ्या व्यक्तीला दफनभूमीमध्ये जागा देऊ नये असे मानले जाते. या पाचही देशांमध्ये धर्माचे प्राबल्य असल्यामुळे आत्महत्येचा प्रयत्न करणाऱ्यांकडे समाज चिंतापूर्वकच पाहतो. त्यामुळेच या देशातील कायद्यामध्येही याबाबत उल्लेख करण्यात आला आहे.

कायदा आयोगाचा अहवाल

काही वर्षांपूर्वी खुद्द कायदा आयोगाने आत्महत्येचा प्रयत्न करणे हा गुन्हा मानू नये असा अहवाल दिला होता. या अहवालाच्या अनुषंगाने १९७८ मध्ये एक ठरावही संमत झाला होता. १९७९ मध्ये सहाव्या लोकसभेत हा प्रश्न उपस्थित झाला; परंतु त्यावर कोणतीही चर्चा झाली नाही. हा प्रश्न अनेक वर्षांनंतर अजूनही रेंगाळतच ठेवला आहे. भारतामध्ये १९८७ मध्ये आत्महत्येबाबतचे प्रकरण प्रथमच उच्च न्यायालयासमोर आले. दुबल नावाच्या एका पोलीस कॉन्स्टेबलने स्वतःला पेटवून घेऊन आत्महत्येचा प्रयत्न केला म्हणून त्याच्यावर खटला भरण्यात आला. तेव्हा न्यायाधीशांनी आत्महत्येचा प्रयत्न हा गुन्हा होत नाही असे सांगत भारतीय दंडसंहितेचे 'कलम ३०९' हे घटनाबाह्य

असल्याचे निदर्शनास आणून दिले होते. न्यायमूर्तींचे म्हणणे असे होते की, जीवन संपवायचे असलेल्यांना कायदा काहीच करू शकणार नाही. सबब तो निष्फळ असल्याचे दिसत आहे. आत्महत्येबाबतचा असाच प्रश्न पुढे सर्वोच्च न्यायालयापुढे उपस्थित झाला. रतीनाथ नावाच्या व्यक्तीविरुद्ध आत्महत्येबाबतचा खटला दाखल झाला होता. या खटल्यामध्ये संबंधित दोन न्यायाधीशांनीही आत्महत्येसंबंधातील कायद्याचे कलम घटनाबाह्य ठरवले. या न्यायाधीशांचे म्हणणे होते की, जीवन जगणे हीच शिक्षा आहे असे जो समजतो त्याला पुन्हा शिक्षा देण्यात काहीच अर्थ नाही. मात्र, पुढे १९९६ मध्ये ज्ञानकौर खटल्यामध्ये पाचही न्यायाधीशांनी हे कलम घटनाबाह्य नाही असा निर्णय दिला. त्यामुळे सध्या आत्महत्येचा प्रयत्न करणे ही बाब 'कलम ३०९' प्रमाणे दंडनीय अपराध मानली जाते.

यावेळी न्यायाधीशांपुढे असा युक्तिवाद करण्यात आला होता की, भारतीय घटनेच्या 'कलम २१' प्रमाणे प्रत्येक माणसाला जगण्याचा हक्क आहे, तेव्हा या हक्कामध्येच न जगण्याचा हक्कही समाविष्ट होऊ शकतो, असे गृहीत धरावे लागेल. या युक्तिवादावर बरीच चर्चा झाली; परंतु न्यायाधीशांनी जगण्याच्या हक्कामध्ये मरण्याच्या हक्काचा समावेश करता येणार नाही अशी भूमिका घेतली. कोणत्याही भारतीय नागरिकाला त्याच्या इच्छेप्रमाणे जीवन संपविण्याचा हक्क नाही, असा निर्णय दिला. हे सर्व खरे असले तरी आत्महत्येपाठीमागे अनेक कारणे असतात. त्यामुळे आत्महत्येचा प्रयत्न करण्याबाबत फक्त कायद्याने विचार करून चालणार नाही, आत्महत्यांच्या कारणांचे इतर कंगोरेही तपासून पाहावे लागतील.

आत्महत्येचा प्रयत्न करणाऱ्याला शिक्षा देण्यामागे हा हेतू संबंधिताला पुन्हा तशा प्रकारचा गुन्हा न करण्याची जरब बसावी असा असतो; परंतु असा प्रयत्न करणाऱ्याला देण्यात येणारी जबर शिक्षा त्याला अशा प्रयत्नापासून खरोखरच परावृत्त करू शकेल का, हा महत्त्वाचा प्रश्न आहे. न्यायाधीश म्हणून काम पाहत असताना माझ्यासमोर आत्महत्येसंबंधातील अनेक खटले चालवले गेले. अशा खटल्यात संबंधित व्यक्तीला जामिनावर सोडावे की नाही असा प्रश्न निर्माण होत होता. कारण अशा व्यक्तींना जामिनावर सोडल्यास, ते पुन्हा आत्महत्येचा प्रयत्न करण्याची शक्यता नाकारता येत नाही. असे झाल्यास जामिनावर मुक्त केल्याबद्दल माझ्यावरच दोष येऊ शकत होता. असे असले तरी मी काही व्यक्तींना जामिनावर सोडले होते. विशेष म्हणजे आत्महत्येच्या प्रयत्नातील जामिनावर सोडलेल्या व्यक्तींपैकी एकानेही पुन्हा तसा प्रयत्न केल्याचे आढळून आले नाही. यावरून एक गोष्ट लक्षात येते की, आत्महत्या

करण्याची प्रेरणा मानसिक संतुलन बिघडल्यामुळे निर्माण झालेली असते. ही प्रेरणा काही वेळाने किंवा योग्य त्या समुपदेशाने नाहीशी होऊ शकते. तेव्हा आत्महत्येचा प्रयत्न करणारा आरोपी हा मनोरुग्ण समजून त्याच्यावर मानसिकदृष्ट्या इलाज करावेत. मात्र, त्याच्यावर गुन्हेगार म्हणून शिक्का मारू नये, असे मला वाटते.

आत्महत्येचा प्रयत्न केल्यास इतर कोणाचेही नुकसान होणार नसते तर संबंधित व्यक्ती स्वतःचेच नुकसान करून घेत असते. तेव्हा अशा आरोपीसाठी कायद्यामध्ये वेगळी तरतूद असणे आवश्यक आहे. या तरतुदी करताना संबंधित व्यक्तीला मानसोपचारतज्ज्ञ किंवा तत्सम तज्ज्ञ व्यक्तींच्या मार्गदर्शनाखाली ठेवणे महत्त्वाचे आहे. अशा तऱ्हेचा गुन्हा करण्यासाठी प्रवृत्त झालेल्या लोकांना या कृत्यापासून परावृत्त करण्यासाठी हेच योग्य ठरेल.

◆ ◆ ◆

११

आत्महत्या नको, धैर्याने सामना हवा!

वेगवेगळ्या कारणांनी होणाऱ्या आत्महत्यांच्या घटनांमध्ये सध्या वाढच होत आहे. परीक्षेतील अपयश, बेकारी, नैराश्य, कर्जबाजारीपणा, एकतर्फी प्रेम यातून अशा घटना घडत असल्या तरी आत्महत्येचा प्रयत्न करणे हा कायद्यानुसार गुन्हा आहे. त्यामुळे हा प्रयत्न असफल झाल्यास संबंधित व्यक्ती कायद्याच्या दृष्टीने गुन्हेगार ठरू शकते. सर्वांनाच चिंतेत टाकणाऱ्या आत्महत्यांबाबतच्या कायद्यातील तरतुदींविषयी...

दहावी-बारावीच्या परीक्षा नुकत्याच आटोपल्या. आता उन्हाळ्याच्या सुट्टीचे काही दिवस आनंदात घालवता येतील. त्यानंतर मात्र वेध लागतील परीक्षेच्या निकालाचे. अलीकडच्या काळात दहावी-बारावीच्या निकालांची टक्केवारी कमी होत असल्याची बाब पालकांच्या दृष्टीने अधिकच चिंताजनक बनली आहे. हल्ली शालान्त परीक्षांचे निकाल लागले की, परीक्षेत अपयश आलेल्या अनेक मुला-मुलींच्या आत्महत्येच्या बातम्या वर्तमानपत्रांत झळकतात. आपले अपयश धुऊन काढण्याचा हा मार्ग अमानुष आहे, तितकाच तो भ्याडपणाचादेखील आहे. जीवनातील आव्हानांपासून पळ काढण्याची पळपुटी वृत्ती यातून दिसते. हिंदू धर्मात आत्महत्या हे मोठे पाप समजले जाते. भारतीय दंड संविधानानुसार आत्महत्येचा प्रयत्न करणे हा कलम ३०९ अन्वये गुन्हा होतो.

आपल्याकडे आत्महत्या करण्याइतकं दुसरं मोठं पाप नाही, असं सांगितलं जात असलं तरी आत्महत्यांच्या घटना सातत्याने घडतच आहेत. शरीर ही देवाने मानवाला दिलेली देणगी आहे आणि ते संपविण्याचा आपल्याला काहीही अधिकार नाही. आत्महत्या हे कोणत्याही प्रश्नाचं उत्तर नाही. त्यामुळे प्रश्न सुटत नाहीच पण अधिकाधिक

गुंतागुंत मात्र जरूर होते. विदर्भ-मराठवाड्यातील अनेक शेतकऱ्यांच्या आत्महत्या पाहिल्या की असं वाटतं आत्महत्या करून ते मुक्त झाले; पण त्यांच्या कुटुंबीयांचं काय? या प्रश्नातून त्यांची सुटका होणारच नाही.

मरणाचा हक्क

ही झाली आत्महत्येच्या प्रश्नाची एक बाजू. पण आत्महत्येचा पुरस्कार करणाऱ्यांकडे त्यांच्या म्हणण्याच्या समर्थनार्थ अनेक मुद्दे आहेत. भारतात मेंदू मृत झाला तरी हृदयक्रिया सुरू असेपर्यंत व्यक्ती जिवंत आहे, असे समजले जाते. माणूस कोमात जातो तेव्हा त्याचा मेंदू मृतावस्थेत असला तरीही हृदय चालू असल्यामुळे ती व्यक्ती जिवंत समजली जाते. अशा व्यक्तीला आजूबाजूच्या जगाचं कोणतंही भान नसतं. व्यावहारिकदृष्ट्या जगाच्या कोणत्याही व्यवहारात ती सामील होऊ शकत नाही. वर्षानुवर्षे हॉस्पिटलमध्ये पडून राहायचं आणि नातेवाईकांना मानसिक आणि आर्थिक क्लेश द्यायचे, यात काय राम आहे? कॅन्सरसारख्या रोगांमध्ये शेवटच्या स्थितीतील रुग्ण वेदना सहन करत असतो तेव्हा तो अतिशय थोड्या काळचा सोबती आहे हे सर्वांनाच माहीत असतं. अशा वेळेला त्याचा मृत्यू हाच त्याच्या वेदनांवरचा इलाज असतो. मग त्या माणसाने वेदना सहन करत जिवंत राहावे हा अट्टाहास कशासाठी? अनेकदा अपघातात किंवा अतिवृद्धावस्थेत सर्व अवयव निकामी होतात तेव्हा त्या व्यक्तीला स्वतःला अशा स्थितीत खितपत राहण्यापेक्षा झटकन मृत्यू यावा असे मनोमन वाटत असते तरीही तिला मरणापेक्षा वाईट यातना भोगायला लावण्याचे कारण काय?

जगण्याचा अधिकार

व्यक्तीला आपल्या अवयवांचे आपल्या मृत्यूनंतर दान करण्याचा अधिकार आहे. त्यावर त्याचीच सत्ता चालत असते. मग स्वतःच्या जिवाचा तो अधिकारी नाही का? त्याला आयुष्य जगण्याचा हक्क आहे तसा तो संपवण्याचा हक्क का नसावा? असे अनेक प्रश्न उपस्थित होतात. याच मुद्द्यांवर कलम ३०९ अनेकदा चर्चिले गेले आहे. भारताच्या राज्यघटनेने कलम ३०९ द्वारे प्रत्येक व्यक्तीचा जीवन जगण्याचा मूलभूत अधिकार मान्य केला आहे. त्यामध्ये प्रत्येक व्यक्तीला जीवन जगण्याचा अधिकार दिला आहे, नव्हे तसा तो असलाच पाहिजे, असे प्रतिपादन केले जाते. शिवाय घटनेच्या कलम १४ ने प्रत्येक व्यक्तीला दिलेला 'कायद्यासमोर प्रत्येक जण समान असल्याचा आणि प्रत्येकाला कायद्याचे संरक्षण असण्याचा' मूलभूत अधिकारही विचारात घेतला पाहिजे. या दोनही कलमांचा विचार करता कलम ३०९ हे घटना विरोधी आहे असा निकाल मुंबई उच्च न्यायालयाने दिलेला आहे. अर्थात, याच्या विरोधात असणारे अनेक मुद्देदेखील लक्षात घेतले पाहिजेत. आत्महत्येचा प्रयत्न हा गुन्हा ठरवला नाही तर त्याचे अनेक गैरफायदे घेतले जातील. आजही क्वचित प्रसंगी एखादी स्त्री सती गेल्याच्या बातम्या आपण वाचतो. सती जाण्याचा हा प्रकार म्हणजे

एक प्रकारे आत्महत्याच असते. इच्छामरण अथवा दयामरण याचा सुजाण आणि योग्यच वापर होईल याची शाश्वती देता येत नाही. उलट असाहाय्य, विकलांग, मनाचे स्थैर्य गमावलेल्या व्यक्ती यांना इतर लोक दयामरणाचा आधार घेऊन त्रास देण्याचा प्रयत्न करतील, ही भीती नाकारता येत नाही. अशा परिस्थितीत आत्महत्येचा प्रयत्न हा गुन्हा ठरवला गेलाच पाहिजे असा एक मतप्रवाह आहे. पूर्वीच्या काळी स्त्री सती जाताना तिने आगीत होरपळून बाहेर पळून येऊ नये, यासाठी आजूबाजूच्या लोकांनी तिला काठीने पुन्हा चितेत ढकलण्याची उदाहरणे कमी नाहीत.

कायद्याने गुन्हा

आत्महत्येचा प्रयत्न करणे हा भारतीय दंड विधानाने गुन्हा ठरवला आहे. त्याविषयी न्यायालयांचे काही म्हणणे असले तरी अद्याप संसदेने त्याविषयी काहीही निर्णय दिलेला नाही. त्यामुळे सध्या तरी आत्महत्येचा प्रयत्न करणे हा दखलपात्र गुन्हा आहे. या गुन्ह्यासाठी जामीनपात्र वॉरंट काढले जाते. काही वर्षांपूर्वी राजस्थानात रुपकँवरचे सतीप्रकरण चांगलेच गाजले होते. सती जाणे हा आत्महत्येचाच एक प्रकार आहे. नवऱ्याच्या, सासरच्या लोकांच्या जाचाला कंटाळून विवाहितेने आत्महत्येचा प्रयत्न करणे हाही प्रकार आपल्याला नवा नाही. हल्ली तर परीक्षेतील अपयशाला घाबरून, प्रेमाला योग्य प्रतिसाद मिळत नाही म्हणून, तसेच एकतर्फी प्रेमप्रकरणातून प्रेयसीची हत्या करून स्वतःला संपवून घेण्याच्या घटनाही सातत्याने घडत आहेत. याबाबतीत तथाकथित प्रेमवीरांचे धैर्य एवढे वाढले की, भरदिवसा तसेच भरवस्तीतही प्रेयसीची हत्या करून स्वतःला संपवण्यात यांना काहीच वाटत नाही. अशा प्रकरणामध्ये तरुण-तरुणींचे नाहक बळी जातातच; शिवाय कुटुंबालाही अतोनात दुःख सहन करावे लागते. याबरोबरच सध्या वाढत्या बेकारीला कंटाळून आत्महत्या करणाऱ्यांचे प्रमाणही वाढले आहे.

देशाच्या भवितव्याचे आधारस्तंभ असणाऱ्या तरुण-तरुणींचे अशा दुर्घटनेतील अकाली मृत्यू समाजाला चटका लावून जातात. असा प्रयत्न करताना कोणी सापडलं तर तो गुन्हा ठरतो. याकडे सोयीस्करपणे दुर्लक्ष होते. आत्महत्येचा प्रयत्न करणे हा जसा गुन्हा आहे तसेच दुसऱ्या व्यक्तीला आत्महत्या करण्यासाठी प्रवृत्त करणं हादेखील गुन्हा आहे.

आत्महत्या हे कोणत्याही प्रश्नाचं उत्तर नसून केवळ भ्याडपणाचं लक्षण आहे, असे संस्कार मनामनावर व्हायला हवेत. समोर येणाऱ्या संकटांचा समर्थपणे मुकाबला करण्याची ताकद प्रत्येकाने आपल्या अंगी बाणवलीच पाहिजे. कायदेशीर तरतूद काहीही असली तरी आपल्या मनाला आपणच घडवलं पाहिजे. आत्महत्या करायला धैर्य लागत नाही तर जीवनात संघर्ष करून यशस्वी व्हायलाच मोठ्या धैर्याची आवश्यकता असते, हे जाणीवपूर्वक लक्षात ठेवण्याची वेळ आज आली आहे.

◆ ◆ ◆

विभाग २

विज्ञानाने समाजाचा विकास जरूर केला पण लोकांच्या जीवनावर जबरदस्त प्रहार करणाऱ्या सायबर गुन्ह्यासारख्या भस्मासूराला जन्म दिला. त्याचप्रमाणे नार्को चाचणी सारख्या पोलीस तपासात उपयुक्त अशा चाचण्या निर्माण करून गुन्हेगारीवर अंकुश ठेवण्यास मदत केली. सायबर गुन्हे व नार्को चाचणीचा मनुष्याच्या मनावर कसा परिणाम होतो ते कळून घेणे हे आवश्यक आहे.

लोकशाहीत आता राजकारणी लोकांच्या गुन्हेगारीचे स्वरूप लक्षात घेऊन त्यावर उपाय योजणे जरूर आहे. आरोपीला मिळणाऱ्या जामिनाच्या हक्काचा, भारतीय घटनेने दिलेल्या व्यक्तिस्वातंत्र्याच सापेक्षत्वातच विचार करणे जरूर आहे. तसेच त्याचा दुरूपयोग टाळण्यासाठी उपाययोजना करावयास हवी. कायद्याने फाशी देण्याचीही प्रक्रिया ठरवलेली आहे ती कोणती हे पाहणे मनोरंजक ठरेल.

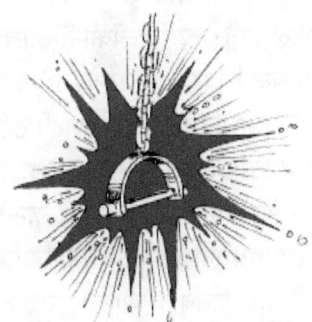

१

गुन्हेगारीचे नवे रूप

सध्या गुन्हेगारी घटना समाजात वाढत आहेत, असे वाटत असतानाच ही प्रवृत्ती बँकिंग क्षेत्रातही शिरल्याचे दिसत आहे. कर्जवसुलीसाठी तसेच क्रेडिट कार्डच्या थकित रकमेच्या वसुलीसाठी खासगी एजंटांचा आधार घेतला जात आहे. हे एजंट वेळी-अवेळी फोन करून ग्राहकांना धमकावत आहेत. ग्राहकांचा अशा प्रकारे मानसिक आणि शारीरिक छळ करणे हा गंभीर गुन्हा समजला जातो, हे लक्षात घेणे आवश्यक आहे.

सध्या सर्वच क्षेत्रांमध्ये गुन्हेगारी प्रवृत्ती बळावत असल्याचे दिसून येत आहे. त्यालाच सभ्य दरोडेखोरी किंवा व्हाईट कॉलर क्राईम असे म्हणता येईल. हे सभ्य गुन्हेगार दुसरे-तिसरे कोणी नसून बँकांनी कर्जवसुलीसाठी नेमलेले वसुली एजंट किंवा पठाणांचा नवा अवतारच आहेत. या गुंडांचा जनतेला किती त्रास होत आहे, याचे हृदय विदीर्ण करणारे चित्रण अजून समाजासमोर मोठ्या स्वरूपात आलेले नाही. अर्थात, हे कल्पनाचित्र समाजासमोर येऊन फारसा उपयोग होणार नाही; तर त्यासाठी कडक उपाययोजना करणे आवश्यक आहे. आज अनेक लोक अशा स्वरूपाच्या अन्यायामुळे आणि दबावामुळे अडचणीत येत आहेत. त्यांची किती फरफट होत आहे, याचा अंदाज अजून सर्वसामान्यांना आलेला दिसत नाही.

पठाणी वसुली

पूर्वीच्या काळी गरीब, कष्टकरी लोक पठाणांकडून कर्ज काढत आणि त्याची वसुली पगारादिवशी केली जात असे. पगाराच्या दिवशी कर्जदारापुढे उभे राहून हे पैसे

द्यावे लागत. त्यावेळी काही अडचण सांगितल्यास उलट सुलट मार्गाने वाट्टेल तसे पैसे वसूल केले जात. या कृत्यांना घाबरून अनेकांनी आपापल्या वाड्या-वस्त्यांवरून पलायन केले होते; तर कित्येकांनी आत्महत्या केल्या. 'सावकारी पाश' या चित्रपटातही त्याचे प्रत्यक्ष चित्रण जनतेसमोर उभे करण्यात आले. सद्यःस्थितीत पूर्वीचे पठाण राहिले नाहीत. ही समाधानाची बाब असली तरी त्यांचाच आधुनिक अवतार वसुली अधिकारी किंवा एजंटच्या रूपाने समोर आला आहे. पठाणांपेक्षा अनेकपटींनी ते जनतेची लूट करत आहेत आणि या लुटीद्वारे जनतेला असाहाय्य केले जात आहे. वास्तविक पाहता, याबाबत लोकप्रतिनिधींनी जागरूक होऊन योग्य ते कायदे करून समाजावर होणारा अन्याय थांबवला पाहिजे; परंतु लोकप्रतिनिधींना या महत्त्वाच्या घटना क्षुल्लक वाटतात. सारे लक्ष पक्षा-पक्षात सुंदोपसुंदी निर्माण करण्याकडे असल्यामुळे ते याबाबत कायदा करतील आणि जनतेला या अन्यायापासून वाचवतील, अशी शक्यता वाटत नाही. याबाबत सर्वोच्च न्यायालयाने नुकताच एक महत्त्वपूर्ण निकाल देऊन या प्रश्नावर प्रकाश टाकला आहे. अशाप्रकारे जनतेवर होणाऱ्या जुलूम-जबरदस्तीची दखलही घेतली आहे.

एका व्यक्तीने ट्रक खरेदी करण्यासाठी बँकेकडून कर्ज घेतले होते. हप्ते थकल्याच्या कारणावरून एक दिवस अचानक बँकेचा वसुली एजंट त्याच्याकडे आला आणि त्याने ट्रक जप्त करून नेला. कर्जदाराच्या मते, बँकेने दाखवलेली थकबाकी चुकीची होती. एक हप्ता सोडल्यास त्याने सर्व हप्ते भरलेले होते. ही बाब बँकेच्या अधिकाऱ्यांना त्याने अनेक वेळा सांगण्याचा प्रयत्न केला. शेवटी पोलिसांत तक्रारही दिली; परंतु त्याचा काही उपयोग झाला नाही. अखेरीस त्याला अलाहाबादच्या उच्च न्यायालयात धाव घ्यावी लागली. या न्यायालयानेही पोलिसांना बँक आणि सर्व संबंधित लोकांवर गुन्हा दाखल करून तपास करण्याचे आदेश दिले; परंतु एवढ्यावरच समाधान न झाल्याने पैशाचे पाठबळ असणाऱ्या बँक अधिकाऱ्यांनी न्याय-अन्यायाची फिकीर न करता सर्वोच्च न्यायालयात धाव घेतली. अलाहाबादच्या कोर्टाने दिवाणी स्वरूपाच्या प्रकरणांमध्ये फौजदारी कारवाईचा आदेश देणे चुकीचे असल्याचे प्रतिपादन केले. पुढे मात्र एकंदर रागरंग पाहून बँकेच्या लोकांनी तडजोड केली आणि हे प्रकरण निकाली निघाले.

वसुलीसाठी बँकांची दादागिरी

वास्तविक पाहता तडजोड झाली म्हणून सर्वोच्च न्यायालयाने हे प्रकरण निकालात काढले असते तरी चालले असते; परंतु बँकेच्या एकूण कार्यपद्धतीत अत्यंत आक्षेपार्ह गोष्टी आढळल्या. त्या न्यायालयीन निवाड्यामध्ये नमूद करण्यात आल्या.

जनतेचे हक्क आणि बँक अधिकाऱ्यांची अवैध कृत्ये यांची जाणीव ठेवून भविष्यकाळात अशा तऱ्हेने नागरिकांच्या हक्कांचे उल्लंघन होणार नाही, याची जबाबदारी बँकांनी तसेच न्याययंत्रणेने घेणे आवश्यक आहे. यासंदर्भात न्यायालयाने दिलेल्या निकालाचा जनमानसावर विशेषतः बँकांच्या कार्यपद्धतीवर पाहिजे तेवढा परिणाम झाल्याचे दिसत नाही. कायद्याचे तसेच न्यायालयाच्या निकालाचे उल्लंघन करण्याची प्रवृत्ती अजूनही दिसून येत आहे. त्यासाठी जनतेनेच पुढाकार घेऊन अशा प्रकारची वर्तणूक करणाऱ्या मुजोर बँक अधिकाऱ्यांविरुद्ध कारवाई करण्यास प्रशासनास भाग पाडायला हवे. सर्वोच्च न्यायालयाने दिलेल्या निवाड्यात सांगितल्याप्रमाणे या कार्यवाहीत बदल करण्यासाठी वेळीच कायदेशीर पावले उचलणे जरुरीचे आहे. क्रेडिट कार्ड देणाऱ्या बँका वसुली एजंट नेमून असभ्य तसेच अर्वाच्च भाषा वापरून आणि दादागिरीचा वापर करून वसुली करतात, हे सर्वोच्च न्यायालयानेही मान्य केले आहे. त्याचप्रमाणे वसुली एजंट ही सभ्य संज्ञा असली तरी त्यामार्फत कर्जदारांना आणि त्यांच्या कुटुंबीयांना शारीरिक, मानसिक आणि भावनिक त्रास दिला जातो, हे गैर आहे. असा पीडित माणूस बँकेविरुद्ध उठाव करतो तेव्हा त्याच्याजवळ पुरावा नसतो. तो पुरावा गोळाही करू शकत नाही. वसुली एजंटना मात्र बँकेच्या अधिकाऱ्यांचे पाठबळ असते. त्यामुळे ते सुटू शकतात. यासंदर्भात अभ्यास करताना एक गोष्ट लक्षात आली की, कित्येकदा बँकेचे हिशेबही खरे नसतात. 'या देशात कायद्याचे राज्य असल्यामुळे कर्जवसुलीही कायद्याचा आधार घेऊनच व्हायला हवी' असे न्यायाधीशांनी निकालपत्रात नमूद केले आहे. या कामासाठी बँकांनी गुंडांची नेमणूक करणे अयोग्य आहे, अशा स्पष्ट शब्दात सर्वोच्च न्यायालयाने सुनावल्यानंतर रिझर्व्ह बँकेने त्याप्रमाणे एक मार्गदर्शक पत्र काढले. या पत्रात सर्वोच्च न्यायालयाने दिलेल्या सूचनांचा उल्लेख करण्यात आला आहे. असे असले तरी हे मुजोर बँक अधिकारी तसेच एजंट अशा मार्गदर्शक पत्रांना जुमानताना दिसत नाहीत. त्यासाठी एकट्या-दुकट्या कर्जदाराने लढा देण्याऐवजी जागृत जनतेनेच याविरुद्ध लढा उभारायला हवा. तसेच अशा एजंटांनाही वेळीच पायबंद घालावा. असे न झाल्यास देशात सर्वत्र गुंडांचे राज्य प्रस्थापित होण्यास वेळ लागणार नाही.

कायदा हवाच

सर्वोच्च न्यायालयाच्या हुकमाची अंमलबजावणी बंधनकारक करण्यासाठी किंबहुना सरकारला तसा कायदा करायला भाग पाडण्यासाठी सार्वजनिक हितसंरक्षण याचिका दाखल करणे जरुरीचे आहे. यासंदर्भात एका अनुभवाला मलाही सामोरे जावे लागले. एका बँकेचे क्रेडिट कार्ड घेतलेले नसतानाही मला बँकेच्या दिल्लीच्या

अधिकाऱ्याकडून दमदाटी करणारे फोन येऊ लागले. मी संबंधित अधिकाऱ्याबाबत चौकशी केली असता त्याचे नाव, गाव समजू शकले नाही. त्यानंतर त्याचा फोन आला असता मी सांगितले की, माझ्याकडे क्रेडिट कार्ड नसताना दमबाजी करण्याचे कृत्य तुम्ही सुरू ठेवल्यास मी तुमच्याविरुद्ध इंडियन पिनल कोड ३८४-८५ प्रमाणे पोलिसांत गुन्हा दाखल करेन. माझ्या या उत्तराचा योग्य तो परिणाम होऊन असे फोन येणे बंद झाले; मात्र अशा प्रकारचा मानसिक त्रास सहन करणारे अनेक लोक आजही समाजात आहेत. त्यातील काहींना हजारो, तसेच लाखो रुपयांचा नाहक भुर्दंड सोसावा लागत आहे. या स्वरूपाचे फोन आल्यास किंवा तसे कृत्य करण्याचा प्रयत्न झाल्यास संबंधित व्यक्तींना वसुली यंत्रणेविरुद्ध पोलिसांकडे गुन्हा दाखल करता येतो. धमकी देऊन पैसे वसूल करण्याच्या प्रयत्नांमध्ये बँकेच्या अधिकाऱ्यांसहीत पाच किंवा पाचपेक्षा जास्त लोक सामील असतील तर कायद्याने तो दरोडा किंवा जबरी चोरीचा गुन्हा ठरतो, याची जाणही सामान्य नागरिकांना असणे आवश्यक आहे; मात्र यासाठी पोलीस यंत्रणेने सजग राहून नागरिकांच्या हक्कांची जपणूक करावयास हवी. तरच 'सद्रक्षणाय खलनिग्रहणाय' या ब्रीदवाक्याला पोलीस यंत्रणा जागली असे म्हणता येईल.

◆ ◆ ◆

२

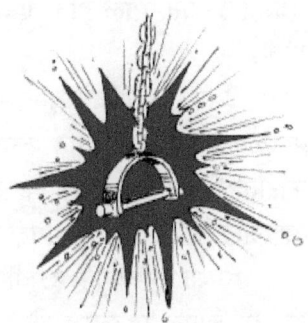

सायबर गुन्हे व दक्षता

सायबर गुन्हेगारांना पकडण्यासाठी खास सायबर पोलीस नेमण्यात येतात. हे इ-मेलद्वारा गैरप्रकार होऊ नये म्हणून एक खास योजना केलेली असते. यात बाहेरून आलेले संदेश तपासून घेण्याची सोय आहे. नागपूरव्यतिरिक्त पुणे, ठाणे येथेसुद्धा मुंबईप्रमाणेच स्वतंत्र पोलीस कक्षाची निर्मिती केली आहे. सायबर गुन्ह्याबद्दल कायदा करणारा भारत हा जगातला १३ वा देश आहे.

वर्तमानपत्रात नुकतीच बातमी वाचनात आली होती की, एका मुलास सायबर कॅफेत जाऊन चॅटिंग करण्याची सवय होती. कोणा परकीय मुलीशी तो बातचीत कॉम्प्युटरद्वारे करत असे. काही दिवसांनी त्या मुलीच्या निमित्ताने त्याला लाखो रुपयास गंडा घातला गेला. तपासात असे निष्पन्न झाले की, त्या मुलाचा एक मित्रच हे सर्व उद्योग करीत होता व त्यानेच मित्राला फसवले होते.

याहीपेक्षा भयंकर बातमी वर्तमानपत्रात आली होती की, औरंगाबाद येथे राहणाऱ्या एका मुलाने शेकडो तरुणींची अश्लील चित्रे इंटरनेटवर लोड केली होती. ह्यातल्या बऱ्याचशा मुली कॉलेजमध्ये जाणाऱ्या सुशिक्षित व घरंदाज मुली होत्या. हा सर्व प्रकार पाहून नुसता त्या मुलींनाच नव्हे तर त्यांच्या घरातल्या सर्व लोकांना काय प्रचंड मानसिक त्रास भोगावा लागला असेल ह्याची कल्पनाच करवत नाही. ह्या गुन्ह्याचा तपास करणाऱ्या अधिकाऱ्याला त्याने जेव्हा झडती घेतली तेव्हा हजारो मुलींची छायाचित्रे मिळाली. अर्थात, अशा गुन्ह्यांचा तपास करणे सोपे नसते. कारण तपासी अधिकाऱ्याला कॉम्प्युटरचे बरेच ज्ञान विशेषतः अपलोड, डाऊनलोड, पासवर्ड, आय्

डी वगैरेची माहिती आवश्यक असते. ह्या मुलींची नुसती अत्यंत अश्लील छायाचित्रेच त्याने कॉम्प्युटरवर भरली होती इतकेच नव्हे तर त्यांची संपूर्ण नावे, घरचा पत्ता व फोन नंबरही देण्यात आले होते. एवढी बारीक सारीक माहिती या गुन्हेगाराने मिळवलेली होती.

अशी छायाचित्रे बनवणे फारसे अवघड नसते. मोबाइल कॅमेऱ्याने कुणाचेही नकळत फोटो घेता येतात. कॉम्प्युटरवर अशा फोटोतील व्यक्तींचा चेहरा अश्लील फोटोतील व्यक्तीचा चेहरा किंवा अवयवाऐवजी अगदी बेमालूम सांधता येतो की झाले अश्लील चित्र तयार. ते अगदी खरे वाटण्याइतके भासवता येते.

अशा तऱ्हेचे गुन्हे हे पूर्वी होत नव्हते. असे गुन्हे हा आधुनिक तंत्रज्ञानाने मानवाला दिलेला शापच म्हटला पाहिजे. अर्थात, अशातऱ्हेचे कॉम्प्युटर किंवा मोबाइलच्या साहाय्याने केलेले गुन्हे सर्वच संगणक वापरणाऱ्या देशात होत असतात. संगणक किंवा माहिती तंत्रज्ञानाचा वापर करून केलेले गुन्हे म्हणजे सायबर गुन्हे होत.

इंटरनेटचा शोध ऑगस्ट १९६२ साली लागला तो अमेरिकेतील जे सी आर लिकडायर या शास्त्रज्ञामुळे. १९६९ साली त्याची टेलिफोनला जोडणी होऊन प्रथम इंटरनेटने संदेश पाठवला गेला. १९७२ मध्ये पहिला इ मेल प्रोग्रॅम बनवला गेला. पुढे मात्र त्याचा वापर व वाढ अगदी झपाट्याने झाली व सारे जगच मुळी ह्या शोधाने झपाटले गेले. हल्ली तर जागोजागी शहरात सायबर कॅफेचे स्टॉल्स उघडलेले दिसतात व नेट सर्फिंगला तासाला ५–१० रुपयेच पडतात. तेव्हा याचा वापर चटकन लोकप्रिय झाला नसता तरच नवल. साधारण तरुण मुले-मुली ह्यांना तर त्याचे फारच आकर्षण दिसते. मग त्यातली अश्लील वेबसाइट्स तर अगदी सर्रास बिनधोक पाहिल्या जातात. मग डेटिंग, चॅटिंग वगैरे प्रकार चालू होतात. हे सर्व वाईट आहे असे समजूनही ती व्यसनाधीन होण्यास वेळ लागत नाही.

ह्या साऱ्या गैरप्रकाराची सुरुवात गेम्स खेळण्यापासून होते. हा आनंद लुटता लुटता त्यांना साईट ओपन करून दिली जाते. तेथेही त्यांना भलत्या मार्गाला नेणारे महाभाग भेटतात. मग हळूहळू गुन्हेगारीची गंमत करून पाहावीशी वाटते. मग ते गुन्हेगारीकडे सहज वळतात.

सायबर गुन्ह्यामध्ये फक्त अश्लील चित्रेच काढली किंवा दाखवली जाणे एवढाच गुन्हा समाविष्ट नसून त्यात अनेक गुन्ह्यांचा समावेश होतो. काही दिवसांपूर्वीच एका महाविद्यालयीन मुलाने या तंत्रज्ञानाचा वापर करून दुसऱ्याच्या खात्यावरील रकमा काढल्याचा गुन्हा केल्याचे निष्पन्न झाले होते. दुसरी एखादी व्यक्ती किंवा संस्था यांच्या

संगणकातील माहिती किंवा ज्ञान किंवा अशाच तऱ्हेच्या खाजगी सामग्रीचा त्याच्या संमतीशिवाय चोरून वापर करणे हा देखील गुन्हा मानला जातो. काही काही वेळेला आपण संगणकात विषाणू सोडून दुसऱ्याच्या संगणकातील माहिती नाहीशी केल्याच्या बातम्या ऐकतो. अशा तऱ्हेने हेतुपुरस्सर दुसऱ्याचे नुकसान करणे हासुद्धा मोठा गुन्हा मानण्यात आला आहे. याशिवायही संगणकाद्वारे आक्षेपार्ह किंवा अश्लील माहिती बाळगणे किंवा पाठवणे तसेच अधिकृत संगणकाचे सॉफ्टवेअर बाळगणे, विकणे, इ-मेलद्वारे धमकी देणे ह्या गुन्ह्याची माहिती सर्वांना झालेली आहेच. त्याचप्रमाणे पासवर्ड चोरणे हाही गुन्हा ठरवला आहे.

वरील गुन्ह्यांसाठी शिक्षेची कोणती तरतूद आहे याचा विचार करणे जरूर आहे. संगणक यंत्रणा किंवा नेटवर्क यात बुद्धी पुरस्सर फेरफार करणे याला दोन लाख रुपये दंड किंवा शिक्षा होऊ शकते.

दुसऱ्याच्या संगणकातील माहिती नष्ट करणे, त्यात बदल करणे, पळवणे, संगणक हँग करणे यासही वरीलप्रमाणे शिक्षा सांगितली आहे. तसेच संगणकावर अश्लील माहिती प्रसरण करणे किंवा अपरिपक्व मनावर अनैसर्गिक परिणाम करणे त्यास दहा वर्षांपर्यंत शिक्षा व २ लाख रुपये दंड ही शिक्षा होऊ शकते. संगणकाचा वापर देशद्रोही कारवायासाठी वापरणे ह्यास कमीत कमी सात वर्षांची शिक्षा सांगितली आहे. शिवाय त्याला दंडही भरावा लागेल. डिजिटल स्वाक्षरीसाठी खोटी माहिती सादर करणे या गुन्ह्यास २ वर्षांची कैद व दंड अशी शिक्षा सांगितली आहे. इलेक्ट्रॉनिक नोंदी, रेकॉर्ड पुस्तके, रजिस्टर वगैरे तसेच ड्राईंग, रेखाचित्रे, फोटो ज्या व्यक्तीचे आहे त्या व्यक्तीच्या परवानगीशिवाय वापरणे या गुन्ह्यासही वरीलप्रमाणे शिक्षा सांगितली आहे. सरकार कोणताही संगणक, यंत्रणा अगर नेटवर्क सुरक्षित म्हणून जाहीर करू शकते. अशा बंधन घातलेल्या कोणत्याही गोष्टींचा भंग केल्यास त्या गुन्ह्यास १० वर्षे पर्यंत शिक्षा व दंड होऊ शकतो. संगणकद्वारा फसवणुकीचा गुन्हा केला तर संगणकसुद्धा जप्त होऊ शकतो.

सायबर गुन्हेगारांना पकडण्यासाठी खास सायबर पोलीस नेमण्यात येतात. हे इ-मेलद्वारा गैरप्रकार होऊ नये म्हणून एक खास योजना केलेली असते. यात बाहेरून आलेले संदेश तपासून घेण्याची सोय आहे. नागपूरव्यतिरिक्त पुणे, ठाणे येथेसुद्धा मुंबईप्रमाणेच स्वतंत्र पोलीस कक्षाची निर्मिती केली आहे. सायबर गुन्ह्याबद्दल कायदा करणारा भारत हा जगातला १३ वा देश आहे.

सायबर गुन्हे टाळण्यासाठी विशेष दक्षता घेण्याची जरुरी आहे. सायबर कॅफे किंवा जेथून चॅट केले जाते त्या ठिकाणी पूर्ण गुप्तता पाळणे आवश्यक आहे. आपले नाव, पत्ता, टेलिफोन/मोबाइल क्रमांक कोणासही देऊ नये. कोणासही आपले फोटो पाठवू नये. विशेषतः मुलींनी जास्त काळजी घेणे जरुरीचे आहे. आक्षेपार्ह किंवा अश्लील किंवा धमकी देणाऱ्या संदेशांना मुळीच दाद देऊ नये. इंटरनेटवर माहिति झालेल्या व्यक्तीबद्दल घरच्यांना विचारात घ्यावे. इंटरनेटवर माहिती मिळालेली व्यक्ती प्रत्यक्षात पूर्णपणे फसवी असू शकते. आपला पासवर्ड किंवा बायोडेटा कोणत्याही अनोळखी व्यक्तीस देऊ नये. काही अडचण आल्यास पोलीस किंवा कायदेतज्ज्ञांचा सल्ला घ्यावा.

हेही लक्षात ठेवले पाहिजे की, सायबर हेरगिरी वाढत असून अतिरेक्यांना त्याचे अद्ययावत शिक्षण दिले जात आहे. तेव्हा आपण अत्यंत सावध राहणे फार जरुरीचे आहे.

◆ ◆ ◆

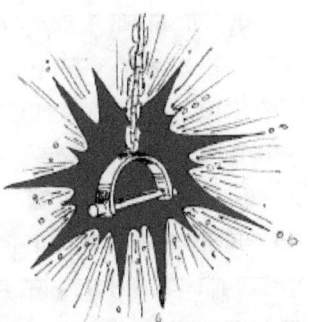

३

गुन्हेगारी प्रवृत्तीला आळा घालायचा तर ...

बेदरकारपणे वाहन चालवून फुटपाथवरील बेघरांचा जीव घेणाऱ्या ॲलिस्टर परेराच्या उच्च न्यायालयात गाजलेल्या प्रकरणात पोलिसांनी पक्षपात केल्याचा आक्षेप घेतला गेला आहे. मनुष्यवधासारख्या गंभीर गुन्ह्यातही आरोपींना किरकोळ शिक्षा सुनावल्याने गुन्हेगारी प्रवृत्ती ठेचून काढणे अशक्य बनत आहे. कायदेमंडळ आणि लोकप्रतिनिधी याबाबत उदासीन असल्याने कायद्याची व्याप्ती वाढवणे अत्यावश्यक बनले आहे.

कायद्याचा धाक गुन्हेगारांवर असणे नेहमीच अपेक्षित असते. मात्र, बरेचदा तसे दिसून येत नाही. खरोखरच अनेक गुन्हेगार कायद्याची तमा न बाळगता बेफिकीर राहत असल्याचे दिसते. लोकप्रतिनिधीही यासंदर्भात ठोस भूमिका घेत नाहीत. वास्तविक, समाजातील बदलांचा नेमका वेध घेऊन त्यानुरूप कायद्यातही बदल आवश्यक ठरतात. सध्या कितीतरी कायदे असे आहेत की, त्यामध्ये ताबडतोब बदल करणे आवश्यक आहे. ते न केल्यामुळे अनेक खटल्यांमध्ये गुन्हेगारांना योग्य शिक्षा होत नाही. किंबहुना काही गंभीर गुन्ह्यांमधील आरोपी चक्क निर्दोष सुटल्याच्या घटनाही घडल्या आहेत. अनेक जणांच्या मृत्यूला कारणीभूत झालेल्या एका आरोपीला केवळ साध्या कैदेची शिक्षा सुनावून न्यायालयाने नेमके काय साधले, हा प्रश्न निर्माण झाला आहे.

बेदरकारपणे गाडी चालवून मुंबईत पदपथावर झोपलेल्या सात मजुरांना चिरडून ठार मारणाऱ्या ॲलिस्टर परेरा याला न्यायालयाने फक्त सहा महिन्यांची साधी कैद

आणि पाच लाख रुपयांचा दंड ठोठावला. यासंदर्भात उच्च न्यायालयाने अलीकडेच ताशेरे ओढले. या निकालावरून असे स्पष्ट होते की, या अपघाताला चालक जबाबदार आहेच, पण कायदा न बदलण्याचा अट्टाहास करणारे आणि कायदेमंडळ चालवणारेही जबाबदार आहेत. काही कालावधीपूर्वी पदपथावर झोपलेल्या इसमाच्या मृत्यूस कारणीभूत झाल्याबद्दल एका चित्रपट अभिनेत्यावर खटला भरला होता. या अपघातातील वाहनचालक चित्रपट अभिनेता असल्यामुळे या खटल्याला व्यापक प्रसिद्धी मिळाली होती. या खटल्यात संबंधित अभिनेत्याला जामीन देताना न्यायाधीशांनी मृत व्यक्तीच्या नातेवाईकांना नुकसानभरपाई देण्याचा प्रश्न विचारात घेतला होता. केवळ मृत व्यक्तीच्या नातेवाईकांना मदत देऊन आरोपींना योग्य तो धडा मिळू शकत होता. या घटनेनंतर तरी अपघातासंबंधीच्या कायद्यात योग्य तो बदल होईल, असे सर्वसामान्य जनतेला वाटत होते. परंतु कायदेमंडळातील लोक फक्त घोषणाबाजी करण्यात आणि विरोधकांना शह-काटशह देण्याच्या सत्तास्पर्धेत गुंतले होते. त्यामुळे त्यांना सर्वसामान्य जनतेच्या किरकोळ प्रश्नात लक्ष द्यायला फुरसत मिळाली नाही. बेदरकारपणे वाहन चालवून बळी पडणाऱ्यांची संख्या आणखी किती वाढल्यानंतर हे लोक कायद्यात सुधारणा करण्याचा प्रयत्न करणार आहेत, असा प्रश्न सर्वसामान्य व्यक्तीला पडत आहे.

कायद्यामध्ये योग्य त्या सुधारणा करण्याबाबत उदासीन असणारे कायदेमंडळ काही बाबतीत मात्र तत्परतेने काम करते. लोकसभेच्या निवडणुकीत तत्कालीन पंतप्रधानांच्या मतदारसंघात काही गैरप्रकार झाल्याचे लक्षात आल्यानंतर कोर्टाने या प्रकाराबाबत ताशेरे ओढले होते. त्यानंतर निवडणूक रद्द करण्यात आली. निवडणूक रद्द झाल्यानंतर अल्प कालावधीत याच लोकांनी कायद्यात बदल केला. तो योग्य आहे किंवा नाही याचा विचार करायलाही त्यांना वेळ मिळाला नव्हता. त्यामुळे सर्वसामान्य व्यक्तींना असे वाटले की, एखाद्या मोठ्या राजकीय पुढाऱ्याच्या किंवा नेत्याच्या अत्यंत जवळच्या व्यक्तीचा मोटार अपघातात मृत्यू झाल्याशिवाय या संबंधीच्या कायद्यात काही सुधारणा होतील, अशी शक्यता नाही. जनतेने निवडून दिलेले आणि जनतेकरता कारभार करणारे कायदेमंडळ जनतेच्या हितासाठीच कायद्यात योग्य ते बदल करण्याबाबत मात्र उत्सुक नाही. सामाजिक स्वास्थ्याच्या दृष्टीने ही बाब चिंताजनक आहे.

निष्काळजीपणाने किंवा बेपवाईने वाहन चालवून एखाद्याचा मृत्यू झाल्यास असे बेजबाबदार कृत्य करणाऱ्या व्यक्तीला कलम ३०४ (अ) प्रमाणे दोषी धरण्यात

येते. याबाबत कायद्यात असे मानले आहे की, त्याने दाखवलेला निष्काळजीपणा किंवा बेपर्वाई ही बाब गुन्ह्याचा उद्देश असण्याइतकीच दोषार्ह आहे. थोडक्यात, 'गुन्हा करण्याचा माझा उद्देश नव्हता. मला परिणामांचे ज्ञान नव्हते.' असा बचाव करता येत नाही; परंतु कृत्याचा विचार करताना त्याने काळजी घेणे अपेक्षित असते. ती घेतली नसल्यास त्याचे कृत्य आत्यंतिक बेजबाबदारपणाचे होते, असे चित्र निर्माण होऊन संबंधित व्यक्ती दोषी ठरते.

कायद्याची आणखी एक बाब अशी की, एखादा विशिष्ट कायदा अमलात आला असेल तेव्हा सर्वसामान्य कायद्याच्या तरतुदी वापरल्या जात नाहीत. थोडक्यात, पूर्वी निष्काळजीपणाने वाहन चालवून एखाद्याच्या मृत्यूस कारणीभूत ठरल्यास भा.दं.सं ३०४ (अ) प्रमाणे गुन्हा दाखल होत असे; परंतु आता मोटार अपघात कायदा अस्तित्वात आल्यानंतर मोटार किंवा तत्सम वाहन निष्काळजीपणाने किंवा बेजबाबदारपणे चालवण्यामुळे होणारे अपघाताचे खटले हे मोटार अपघात कायद्याप्रमाणे चालवले पाहिजेत, अशी अपेक्षा आहे. या कायद्यामध्ये संबंधित आरोपीला नोटीस दिली पाहिजे, अशी तरतूद आहे. त्यामुळे अशा तऱ्हेची नोटीस दिली गेली नसल्यास तांत्रिक कारणामुळे आरोपीची संबंधित खटल्यातून सुटका होते. ही महत्त्वपूर्ण बाब ध्यानात घेतली पाहिजे. अर्थात, मद्य पिऊन वाहन चालवल्यामुळे झालेल्या अपघातात पदपथावरील लोक मरण पावतात. तसेच कित्येक ट्रकचालक दारूच्या नशेत वाहन चालवतात व त्यामुळे अपघात होतात. याबाबत दोन्ही बाजूंनी विचार करता येईल. एक म्हणजे अपघात करणाऱ्या वाहनचालकाच्या परवान्यावर याबाबतची नोंद ताबडतोब व्हायला हवी. विमा कंपनीला अपघाताची बातमी ताबडतोब द्यायला हवी. असे केल्यास दारूच्या नशेत किंवा अन्य कारणांमुळे अपघात झाल्यास नंतर त्याची जबाबदारी विमा कंपनीवर झटकून नुकसान भरपाईची मागणी करण्याच्या प्रकारांना आळा घालता येईल. वाहनाच्या गंभीर स्वरूपाच्या अपघातानंतर संबंधित वाहनचालकाचा परवाना रद्द करणे आवश्यक आहे. अपघातातील वाहन त्याच्या मालकीचे असेल, तर तेही जप्त करण्याची तरतूद कायद्यात करायला हवी.

कायद्यात आणखी काही सुधारणाही आवश्यक आहेत. वाहन अपघातासंबंधीचे सध्याचे कायदे हे जामीनपात्र आहेत. त्यामुळे कित्येक वेळा फार मोठे नुकसान करूनही आरोपी सहजा-सहजी जामिनावर सुटू शकतो. परराज्यांतून आलेले कित्येक वाहनचालक अपघातानंतर जामीन मिळवतात आणि पुन्हा न्यायालयात येण्यास टाळाटाळ करतात. त्यामुळे अपघाताचे खटले वर्षांनुवर्षे रेंगाळत राहतात. तसेच आरोपींना योग्य शासनही

होत नाही. सर्वांत महत्त्वाचे म्हणजे एखादा चालक दारू पिऊन वाहन चालवतो, तेव्हा अशा स्वरूपाचा खटला हा किरकोळ अपघात म्हणून भा.दं.सं. ३०४ (अ) प्रमाणे दाखल होऊ नये. दारू पिऊन वाहन चालवणाऱ्यास पुढील सर्व परिणामांची कल्पना होती, असे गृहीत धरून सदोष मनुष्यवधाचाच गुन्हा दाखल करण्याची तरतूद कायद्यात करावयास हवी. त्यामुळे निर्माण होणाऱ्या जरबेमुळे थोड्याफार प्रमाणात का होईना मद्यप्राशन करून वाहन चालवण्याच्या घटनांना आळा बसेल. परिणामी, अपघातांची संख्या घटेल.

दारू पिऊन बेभानपणे वाहन चालवल्याने होणारे अपघात रोखण्यासाठी आणि समाजात असुरक्षिततेची जाणीव निर्माण होऊ द्यायची नसेल, तर या कायद्यात ताबडतोब सुधारणा आवश्यक आहे. त्या करताना आरोपीला तांत्रिक कारणांमुळे कमी शिक्षा होणार नाही, आरोपी निर्दोष सुटणार नाही, याची दक्षता घेणे आवश्यक आहे. या सर्व बाबी कायदे करणाऱ्या व्यक्तींनी लक्षात घ्याव्यात आणि त्यांना तशी सद्बुद्धी द्यावी ही जनतेची प्रार्थना असेल.

◆ ◆ ◆

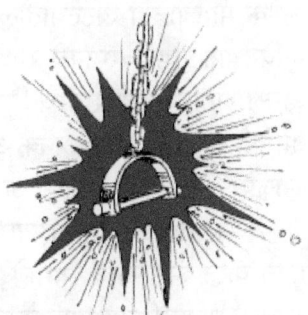

४

कशी असते नार्को चाचणी?

अलीकडे कोणत्याही गंभीर गुन्ह्यातील आरोपींची नार्को चाचणी घेण्याचा आग्रह तपास यंत्रणेकडून धरला जातो. बनावट मुद्रांक घोटाळ्यातील प्रमुख आरोपी अब्दुल करीम तेलगी याची सर्वप्रथम नार्को टेस्ट घेण्यात आली. त्यानंतर आतापर्यंत सातशे ते आठशे आरोपींची नार्को टेस्ट घेण्यात आली आहे. सर्वसामान्यांमध्ये या चाचणीबद्दल कुतूहल आहे. या चाचणीविषयी...

आजकाल वेगवेगळ्या स्वरूपाच्या गुन्ह्यांच्या संख्येत बरीच वाढ झाली आहे. दररोज कोठे ना कोठे गुन्हेगारी घटना घडतच असतात. अशा घटनांना माध्यमांकडून मोठ्या प्रमाणावर प्रसिद्धी दिली जाते. त्यातही एखादा गंभीर किंवा सामाजिक हितास बाधा आणणारा गुन्हा घडल्यास त्याला अधिकच प्रसिद्धी मिळते. यामुळे गुन्ह्यांच्या तपासाबद्दल सर्वसामान्यांनाही बरीच उत्सुकता लागून राहिलेली असते. अलीकडे गंभीर गुन्ह्यातील आरोपीची नार्को टेस्ट घेण्याची परवानगी न्यायालयाकडे मागितली आहे. न्यायालयाने परवानगी दिल्यानंतर संबंधित आरोपीची नार्को टेस्ट घेण्यात येते. या टेस्टदरम्यान आरोपीने दिलेल्या माहितीवर विश्वास ठेवला जातो. या चाचणीमुळे त्या प्रकरणातील सत्य नक्कीच बाहेर येईल अशी सर्वसामान्यांची समजूत असते. या चाचणीचा प्रभाव सर्वसामान्यांवरच पडला आहे असे नाही, तर राजकारणी लोकसुद्धा एकमेकांविरुद्ध आरोप करताना विरोधकाच्या नार्को चाचणीचा आग्रह धरत आहेत.

न्यायालयाची परवानगी

नार्को टेस्ट ही तेलगी प्रकरणापासून चर्चेत आली. तेलगीच्या कोट्यवधी

रुपयांच्या बनावट स्टॅम्पचे प्रकरण उघड झाल्यानंतर त्यात अनेकांचा हात असल्याचा तपास यंत्रणेला संशय होता. त्यावेळी तेलगीची नार्को चाचणी घेण्यात आली. त्यानंतरही अनेक महत्त्वाच्या खटल्यातील आरोपींना या चाचणीला सामोरे जावे लागले आहे. कुविख्यात गुंड विरप्पनचे साथीदार पकडल्यांनतर त्यांचीही नार्को चाचणी घेण्यात आली होती. त्याचबरोबरच मिठारी क्रूर हत्याकांडातील आरोपी, अरूषी प्रकरणातील आरोपी यांच्याबरोबरच अनेक अतिरेक्यांनाही या चाचणीला सामोरे जावे लागले आहे. आजपर्यंत सातशे ते आठशे आरोपींवर अशा प्रकारची चाचणी घेण्यात आली आहे.

नार्को चाचणीसाठी न्यायालयाकडून परवानगी मागताना आरोपी हा तपासकामी मदत करत असल्याचे सांगावे लागते. त्यानंतर न्यायमूर्ती संबंधित आरोपीची नार्को चाचणी घेण्याची परवानगी देतात. पूर्वी ही चाचणी जगातील अनेक देशांमध्ये घेतली जात होती. आता मात्र ती फक्त भारतातच घेतली जाते. इतर देश ही चाचणी घेण्यास उत्सुक नसतात. आपल्याकडे नार्को टेस्ट घेण्याची सुविधा बंगळूरू येथील फोरॅन्सिक सायन्स लॅबोरेटरी या ठिकाणी उपलब्ध आहे. न्यायालयाने नार्को चाचणी घेण्याची परवानगी दिलेल्या आरोपींना या प्रयोगशाळेत आणले जाते. ज्यानंतर संबंधित आरोपी खोटे बोलत आहे की नाही हे पाहण्यासाठी त्याची लाय डिटेक्शन टेस्ट घेतली जाते. त्याचप्रमाणे ब्रेन मॅपिंग टेस्टही घेतली जाते. त्यामुळे आरोपी काही माहिती दडवून ठेवत आहे का हे समजणे शक्य होते. हे सर्व झाल्यानंतर त्या आरोपीला हॉस्पिटलमध्ये आणले जाते. तेथे त्याची संपूर्ण वैद्यकीय तपासणी केली जाते. त्यात आरोपीच्या हृदयाचे ठोके, रक्तदाब योग्य आहे का हे पाहिले जाते. त्यानंतर आरोपीकडून नार्को टेस्टसाठी संमतीपत्रक घेतले जाते.

आरोपीची बधिरावस्था

ही सर्व प्रक्रिया पार पडल्यानंतर संबंधित आरोपीला ऑपरेशन थिएटरमध्ये आणले जाते. यावेळी आरोपीजवळ मानसशास्त्रज्ञ, भूलतज्ज्ञ तसेच वैद्यकीय अधिकारी हजर असतात. आरोपीजवळ पोलिसांपैकी कोणीही उपस्थित नसतो. भूलतज्ज्ञ या आरोपीला पेंटॅथॉल सोडियमचे इंजेक्शन शिरेतून देतात. त्यामुळे आरोपीला एक प्रकारची बधिरावस्था किंवा संमोहनावस्था प्राप्त होते. या इंजेक्शनद्वारे भुलीची विशिष्ट पातळी गाठणे जरुरीचे असते. कारण भूल जास्त झाली तर आरोपी झोपी जाण्याची शक्यता असते. त्याउलट भूल कमी पडली तर आरोपीची चाचणी घेता येत नाही. त्यामुळे भुलीच्या विशिष्ट पातळीला महत्त्व आहे. ही सर्व तयारी झाल्यानंतर न्यायवैद्यक शास्त्रज्ञ आरोपीला काही प्रश्न विचारतात. त्या प्रश्नांची उत्तरे रेकॉर्ड केली जातात. त्यानुसार गुन्ह्यामागील नेमके कारण स्पष्ट करण्याचा प्रयत्न होतो. गुन्ह्याचा बारीक-सारीक

तपशील मिळवण्याबरोबरच त्यात आणखी कोणा–कोणाचा सहभाग आहे, हे समजणेही या चाचणीमुळे शक्य होते.

लोक समजतात तसे ही चाचणी म्हणजे काही जादूची कांडी नव्हे. यामध्ये आरोपीला देण्यात आलेल्या झोपेच्या औषधामुळे आरोपी सत्य दडवण्याचा प्रयत्न करत नाही. तो दिलखुलासपणे बोलू लागतो. मात्र, कधी कधी या औषधामुळे काही गोष्टींचे भासही होतात. ते खरे असतातच असे नाही. उदाहरणार्थ, मध्यंतरी नक्षलवाद्यांपैकी एक असलेल्या अरुण फरेरा याची नार्को चाचणी घेण्यात आली. त्याला भुलीचे औषध दिले तेव्हा त्याने शिवसेनाप्रमुख बाळासाहेब ठाकरे आणि अखिल भारतीय विद्यार्थी परिषद हे माओवादी नक्षलवाद्यांना पैसा पुरवत असल्याचे सांगितले. त्याच्या या वक्तव्याने बरीच खळबळ माजली होती. अर्थात, त्याच्या वक्तव्यात तथ्य नसल्याचे लक्षात आले. मात्र, अशा विधानांमुळे विनाकारण गोंधळ निर्माण होऊ शकतो. परिणामी, तपास यंत्रणेवरही दबाव निर्माण होतो. असे प्रकार घडू लागल्यास या चाचण्यांमधूनही योग्य निष्कर्ष बाहेर येतील का, अशी शंका व्यक्त केली जाऊ लागली आहे.एखाद्या आरोपीने अशा प्रकारचे विपर्यस्त विधान केले असेल तर त्याने तसे विधान का केले, यामागची कारणे तपासावी लागतात.

ही सर्व परिस्थिती लक्षात घेता फक्त तपासकामीच पोलिसांना नार्को चाचणीची मदत होऊ शकते. तपासात योग्य निष्कर्षाप्रत जाण्यासाठी याचा प्रभावी उपयोग होईलच असे नाही. कोणत्याही गुन्ह्याचा तपास करताना गुन्ह्याच्या जागी काही सुगावा लागतो का हे प्रथम पाहिले जाते. घटनास्थळी श्वानपथक मागवून त्याला गुन्हेगार वावरलेल्या जागी किंवा त्यांच्या हातांच्या, पावलांच्या ठशांचा वास दिला जातो. या वासावरून श्वान गुन्हेगारांचा माग काढतात. गुन्हेगारांची दिशा निश्चित करण्यासही श्वानपथकाचा चांगला उपयोग होतो. कायद्याच्या दृष्टीने नार्को चाचणीला तपास प्रक्रियेइतकीच किंमत देता येईल. ही नार्को चाचणी अवैध असून ती भारतीय घटनेच्या मूलभूत स्वातंत्र्याच्या कलम २० चा भंग करणारी आहे, अशी याचिका दिनेश दमानिया यांनी मद्रास उच्च न्यायालयात दाखल केली होती. यावर निकाल देताना उच्च न्यायालयाने ही चाचणी वैध असल्याचे सांगितले. हा निर्णय देताना न्यायालयाने सांगितले की, 'अशा चाचणीमध्ये आरोपीला त्याच्या इच्छेविरुद्ध प्रयोगशाळेत नेण्यात आले असले तरी चाचणीदरम्यान त्याने स्वखुशीने हकीकत सांगितलेली असते. त्यामुळे नार्को चाचणी अवैध मानता येत नाही.' अशाच स्वरूपाचा निर्णय मुंबई, गुजरात आणि केरळ उच्च न्यायालयांनीही दिला आहे. त्यामुळे सध्या तरी ही चाचणी न्यायसंमत ठरवली गेली आहे.

तपासाचे महत्त्व

गंभीर गुन्ह्यातील आरोपींकडून सत्य वदवून घेण्यासाठी नार्को ॲनॅलिसिस टेस्टचा आधार घेतला जातो. आतापर्यंत अनेक गुन्ह्यांमध्ये संबंधित आरोपींची अशी चाचणी घेण्यात आली आहे. त्यामुळे त्या त्या वेळी या चाचणीला प्रसिद्धी देण्यात आली होती. मात्र, या चाचणीबद्दल आवश्यक तेवढी माहिती सामान्य जनांना अजूनही मिळालेली नाही. किंबहुना पोलिसांमध्येही या चाचणीबद्दल अनेक गैरसमज असल्याचे आढळून येते. त्यामुळे आरोपीला एकदा अशा चाचणीसाठी पाठवले की, सत्य शोधून काढण्याची आपली जबाबदारी संपली असे त्यांना वाटू लागले की काय, असा प्रश्न उपस्थित होतो. वास्तविक, पोलीस तपासणीमध्ये आरोपीची केलेली विचारपूस ही अत्यंत महत्त्वाची बाब समजली जाते. आतापर्यंत बऱ्याचशा गुन्ह्यांच्या तपासात पोलीस आणि आरोपींमध्ये चौकशीदरम्यान होणाऱ्या संभाषणातूनच सत्याची उकल केली जात होती. पोलिसांची ही पद्धत तशी स्पृहणीय होती. काही कालावधीपूर्वी अनेक गुंतागुंतीच्या गुन्ह्यांचा तपास पोलिसांनी संभाषण पद्धतीनेच पूर्ण केला होता. अलीकडे मात्र यासाठी नार्को चाचणीचा आधार घेतला जातो. अर्थात, या चाचणीमध्ये सत्याचा अंश जवळपास पाच ते दहा टक्केच असतो. उर्वरित संभाषण हे काल्पनिक किंवा संभ्रमावस्थेत केलेले असते, असे तज्ज्ञांचे मत आहे. म्हणूनच देवस्थळी मायलेकींच्या नार्को चाचणीसंदर्भात सरकारने त्यांची कागदपत्रे उपलब्ध करून दिली नाहीत, असे आरोपीच्या वकिलांनी न्यायालयात सांगितले होते. याचा अर्थ असा की, ही चाचणी घेण्यापूर्वी आरोपींनी सांगितलेल्या बाबी या गुन्ह्यावर प्रकाश टाकण्याच्या दृष्टीने अनावश्यक ठरणाऱ्या आहेत. अशा पद्धतीचे अनेक गैरसमज दिसून येत आहेत.

'नार्को' चाचणीला विरोध

नार्को चाचणीदरम्यान इतरही अनेक छोट्या-मोठ्या चाचण्या घेतल्या जातात. या चाचण्यांमधील सत्य एफएचएल या प्रयोगशाळेत पडताळून पाहिले जाते. ब्रेन इलेक्ट्रिकल ॲस्युलेशन सिग्नेचर या नावाची एक टेस्ट घेतली जाते. यामध्ये आरोपीच्या मेंदूत विजेचा प्रवाह सोडून त्यात होणाऱ्या स्पंदनावरून संबंधित आरोपीचा सत्य दडवून ठेवण्याचा इरादा होता का हे पडताळून पाहिले जाते. अशा अनेक परीक्षा घेतल्या जात असल्या तरी कुत्र्यांची तपासकामाला मदत होते, तेवढीच मदत नार्को टेस्टने होते असे म्हटल्यास वावगे ठरणार नाही. या चाचणीसाठी संबंधित आरोपीवर जबरदस्ती केली जाते, असे सांगत नार्को टेस्टला विरोध केला जातो. या चाचणीमुळे संबंधित आरोपीचा बचावाचा हक्क काढून घेतला जातो, असेही मत आहे. त्यातही मानवी हक्काच्या नावाखाली अशा आरोपींचा कैवार घेणारे लोक या चाचणीला विरोध करत असतात.

नार्को टेस्ट ही आरोपीच्या भारतीय घटनेतील कलम २० मधील मूलभूत हक्कांना बाधा आणत नाही, असा निर्णय अनेक उच्च न्यायालयांनी यापूर्वी दिला आहे. मात्र, तरीही या चाचणीला विरोध सुरूच आहे. अशा चाचणीकरता आरोपीवर जबरदस्ती केली जाते. या आरोपाबद्दलचा विस्तृत ऊहापोह करणे आवश्यक आहे.

कायद्यानुसार आरोपीवर योग्य तेवढी जबरदस्ती करता येते. कारण तो तपासकामाचा एक भाग असतो. परंतु या चाचणीद्वारे आरोपीवर कोणताच बळाचा वापर केला जात नाही, असे तंत्रज्ञांचे म्हणणे आहे. उलट बारबॅच्यूरेट औषध वापरून आरोपीला संमोहनावस्था आणली जाते. थोडक्यात, या औषधाचा उचित वापर केला जातो. त्यामुळे आरोपींवर जबरदस्ती होते असे म्हणणे बरोबर वाटत नाही. बहुचर्चित मुद्रांक घोटाळ्यातील प्रमुख आरोपी अब्दुल तेलगी यानेही न्यायालयात या चाचणीचे स्वागतच केले होते हे लक्षात घेतले पाहिजे. वास्तविक पाहता या चाचणीला होणारा विरोध हा कित्येकवेळा पोकळ स्वरूपाचा वाटतो. तसेच तो परदेशातील या चाचणीबद्दलच्या मतावर आधारित आहे, असे वाटते. खरे तर परदेशातील तपासकामासाठीची यंत्रणा ही अत्याधुनिक साधनांनी युक्त अशी असते. नार्कोसारख्या चाचण्या घेण्यासाठी तेथे वेगवेगळ्या भागामध्ये अनेक प्रयोगशाळा कार्यरत आहेत. आपल्याकडे मात्र अजूनही अशी सुसज्ज यंत्रणा अस्तित्वात आलेली नाही. सद्यःस्थितीत नार्को चाचणी फक्त बंगलोर येथेच घेता येते. इतरत्र अशी चाचणी घेण्याची व्यवस्था अजून तरी निर्माण झालेली नाही. त्यामुळे पोलिसांना तपासकामी मदत करण्यासाठी आवश्यक असणाऱ्या वैद्यकीय प्रक्रिया पार पाडण्यास आपल्याकडील प्रयोगशाळा तितक्याशा समर्थ नाहीत, असेच म्हणावे लागेल.

कबुलीजबाबाची सवलत

येथे एक उदाहरण मुद्दाम नमूद करावे लागेल. अमेरिकेत एका आरोपीवर एका स्त्रीवर जंगलात नेऊन अत्याचार केल्याचा आरोप होता. नंतर तिची हत्या करण्यात आली. मृतदेहाचा पंचनामा करताना पोलिसांनी तिच्या शरीरावर चिकटलेली झाडांची पानेही जप्त केली. नंतर आरोपीचे वाहन शहरापासून दूर अंतरावर सापडले. त्या वाहनाची तपासणी केली असता तेथेही झाडाची पाने आढळून आली. या दोन्ही पानांची प्रयोगशाळेत डीएनए चाचणी घेण्यात आली. त्यावेळी ती एकाच झाडाची असल्याचे आढळून आले. सदर गुन्ह्यातील आरोपीविरुद्धचा हा सबळ पुरावा मानला गेला. आपल्याकडे मात्र इतक्या बारकाईने तपास केल्याची उदाहरणे तुलनेने कमीच आढळतील. याशिवाय आपल्याकडील आरोपींना दिली जाणारी सन्मानाची वागणूक हा चिंतेचा विषय आहे. इतर देशात आरोपींची उलटतपासणी घेऊन त्यातून सत्य

शोधण्याची सोय आहे. आपल्याकडे मात्र तशी सोय नाही. पाश्चात्त्य देशात आरोपींनी पोलिसांपुढे दिलेला जबाब हा ग्राह्य धरला जातो. आपल्याकडे मात्र तो ग्राह्य मानण्यातही अडचणी आहेत. एवढेच नव्हे तर आरोपींनी न्यायालयात दिलेला कबुलीजबाबही काही वेळा बदलल्याचे किंवा तो तपासकामी कुचकामी ठरल्याचे दिसून आले आहे. 'तू कबुलीजबाब दिल्यास तो तुझ्याविरुद्ध वापरला जाईल, याचा विचार कर.' असे सांगत संबंधित आरोपीला कबुलीजबाब देण्याबाबत विचार करण्यासाठी २४ तासांची मुदत दिली जाते. २४ तासांनंतरही कबुलीजबाब घेताना त्याच्यावर कोणी दडपण आणले का याची शहानिशा केली जाते आणि नंतरच त्याचा कबुलीजबाब घेतला जातो. एका न्यायालयात दिलेला कबुलीजबाब आरोपी दुसऱ्या न्यायालयात नाकारू शकतो. आपल्याकडे आरोपींना देण्यात येणाऱ्या अशा सवलती इतर देशात दिल्या जात नाहीत. याशिवाय आणखी एक गोष्ट नमूद करावीशी वाटते ती म्हणजे आपल्याकडे न्यायालयासमोर शपथेवर खोटे बोलण्याचे प्रमाण इतर देशापेक्षा अधिक आहे. किंबहुना हल्ली तर कोर्टात खरे बोलायचे नसते अशी जाणीव जनमानसांत निर्माण होऊ लागली आहे. याशिवाय, कायद्याची अंमलबजावणी करणारी यंत्रणा भ्रष्टाचारमुक्त आहे, असे अजून निश्चित सांगता येत नाही. या सर्व बाबींचा विचार करता नार्को चाचणीला सध्या तरी विरोध करण्याचे कोणतेही सबळ कारण दिसत नाही. तरीही संबंधित आरोपीच्या नार्को चाचणीतील जबाबावर एकदम विश्वास न ठेवता पोलिसांनी इतर कोणता पुरावा गोळा केला त्याच्याकडे लक्ष देणेही आवश्यक आहे.

◆ ◆ ◆

५

राज्य कायद्याचे की गुंडांचे?

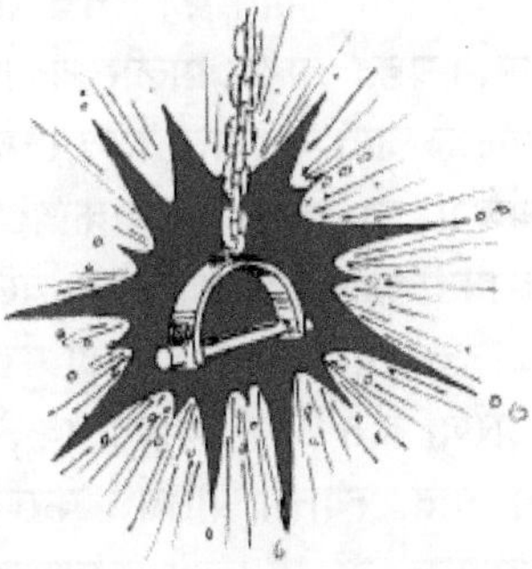

इथे कायदा हा बहुतेक वेळा त्यांचे पालन न करणाऱ्याचेच रक्षण करताना दिसतो. त्यामुळेच सराईत गुंड किंवा समाजविघातक कारवाया करणाऱ्या व्यक्ती टोळ्या करून मोठमोठ्या शहरांमधून वावरत असतात. अशा व्यक्तींवर कारवाई करण्याचे धाडस पोलीस यंत्रणा दाखवू शकत नाही. तसेच त्यांना कठोर शिक्षाही होत नाही.

समाजातील गुन्हेगारीच्या वाढत्या घटना तसेच प्रसिद्धिमाध्यमांवर होणारे हल्ले पाहिले की, या देशात कायद्याचे राज्य आहे का गुंडांचे, असा प्रश्न पडतो. अर्थात, देशात खऱ्या अर्थाने कायद्याचे राज्य येण्यासाठी कायद्याविषयी आदर आणि भीती वाटणे आवश्यक आहे. त्याबरोबरच कायद्यांची प्रामाणिकपणे आणि कठोरपणे अंमलबजावणीही गरजेची आहे. तरच देशात खऱ्या अर्थाने कायद्याचे राज्य निर्माण होईल.

तमिळनाडूतील द्रमुक पक्षाचे सर्वेसर्वा करुणानिधी यांचा वारसदार ठरवण्यासंदर्भात घेतलेल्या जनमत चाचणीच्या निकालावर प्रक्षुब्ध होऊन त्यांचे पुत्र अळगिरी यांच्या समर्थकांनी 'दिमकरन' या दैनिकाचे कार्यालय पेटवून दिले. करुणानिधी यांचा वारस कोण असावा यावरून हा वाद निर्माण झाल्याचे दिसते; परंतु या रोषाचा सामना एका दैनिकाला करावा लागणे दुर्दैवी म्हणावे लागेल. त्यातही हा दुर्दैवी प्रकार सुरू असताना तेथील पोलीस यंत्रणा या दृश्याकडे हतबलतेने पाहत असल्याचे दृश्य दूरचित्रवाणीवरून सर्वांनी पाहिले. ही घटना घडत असताना काही परकीय नागरिक त्या ठिकाणी उपस्थित होते. हा प्रकार पाहून त्यांनी सांगितले की, 'या देशात गुंडांचेच राज्य आहे, असे वाटते.' त्यांचे हे उद्गार देशातील कायदा आणि सुव्यवस्थेविषयी

स्पष्ट कल्पना देणारे ठरतात. हे पाहता कायदा खरोखरच समाजाचे गुंडांपासून रक्षण करतो का? अशी शंका येते.

या देशात कायद्याचे राज्य आहे की नाही, असे वाटायला लावणारे अनेक प्रसंग घडत आहेत. पोलीस यंत्रणेने स्वीकारलेले 'सद्रक्षणाय खलनिग्रहाय' ब्रीद खरोखरच पाळले जाते का,यावर विचार करावा लागणार आहे, सर्वसामान्य व्यक्तींकडूनही पोलीस यंत्रणा, न्यायालय आणि कायद्याबद्दल अशीच शंका व्यक्त होत आहे. त्यामुळे सामान्य व्यक्तींचा न्यायसंस्थेवरील विश्वास उडत चालला आहे. कायदा हा पूर्णपणे गुंडांच्या बाजूचा आहे किंवा कायदा गुंडांना काहीही करू शकत नाही, अशी त्यांची मानसिक धारणा होत आहे. वास्तविक, कायदा आणि त्यातील पळवाटा या गुंडांचे संरक्षणच करतात. त्यांचा प्रतिबंध करण्यासाठी कायद्याचा काहीच उपयोग होत नाही, असे जाणवत आहे. गुन्हा करणाऱ्यांना कायदा त्यांचे काहीच करू शकत नाही, अशी खात्री वाटत आहे. त्यामुळे ते समाजामध्ये उजळ माथ्याने वावरत आहेत. पोलीस यंत्रणा आणि समाज हे सर्व हताशपणे पाहत असल्याचे दिसते.

कायद्यासंबंधी महाभारतात एक चांगले वचन आहे, ते म्हणजे 'धर्मो रक्षती रक्षितः' या वचनातील धर्माचा अर्थ कायदा असा घेता येईल. कायद्याचे पालन करणाऱ्यांचे तो स्वत: रक्षण करतो, असे वाटते; पण प्रत्यक्षात नेमकी उलटी परिस्थिती आहे. इथे कायदा हा बहुतेक वेळा त्यांचे पालन न करणाऱ्याचेच रक्षण करताना दिसतो. त्यामुळेच सराईत गुंड किंवा समाजविघातक कारवाया करणाऱ्या व्यक्ती टोळ्या करून मोठमोठ्या शहरांमधून वावरत असतात. अशा व्यक्तींवर कारवाई करण्याचे धाडस पोलीस यंत्रणा दाखवू शकत नाही. तसेच त्यांना कठोर शिक्षाही होत नाही.

एका कुप्रसिद्ध गुन्हेगाराच्या बहिणीला एका प्रकरणाबाबत अटक करायची असूनही पोलीस तिला अद्याप पकडू शकलेले नाहीत. ती मात्र राजरोजपणे प्रसिद्धिमाध्यमांना मुलाखती देत आहे आणि तरीही पोलीस यंत्रणा तिचा ठावठिकाणा माहीत नसल्याचे सांगत आहेत. अशा व्यक्ती परस्पर वकिलाशी संपर्क साधून अटकपूर्व जामिनासाठी न्यायालयात अर्ज दाखल करतात. अशा प्रकरणात अनेकांना न्यायालयाने अटकपूर्व जामीन दिला आहे. हे चित्र समाजाचा कायद्यावरील विश्वास उडवण्यास पुरेसे आहे. टोळी युद्धातील एखाद्या कुप्रसिद्ध गुन्हेगाराला पोलिसांनी प्रयत्नपूर्वक पकडले तर दहशतीपोटी अशा व्यक्तीविरुद्ध साक्ष देण्यास कोणीही तयार होत नाही. त्यामुळे या व्यक्तीला पुरेशी शिक्षा सुनावली जात नाही. एखादा कुख्यात गुन्हेगार एन्काऊंटरमध्ये मारला गेल्यास त्याचे नातेवाईक मानवी हक्क आयोगाकडे धाव घेण्याची किंवा एखाद्या पक्षाला हाताशी धरून संबंधित पोलीस अधिकाऱ्याच्या मागे चौकशीचा ससेमिरा लावण्याची शक्यता असते. त्यामुळे पोलीस अधिकाऱ्यांची 'भीक नको, पण कुत्रा आवर'अशी अवस्था होते.

एखाद्या भांडवलदाराचा मुलगा किंवा अभिनेता बेदरकारपणे मद्य पिऊन गाडी चालवतो आणि फुटपाथवरील निरपराध व्यक्तींचे प्राण घेतो, या गुन्ह्याचा खटला सुरू असताना ही घटना प्रत्यक्ष पाहणारे काही प्रामाणिक साक्षीदार असतील तर योग्य न्याय देता येतो. परंतु अशा प्रकरणांमध्ये साक्षीदारांना लाच देऊन त्यांची तोंडे बंद केली जातात. त्यामुळे आरोपीला निर्दोषत्व सिद्ध करून समाजात उजळ माथ्याने वावरणे शक्य होते. या प्रकारांमुळे हे राज्य विकासाच्या मार्गाने जाणार की अराजकतेच्या, असा विचारवंतांना प्रश्न पडतो.

या परिस्थितीत नेमके काय करायला पाहिजे, याचा विचार करणे गरजेचे आहे. प्रथमत: कायद्याची दहशत सर्वांवर असली पाहिजे, याची काळजी घ्यावी. तसेच कायद्याची अंमलबजावणी कठोरपणे होईल याकडे लक्ष द्यावे लागेल. पूर्वी इंग्लंडमध्ये कायदा मोडणाऱ्या व्यक्तींना कायदेशीररीत्या वाळीत टाकले जात असे. अशा व्यक्तींना कायद्याचे कोणतेही संरक्षण मिळत नसे. त्यामुळे तेथील जनतेच्या मनात कायद्याबद्दल भीतीयुक्त आदर निर्माण झाला. आपण कायदा पाळला नाही तर त्याची फार मोठी किंमत द्यावी लागेल, हे तेथील जनतेच्या लक्षात आले होते. तशी कारवाई आपल्याकडे झाल्यास कोणीही कायदा मोडण्यास धजावणार नाही.

या संदर्भात महाभारतामध्ये एक चांगला दाखला आहे. कर्णाच्या रथाचे चाक चिखलात रुतल्यानंतर तो अर्जुनाला विनवितो, 'मला हे चाक चिखलातून काढू दे. मग युद्ध करू.' परंतु त्याच्या सांगण्याकडे दुर्लक्ष करत कृष्ण 'द्रौपदीचे वस्त्रहरण करताना तुझा धर्म कुठे गेला होता?' असे म्हणत अर्जुनाला युद्ध सुरू ठेवण्यास सांगतो. कायदा मोडणाऱ्यासाठीही अशीच भाषा वापरण्याची वेळ आली आहे. समाजविघातक कृत्य करणाऱ्या व्यक्तीस जाहीर नोटीस देऊन पोलिसांपुढे हजर राहण्यास सांगावे. त्यानंतरही तो गैरहजर राहिल्यास त्यांना 'कायदाबाह्य' म्हणून घोषित करावे. अशा कायद्याने वाळीत टाकलेल्या व्यक्तींना कायदा काहीही मदत करत नाही, हे लक्षात आले की, त्याचे विरोधकही त्याचा काटा काढायला मागे-पुढे पाहणार नाहीत. कायद्याची कोणतीही मदत मिळत नसल्याने आपले जीवन असुरक्षित झाले आहे, ही भावना त्या व्यक्तीमध्ये निर्माण झाली की, तशा प्रकारचा गुन्हा करण्याचे धाडस ती करणार नाही.

यानुसार कायद्याची अंमलबजावणी करण्याचे ठरल्यास पोलीस आणि गुन्हेगारांमधील लपाछपीच्या खेळास आपोआपच आळा बसेल. त्यामुळे गुन्हेगारावर कायद्याची जरब बसून गुन्ह्यांची संख्या कमी होईल. यातून खऱ्या अर्थाने कायद्याचे राज्य स्थापन व्हायला बराच हातभार लागेल. मात्र, असे राज्य स्थापन करण्याची राज्यकर्त्यांची इच्छा हवी. गुंडांच्या मदतीने आपण जनतेवर राज्य करू ही काही व्यक्तींच्या मनातील भावना दूर सारली पाहिजे, तरच हे राज्य कायद्याचे आणि जनकल्याणाचे होऊ शकेल.

◆ ◆ ◆

६

आरोपींना लाभदायक तरतुदी

अखेर मुंबईतील भीषण बॉम्बस्फोटातील दोषींना शिक्षा झाली. या खटल्याच्या तपासकाळातील काही आरोपी प्रदीर्घ काळपर्यंत कच्च्या कैदेतच होते. या आरोपींना सुनावण्यात आलेली शिक्षा ही त्यांच्या कैदेच्या कालवधीइतकीच असल्यामुळे त्यांना या खटल्यातून सहजपणे सुटता आले. या भीषण खटल्यातील आरोपी अशाप्रकारे सहज सुटल्याने कायद्याच्या तरतुदीविषयी पुन्हा एकदा प्रश्नचिन्ह निर्माण झाले आहे.

अखेर मुंबईतील भीषण बॉम्बस्फोटातील दोषींना शिक्षा झाली. या खटल्याच्या तपासकाळातील काही आरोपी प्रदीर्घ काळपर्यंत कच्च्या कैदेतच होते. या आरोपींना सुनावण्यात आलेली शिक्षा ही त्यांच्या कैदेच्या कालवधीइतकीच असल्यामुळे त्यांना या खटल्यातून सहजपणे सुटता आले. या भीषण खटल्यातील आरोपी अशाप्रकारे सहज सुटल्याने कायद्याच्या तरतुदीविषयी पुन्हा एकदा प्रश्नचिन्ह निर्माण झाले आहे.

मुंबई बॉम्बस्फोट खटल्याचा निकाल पूर्ण होऊन याबाबतची शिक्षेची प्रक्रिया सुरू झाली आहे. या बॉम्बस्फोट खटल्याचा निकाल केव्हा लागणार हा अनेकांच्या आकर्षणाचा विषय झाला होता. प्रदीर्घ कालावधीपर्यंत लांबलेली निकालाची प्रक्रिया अखेर सुरू झाली. या खटल्यासंदर्भात पोलीस यंत्रणेने केलेला तपास, त्यातील आरोपींना झालेली शिक्षा, टाडा तसेच पोटा कायदे यांचा सर्वच बाजूंनी विचार करण्यात आला. इतक्या प्रचंड संख्येने आरोपींचा समावेश असलेला हा पहिलाच खटला असावा. यासंबंधातील पुरावे गोळा करण्याचे काम अनेक वर्षं सुरू होते. या खटल्यासंबंधीचे

हजारो पानी पुरावे नोंदवण्यात आले. याच्या निर्णयप्रक्रियेस सुरुवात झाल्यानंतर आतापर्यंत काही आरोपींना शिक्षा सुनावण्यात आल्या आहेत. अर्थात, या शिक्षेबाबतही काही गैरसमज निर्माण होण्याची शक्यता आहे. तसेच या खटल्याच्या अनुषंगाने कायद्यातील काही त्रुटीही समोर येणार आहेत. उदाहरणार्थ, स्मगलिंगचा माल आणणाऱ्याला जास्त शिक्षा होणे आणि आरडीएक्ससारखे स्फोटक पदार्थांचे स्मगलिंग करणाऱ्याला अल्प शिक्षा होणे ही विसंगती खटकणारी आहे. त्याचप्रमाणे काही आरोपींना पाच-सहा वर्षांची शिक्षा होऊनही ते निकालाच्या दिवशीच सुटले. त्यांना फक्त दंड भरायचा होता. तो भरल्यानंतर लगेचच त्यांची सुटका करण्यात आली.

अर्थात, अशा खटल्यांमधील आरोपीला कोणती शिक्षा द्यावी हा जटिल प्रश्न न्यायाधीशांपुढे नेहमीच असतो. अशा बाबतीत नक्की मार्गदर्शक तत्त्वेही उपलब्ध नसतात. त्यामुळे संबंधित आरोपीला दहा वर्षांची शिक्षा द्यावी की त्याला चांगल्या वर्तणुकीच्या हमीवर निर्दोष सोडावे याबाबत निश्चित नियमावली नाही. त्यामुळे हा प्रश्न सर्वस्वी न्यायाधीशाच्या मर्जीवर अवलंबून असतो.

कित्येक वेळी आरोपीला कमी शिक्षा देताना कोणत्याही कारणांचा आधार घेतला जाऊ शकतो. आरोपी तरुण वयाचा असल्यास त्याला सुधारण्याची संधी द्यावी, असेही कारण पुढे केले जाऊ शकते. तसेच आरोपी कुटुंबवत्सल असून त्याच्यावर बायका-मुले अवलंबून आहेत म्हणून त्याच्या भवितव्याचा विचार व्हावा असे सांगितले जाते. काही प्रकरणांत आरोपी हा वृद्ध असून त्याला जास्त काळ तुरुंगात ठेवणे संयुक्तिक होणार नाही, असाही युक्तिवाद केला जातो. मनुस्मृतीमध्ये किंवा इतर ठिकाणीसुद्धा याबाबतीत द्यावयाच्या शिक्षेचा जेवढा विचार केला आहे तेवढा भारतीय दंडसंहितेत केलेला दिसत नाही. शिक्षा द्यायची कारणमीमांसा अगदीच भिन्न स्वरूपाची असते. पहिली म्हणजे गुन्ह्याबद्दल अन्याय झालेल्या व्यक्तीला अन्याय करणाऱ्याचा सूड घ्यावा वाटतो. परंतु, असा सूड प्रत्येकाने उगवला तर समाजात अंदाधुंदी माजेल. म्हणून त्याच्या सूडाचा बदला त्याच्याऐवजी कायदाच घेत असतो. ही एक विचारसरणी झाली आहे. दुसरी विचारसरणी म्हणजे समाजात अशा तऱ्हेचे गुन्हे होऊ नयेत तसेच गुन्हेगारी वृत्तीला जरब बसावी म्हणून शिक्षेचा विचार केला जातो. गुन्हेगार हा मानसिक रुग्ण मानला जावा आणि त्याला सुधारण्याची संधी द्यावी, शिक्षा देऊन तुरुंगात पाठवण्याऐवजी चांगल्या वर्तणुकीच्या हमीवर सोडून द्यावे, असेही म्हटले आहे.

असे असले तरी कोणत्या गुन्ह्यासाठी कोणती विचारसरणी अवलंबावी वा अवलंबू नये, यासंबंधी निश्चित अशी तत्त्वे उपलब्ध नाहीत. त्यामुळेच संजय दत्तसारख्या

व्यक्तीला हत्यारे बाळगल्याच्या आरोपाखाली दहा वर्षांची शिक्षा द्यावी की चांगल्या वर्तणुकीच्या जामिनावर सोडून द्यावे हे सर्वस्वी न्यायाधीशांच्या मर्जीवर अवलंबून असते. पूर्वी ज्यूरी किंवा पंचव्यवस्था न्यायदानात मदत करत होती. तशी न्यायाधीशांना मदत करणारी कोणतीही यंत्रणा सध्या अस्तित्वात नाही. त्यामुळे न्यायाधीश जो निकाल देतील तो चुकीचा आहे, असे कोणत्याही आधारावर म्हणता येणार नाही.

जन्मठेपेच्या शिक्षेबाबत विचार करता त्यातही निश्चितपणे एकवाक्यता नाही. जन्मठेप म्हणजे नक्की किती वर्षांची हे खुद्द शिक्षा देणाऱ्या न्यायाधीशालाही निश्चित सांगता येणे अवघड आहे. पूर्वी जन्मठेप म्हणजे वीस वर्षांची शिक्षा असे समजले जाई. याचे कारण खुनाचा प्रयत्न केला तर दहा वर्षांपर्यंतची शिक्षा आणि प्रत्यक्ष खून केल्यास त्याच्या दुप्पट शिक्षा असे मानले गेले होते. परंतु, त्यानंतर सर्वोच्च न्यायालयाने जन्मठेप म्हणजे जन्मभराची शिक्षा हे तत्त्व मानले. गोपाळ गोडसे वगैरे लोकांच्या शिक्षेबाबत विचार झाला तेव्हा एक विचित्र पेच निर्माण झाला. तो म्हणजे अशा कैद्यांना चांगल्या वर्तणुकीकरता किंवा इतर कारणांखाली शिक्षेत सूट मिळवायची असेल तर जन्मठेपेची संकल्पना वापरता येणार नाही. जन्मठेपेमध्ये अशी कोणतीही सूट देता येणार नाही. त्यानंतर या प्रश्नाचा सांगोपांग विचार करून गोपाळ गोडसेव्यतिरिक्त इतर लोकांना सोडून द्यावे लागेल. हाच प्रश्न पुन्हा एकदा ऐरणीवर येण्याची शक्यता निर्माण झाली आहे. याबाबत मध्यंतरी जन्मठेपेची शिक्षा सुनावताना ती किती वर्षे भोगावी लागेल याचा उल्लेख न्यायाधीशांनी करणे जरुरीचे आहे असा विचार समोर आला होता.

हे सर्व लक्षात येऊनही अशा शिक्षेसंबंधी ठोस मार्गदर्शक तत्त्वे कार्यान्वित झालेली नाहीत. मुंबई बॉम्बस्फोट खटल्याच्या निमित्ताने का होईना, याचा पुन्हा विचार करण्याची आवश्यकता निर्माण झाली आहे. कारण सहा ते सात वर्षांची शिक्षा झालेले आरोपी यापूर्वीच कच्च्या कैदेत होते. त्यांच्या शिक्षेची बहुतांश मुदत कच्च्या कैदेतच संपली आहे. अशा कच्च्या कैद्यांच्या शिक्षेची मुदत त्यांना दिलेल्या साध्या कैदेतच सामावली जाईल, असा कायदा आहे. त्यामुळे या आरोपींना कोणतीही सक्तमजुरी न होता शिक्षा संपली म्हणून बाहेर येता येईल. थोडक्यात असे की, एखाद्या आरोपीने गुन्हा कबूल केल्यानंतर त्याला सात वर्षे सक्तमजुरीची शिक्षा झाली तर त्याला तुरुंगात सक्तीचे काम करावे लागते आणि कैद्यावर बरीच बंधने येतात. परंतु, अशा आरोपीसंबंधी खटला सात वर्षे रेंगाळला आणि त्यानंतर त्याला सात वर्षांची शिक्षा झाली तर एकही दिवस सक्तीचे काम करावे लागत नाही. अशा आरोपीला तुरुंगातून बाहेर पडणे शक्य होते. या घटनेसंबंधीही विचार करणे आवश्यक बनले आहे.

एकूण, अशा प्रकारच्या सर्व खटल्यांचा विचार करता सामान्य लोक कायद्यातील कृतीवर साकल्याने विचार करतील असे वाटते. कायद्यात योग्य त्या सुधारणा करणे आवश्यक आहेच. परंतु, या सुधारणा करण्यासाठी संबंधित लोकप्रतिनिधींना भाग पाडणेही गरजेचे आहे. तरच खटल्याची सुनावणी सुरू असल्याने वर्षानुवर्षे तुरुंगात असणाऱ्या आरोपींना योग्य ते शासन होईल. तसेच त्यांची कैदेची शिक्षा सुनावलेल्या शिक्षेत धरली न गेल्याने शिक्षेचा कालावधी वाढेल. अशा प्रकारची शिक्षा अमलात आल्यास इतर गुन्हेगारांनाही वचक बसून भविष्यात सहजासहजी गुन्हे घडणार नाहीत. सामाजिक स्वास्थ्य बिघडवणाऱ्या अशा घटनांबाबत हेच उपाय योग्य आहेत असे वाटते.

◆ ◆ ◆

७

साक्ष फिरवणाऱ्यांना चपराक

जेसिका प्रकरणातील उलटलेल्या साक्षीदारांना न्यायालयाने पुन्हा बोलावून त्यांच्यावर कारवाई का केली जाऊ नये, अशी नोटीस अलीकडेच काढली. सामान्यांना न्याय मिळवून देण्याच्या दृष्टिकोनातून कायद्यात अनेक तरतुदी आहेत; परंतु मधल्या काळात त्यांचे विस्मरण झाले होते. परिणामी, साक्षीदार उलटणे आणि आरोपी निर्दोष सुटणे हे नित्याचेच झाले होते. जेसिका प्रकरणानंतर मात्र या प्रकारांना आळा बसू शकेल.

जेसिका लाल प्रकरणामधील उलटलेल्या साक्षीदारांना न्यायालयाने पुन्हा बोलावून त्यांच्यावर खटला का भरू नये, अशी विचारणा अलीकडेच केली. ही अत्यंत क्रांतिकारी घटना मानली जायला हवी. अर्थात, या घटनेचे महत्त्व सामान्य माणसाच्या सहजासहजी लक्षात येणे शक्य नाही. म्हणूनच या क्रांतिकारी निर्णयाची माहिती सामान्य व्यक्तीपर्यंत जायला हवी. आपल्याकडे करण्यात आलेल्या कायद्यामध्ये सामान्य माणसाला न्याय मिळण्याच्या दृष्टीने अनेक तरतुदी करण्यात आल्या आहेत; परंतु या ना त्या कारणाने या तरतुदी कधीच वापरल्या गेल्या नाहीत. त्यामुळे कायदा आणि न्यायालय आपल्याला न्याय देऊ शकत नाही, असे सामान्य व्यक्तींना वाटू लागले. न्यायालयासमोरील दैनंदिन खटल्यांची संख्या लक्षात घेता, न्यायाधीशांनीही या तरतुदीचा वापर केला नाही. समोरील खटल्यांचा निपटारा वेगाने करण्याकडेच बऱ्याचशा न्यायाधीशांचा कल असल्याने ते अशा तरतुदींचा वापर नेमकेपणाने करू शकत नाहीत. एखाद्या खटल्यात आपण योग्य न्याय दिला का, दिला नसल्यास का देऊ शकलो नाही,

याचा फारसा विचार कोणी करत नाही. संबंधित अधिकाऱ्यांचे वरिष्ठही याबाबत त्यांना कधी विचारत नाहीत. त्यामुळे त्यांनी दिलेल्या न्यायाचा सर्वसामान्यांवर काय परिणाम होतो, याकडे कोणाचेच लक्ष जात नाही. साक्षीदार उलटणे आणि आरोपी निर्दोष सुटणे ही बाब आता नित्याचीच झाली आहे; परंतु याचे जनमानसावर अनिष्ट परिणाम होत आहेत.

साक्ष लपवण्याची किंवा साक्षीदार उलटण्याची सुरुवात दारूबंदीच्या काळात झाली आणि एखाद्या रोगाची लागण झाल्याप्रमाणे ती सर्वत्र पसरली. साक्षीदार उलटण्याची ही साथ इतक्या जोरात पसरली की, एखाद्या खटल्यातील साक्षीदाराने शपथेवर खरा जबाब दिला असे अपवादात्मक परिस्थितीतच दिसून येऊ लागले. साक्षीदार उलटणे आणि आरोपी निर्दोष सुटणे हा जवळजवळ नियमच झाला होता. त्यामुळे गुन्हा सिद्ध होणे अत्यंत अवघड झाले होते. परिस्थितीजन्य योग्य पुरावा समोर असल्यासच गुन्हा सिद्ध होऊ शकत होता. साक्षीदारांमध्येही कोर्टासमोर खरे बोलण्याची जाणीव नाहीशी होऊ लागली होती आणि न्यायालयात खोटे बोलल्यास काही फरक पडत नाही. अशी समजूत निर्माण झाली. समाजामध्ये अशा प्रकारची समजूत पसरल्यामुळे योग्य न्याय देणे ही एक अवघड प्रक्रिया होऊ लागली होती. साक्षीदारांचे उलटणे आणि न्यायालयाचा निर्णय हा चेष्टेचा विषय बनला होता. प्रसिद्ध लेखक पु. ल. देशपांडे यांनीही 'वाऱ्यावरची वरात' या नाटकात न्यायालयातील साक्षीदाराचे उत्तम विडंबनात्मक चित्र उभे केले होते. यावरूनच सर्वसामान्य व्यक्तीच्या सत्याबाबतच्या कल्पना किती विपरीत झाल्या होत्या आणि त्यांनी किती खालची पातळी गाठली हे लक्षात येते.

एखाद्या खटल्यामध्ये पंचनाम्यासाठी पोलीसच ठरावीक पंचांना घेऊन जात. अनेक खटल्यांमध्ये त्याच त्याच पंचांना पुन्हा घेतले जात असे. त्यामुळे कोणत्या खटल्यामध्ये कोणते पंच उपस्थित होते हे दाखवण्याचे काम वकिलांनाच करावे लागत असे. अजूनही हे प्रकार तुरळक प्रमाणात का होईना, सुरूच आहेत. पंच, साक्षीदार उलटल्यास न्यायाधीशाला संबंधित खटल्याचा न्याय देणे सोपे जात असे. अशा परिस्थितीत वकिलांनाही कायद्याची पुस्तके वाचण्याची फारशी गरज पडली नाही. नंतरच्या काळात साक्षीदार फोडणारे वकील म्हणूनच काही वकिलांना प्रसिद्धी मिळाली. न्यायाधीशांना निकाल देणे सोपे व्हावे. यासाठी पुराव्याअभावी आरोपी निर्दोष सुटल्याचे कोणालाच सोयरसुतक वाटेनासे झाले आहे. परिणामी, सार्वजनिक व्यक्तींचा न्यायसंस्थेवरील विश्वास उडू लागला. वकिलांची किंमत कमी झाली आणि पोलीस सर्वसामान्यांचे संरक्षण करतील

तसेच खटल्याचा तपास व्यवस्थित होईल, याबद्दलचा विश्वास डळमळीत होऊ लागला. थोडक्यात, न्यायसंस्थेवरील अपेक्षांचा बोजवारा उडाला.

अर्थात, साक्षीदार उलटल्यानंतरही न्यायालयाचे कामकाज कायदेशीरदृष्ट्या थांबत नाही. अशा उलटलेल्या साक्षीदारांवर न्यायालयाला कारवाई करणे भाग पडते; परंतु आत्तापर्यंत सर्वच न्यायाधीशांना या कायदेशीर तरतुदीचे विस्मरण झाले होते. बेस्ट बेकरी प्रकरणाच्या खटल्यात मात्र याचा यशस्वी प्रयोग केला गेला. या खटल्यात उलटलेल्या साक्षीदारांवर कारवाई करण्यात आली; परंतु ही कारवाई बेस्ट बेकरी प्रकरण सर्वोच्च न्यायालयात गेल्यानंतर तसेच न्यायालयाच्या आदेशानुसार करण्यात आली. जेसिका लाल प्रकरणात मात्र उलटलेल्या अनेक साक्षीदारांना नोटिसा काढून त्यांच्यावरील कारवाईला सुरुवात करण्यात आली. अर्थात, असा प्रकार प्रथमच घडल्याने न्यायालयात खोटी साक्ष देणाऱ्या व्यक्तींमध्ये एक प्रकारची दहशत निर्माण होईल. पूर्वीच्या काळी खोटी साक्ष दिल्यास ''देव पाप देईल किंवा समाज नावे ठेवील'' अशी भीती सर्वसामान्यांना वाटत होती; परंतु नंतरच्या काळात ही भीती नष्ट झाली आणि साक्षीदार मोठ्या संख्येने उलटण्यास सुरुवात झाली.

जेसिका लाल प्रकरणातील उलटलेल्या साक्षीदारांवर केल्या गेलेल्या कारवाईमुळे अशा साक्षीदारांना न्यायालयाच्या बडग्याची भीती वाटू लागली आहे. त्यामुळे यापुढील काळात खोटी साक्ष देण्याबाबत संबंधिताला दहा वेळा विचार करावा लागेल. उलटणाऱ्या साक्षीदारांविरुद्ध होणारी कारवाई ही न्यायप्रक्रियेतील एक महत्त्वाची सुधारणा म्हणायला हवी; परंतु ही बाब फक्त जेसिका लाल खटल्याबाबतच मर्यादित न राहता इतर सर्व खटल्यात अवलंबली जावी.

सध्या न्यायालयांसमोर असणाऱ्या अनेक खटल्यांमध्ये उलटणाऱ्या साक्षीदारांविरुद्ध अशा प्रकारची कारवाई केल्यास न्यायप्रक्रियेचे काम सोपे होण्याबरोबरच संबंधित व्यक्तीला योग्य न्याय देणे शक्य होईल. पैशाचे आमीष दाखवून किंवा धाकदपटशाने अनेकदा साक्षीदारांना खोटे बोलण्यास भाग पाडले जाते. सलमान खानच्या शिकार प्रकरणातही याचा गेल्या वर्षी अनुभव आला. आता मात्र अशा प्रकारे आपलेच वक्तव्य उलटवणाऱ्याला न्यायालयीन जाचाला सामोरे जावे लागेल.

मुंबई बॉम्बस्फोट खटल्यावरही याचा काही परिणाम होतो का ते पाहावे लागेल. एकंदरीत मात्र, ताज्या कारवाईमुळे एका नव्या चर्चेला सुरुवात झाली आहे.

◆ ◆ ◆

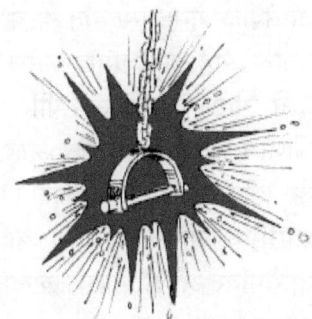

८

जामिनाचा अधिकार मोलाचा

प्रत्येकाला घटनेने स्वतंत्रपणे जगण्याचे मूलभूत स्वातंत्र्य दिले आहे. याबाबत एखाद्या गुन्ह्यात अटक करण्यात आलेला आरोपीही अपवाद ठरत नाही. म्हणूनच कायद्यात आरोपीला जामीन देण्याची तरतूद करण्यात आली आहे. मात्र, त्यातही अनेकदा विसंगती आढळते. कनिष्ठ न्यायालयाने जामीन नामंजूर केला असताना वरिष्ठ न्यायालय मात्र तो मंजूर करते. अशा घटना टाळण्यासाठी जामिनासंबंधीच्या तरतुदीचे काटेकोर पालन व्हायला हवे.

भारताला मिळालेले स्वातंत्र्य फक्त भौगोलिक आणि राजकीयच नव्हते तर प्रत्येकाला त्याचे जीवन स्वतंत्रपणे जगण्याचा पूर्ण अधिकार राहील, असा उद्देश त्यामागे होता. नागरिकांवर कोणत्याही गोष्टीची बळजबरी होणार नाही याचे अभिवचन देण्यात आले होते. 'जगा आणि जगू द्या' ही त्यामागची प्रेरणा होती. भारताच्या संविधानामध्येसुद्धा नागरिकांचा हा स्वतंत्र जगण्याचा हक्क मानला गेला आहे. हा हक्क संविधानाने दिलेला असला तरी तो जगण्यासाठी अत्यंत आवश्यक म्हणून मान्य करण्यात आला आहे. या व्यक्तिस्वातंत्र्याचा सापेक्षाने विचार एखाद्या व्यक्तीला अटक केल्यानंतर त्याच्या स्वातंत्र्यावर जी बंधने येतात, त्यासंबंधी करायला हवा. भारतीय राज्यघटनेच्या कलम २० आणि २१ मध्ये या स्वातंत्र्याचा उद्घोष केला आहे. कलम २० मध्ये माणसाला मानसन्मानाने जगण्याच्या हक्काला मान्यता दिली आहे. तर कलम २१ मध्ये त्याच्या स्वातंत्र्यावर कायद्याच्या प्रक्रियेशिवाय मर्यादा किंवा बंधन घालता येणार नाही, असे नमूद करण्यात आले आहे. थोडक्यात, एखाद्या व्यक्तीला एखाद्या

गुन्ह्याच्या कामी अटक करण्यात आली तर त्याचे स्वातंत्र्य हे कायद्याच्या प्रक्रियेच्या चौकटीत बसत असेल तरच ते कायदेशीर मानता येईल अन्यथा ते अवैध ठरेल. एखाद्या आरोपीला गुन्ह्यासंदर्भात अटक केल्यानंतर त्याला जामिनावर सुटण्याचा हक्क देण्यात आला आहे. याचे प्रमुख कारण म्हणजे त्याचे संविधानाने मान्य केलेले स्वातंत्र्य होय. दुसरे कारण म्हणजे आरोपीविरुद्धचा अपराध सिद्ध होईपर्यंत तो निर्दोष असल्याची जाणीव ठेवणे आवश्यक आहे, तरच त्याला योग्य तो न्याय मिळू शकेल. अशा आरोपीवरील खटला निकामी निघण्यास लागणाऱ्या विलंबाच्या काळात त्याची होणारी शारीरिक, मानसिक आणि आर्थिक हानी भरून येण्याकरता कायद्यात तरतूद नाही. आरोपीवर अनेक दिवस खटला चालवल्यानंतर तो निर्दोष असल्याचे सिद्ध झाले तर त्याला विनाकारण झालेल्या त्रासाबद्दल नुकसानभरपाई मिळण्यासाठी कायद्यातील तरतूद सुकर नाही. या सर्व गोष्टींचा विचार करता फौजदारी कायद्याच्या प्रक्रियेमध्ये तशा तरतुदी केल्या आहेत.

त्या तरतुदींचा बारकाईने विचार केला तर या कायद्याने आरोपीच्या स्वातंत्र्याचे डोळ्यांत तेल घालून रक्षण करण्याचा प्रयत्न केला आहे. परंतु वरिष्ठ आणि सर्वोच्च न्यायालयाच्या काही निकालांवरून असे म्हणावे लागते की, कनिष्ठ न्यायालयांनी या तरतुदींचा अजूनही सखोल विचार केलेला दिसत नाही ही सर्वांत दुर्दैवी बाब आहे. फौजदारी कायद्याच्या प्रक्रियेमध्ये या जामिनासंबंधी तरतुदी आहेत. या कायद्यान्वये गुन्ह्याचे दोन प्रकार पडतात. एक जामीनपात्र आणि दुसरा अजामीनपात्र. वास्तविक पाहता अजामीनपात्र हा शब्द तितकासा योग्य वाटत नाही. कारण याचा अर्थ गुन्ह्याचे आरोप असलेल्या आरोपींना कायद्यात जामीन मिळू शकतो, अशी तरतूद आहे, असा होतो. याच कायद्याच्या कलम ४३६ मध्ये अशी तरतूद आहे की, जामीनपात्र गुन्ह्यासंदर्भात अटक करण्यात आलेल्या आरोपीला न्यायालयातच नव्हे तर पोलीस ठाणे अंमलदारासही जामिनावर सोडण्याचा अधिकार आहे. हा अधिकार नाकारणाऱ्याला त्याचे कायदेशीर परिणाम भोगावे लागतात.

कलम ४३७ आणि कलम ४३९ मध्ये ज्यांना अजामीनपात्र अशी संज्ञा असलेल्या काही गुन्ह्यांतील आरोपींनाही जामीन मिळू शकतो. एखाद्या आरोपीवर त्याने अजामीनपात्र गुन्हा केला अशी तक्रार असली तरी त्याला ठाणे अंमलदार किंवा न्यायाधीश जामिनावर सोडू शकतात. अर्थात, याला काही अपवाद आहेत, ते म्हणजे आरोपीला मृत्यू किंवा जन्मठेपेची शिक्षा सांगितली असेल तसेच एखाद्या गुन्ह्यात आरोपीला शिक्षा होण्यासाठी पुरेशी कारणे उपलब्ध असतील, तर अशा व्यक्तींना

जामिनावर सोडता येत नाही. संबंधित आरोपींना यापूर्वी काही गुन्हे केले असतील तरीही त्यांना जामिनावर सोडता येत नाही. परंतु आरोपी हा सोळा वर्षांपेक्षा कमी वयाचा असेल, आरोपी ही स्त्री असेल किंवा व्याधिग्रस्त असेल, तर अशा व्यक्तीला गुन्ह्यासंदर्भात अटक झाल्यानंतर जामिनावर सोडता येते. अर्थात, कलम ४३९ अन्वये उच्च न्यायालय किंवा सत्र न्यायालयांना आरोपीला जामिनावर सोडण्यासाठी व्यापक अधिकार दिले आहेत. मात्र, आरोपीला जामिनावर सोडण्यापूर्वी सरकारी वकिलांना योग्य ती नोटीस दिली पाहिजे, असे बंधन घालण्यात आले आहे. अर्थात, आरोपीला जामिनावर सोडताना न्यायालय त्याच्यावर काही विशिष्ट बंधने घालू शकते.

एकंदर सर्वोच्च न्यायालयाने दिलेल्या अनेक निकालांवरून असे दिसते की, ज्या खटल्यांमध्ये आरोपी जामिनावर सुटल्यानंतर साक्षीदारांवर दडपण आणण्याची, पुरावा नष्ट करण्याची किंवा तो पळून जाण्याची शक्यता आहे, असे वाटल्यास संबंधित आरोपीला जामीन देण्यात येऊ नये, ही सर्व कारणे सोडून उर्वरित परिस्थितीत आरोपीस जामिनावर सोडण्यास हरकत नाही. राजस्थान राज्यशासन विरुद्ध बालचंद या खटल्यात जामीन देणे हा नियम असून, आरोपीला कोठडी देणे हे अपवादात्मक स्वरूपातच योग्य ठरते असा निर्णय देण्यात आला आहे. त्याचप्रमाणे कित्येक वेळा न्यायाधीश आरोपीला जामिनावर सोडताना त्याच्याविरुद्ध मोठ्या रकमेचा जामीन मागतात. ही रक्कम जमा करणे संबंधित आरोपीला शक्य नसते. अशाच प्रकारच्या इतरही जाचक अटी जामीन देण्यापूर्वी घातल्या जातात. या अटी पूर्ण न झाल्यास जामीन मिळण्याचा अधिकार असूनही संबंधित आरोपी जामिनापासून वंचित राहतो आणि त्याला विनाकारण कोठडीत दिवस काढावे लागतात. यासंदर्भात सर्वोच्च न्यायालयाने वेळोवेळी संबंधित न्यायाधीशांवर ताशेरे ओढले आहेत, तसेच अशा प्रकारच्या निर्णयांचा निषेधही केला आहे.

वास्तविक, न्यायालयांनी आरोपीच्या स्वातंत्र्याची पुरेपूर काळजी घ्यायला हवी. महेंद्रपाल सिंग विरुद्ध उत्तर प्रदेश सरकार या खटल्यामध्ये अलाहाबाद उच्च न्यायालयाने असा आदेश दिला आहे की, आरोपीच्या जामिनाचा अर्ज त्याच दिवशी निकालात काढावा. फार तर तो दुसऱ्या दिवशी निकालात निघावा. याचे कारण आरोपीचे स्वातंत्र्य ही सर्वांत महत्त्वाची बाब आहे. काही न्यायालयांत आरोपीच्या जामिनाचे अर्ज कित्येक दिवसापर्यंत प्रलंबित असतात. वेळेवर जामीन न मिळाल्याने त्यांना विनाकारण तुरुंगवास भोगावा लागतो. अशावेळी संबंधित आरोपीचा स्वातंत्र्यांचा अधिकार लक्षात घेऊन हे अर्ज तात्काळ निकाली निघतील असे पाहावे. हे न्यायाधीशांचे कर्तव्यच आहे. सर्वच विधिज्ञ आणि न्यायालयांनी कायद्याच्या तरतुदी, वरिष्ठ आणि सर्वोच्च न्यायालयांनी

यासंदर्भात वेळोवेळी दिलेल्या निर्णयांचे नीट पालन केले तर आरोपींना विनाकारण आर्थिक तसेच मानसिक त्रास भोगावा लागणार नाही. एखादा न्यायाधीश आरोपीचा जामीन नामंजूर करतो; परंतु त्यासंदर्भात घटना आणि कायद्याचा आधार घेऊन सर्वोच्च न्यायालय मात्र संबंधित आरोपीचा जामीन मंजूर करते. या तफावतीचा सर्वसामान्यांना विस्मय वाटणे स्वाभाविक आहे. त्यासाठी न्यायालयांनी भारतीय घटना, संविधान त्यातील तरतुदी तसेच फौजदारी कायद्यातील तरतुदी आणि त्यावर उच्च तसेच सर्वोच्च न्यायालयाने दिलेले निकाल यासंदर्भातील तत्त्वांचा अभ्यास केला तर अशा घटना टाळता येतील. एखादा आरोपी जामीन मागत असतो तेव्हा तो स्वत:च्या स्वातंत्र्याच्या हक्काची मागणी करत असतो ही बाब लक्षात घेणे गरजेचे आहे.

◆ ◆ ◆

१

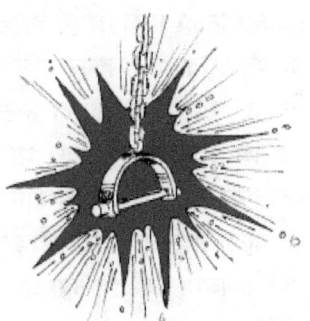

जामिनाचा अधिकार
आणि कायदा

घटनेने प्रत्येकाला मूलभूत स्वातंत्र्याचा अधिकार दिला आहे. त्यामुळे त्याच्या व्यक्तिगत स्वातंत्र्यावर बंधने घातली जाऊ नयेत, असे सांगितले जाते. एखाद्या आरोपीवर गुन्हा सिद्ध होत नाही तोपर्यंत त्याचे व्यक्तिगत स्वातंत्र्य अबाधित राहावे, यासाठी त्याला जामीन देण्याची तरतूद कायद्यात आहे. अटकपूर्व तसेच अटकेनंतरचा जामीन असे जामिनाचे दोन प्रकार आहेत. मात्र, असा जामीन देताना त्यात आढळणारी विसंगती टाळायला हवी. त्यासाठी जामिनासंबंधीच्या तरतुदींचे काटेकोर पालन गरजेचे आहे.

एखाद्या माणसाच्या हातून एखादा गुन्हा घडला असला आणि तो गुन्हेगार असला तरी तो शेवटी माणूसच आहे. त्यामुळे एखाद्या चुकीबद्दल त्याला कठोर शिक्षा मिळणे योग्य नाही. उलट त्याला सुधारण्याची संधी द्यायला हवी, असे मत बऱ्याचदा व्यक्त होताना दिसते. त्यामुळे गुन्हेगारांबद्दल विचार करतानाही मानवी दृष्टिकोन कायम ठेवला जावा, असा अनेकांचा आग्रह असतो. 'शंभर अपराधी सुटले तरी चालतील, पण एका निरपराध व्यक्तीला शिक्षा होता कामा नये,' या सूत्राचा अवलंब न्यायदानामध्ये केला जातो. एकूणच मानवी दृष्टिकोन किती व्यापक आहे, हेच यावरून दिसून येते. आपल्याकडे तर याबाबत अधिक बारकाईने विचार करण्यात आला आहे. एवढेच नव्हे तर प्रत्येक व्यक्तीच्या स्वातंत्र्याला सर्वोच्च प्राधान्य देण्यात आले आहे.

देशाला स्वातंत्र्य मिळवून देण्यामागेही प्रत्येकाला त्याचे जीवन स्वतंत्रपणे जगण्याचा पूर्ण अधिकार राहील असा उद्देश होता. नागरिकांवर कोणत्याही गोष्टीची

बळजबरी होणार नाही याचे अभिवचन देण्यात आले होते. 'जगा आणि जगू द्या' ही त्यामागची प्रेरणा होती. भारताच्या संविधानामध्येसुद्धा नागरिकांचा हा स्वतंत्र जगण्याचा हक्क मानला गेला आहे. हा हक्क संविधानाने दिलेला असला तरी तो जगण्यासाठी अत्यंत आवश्यक म्हणून मान्य करण्यात आला आहे. या व्यक्तिस्वातंत्र्याचा सापेक्षाने विचार एखाद्या व्यक्तीला अटक केल्यानंतर त्याच्या स्वातंत्र्यावर जी बंधने येतात, त्यासंबंधी करायला हवा. भारतीय राज्यघटनेच्या कलम २० आणि २१ मध्ये या स्वातंत्र्याचा उद्घोष केला आहे. कलम २०मध्ये माणसाला मानसन्मानाने जगण्याच्या हक्काला मान्यता दिली आहे तर कलम २१ मध्ये त्याच्या स्वातंत्र्यावर कायद्याच्या प्रक्रियेशिवाय मर्यादा किंवा बंधन घालता येणार नाही, असे नमूद करण्यात आले आहे. थोडक्यात, एखाद्या व्यक्तीला एखाद्या गुन्ह्याच्या कामी अटक करण्यात आली, तर त्याचे स्वातंत्र्य हे कायद्याच्या चौकटीत बसत असेल तरच ते कायदेशीर मानता येईल अन्यथा ते अवैध ठरेल.

एखाद्या आरोपीला गुन्ह्यासंदर्भात अटक केल्यानंतर त्याला जामिनावर सुटण्याचा हक्क देण्यात आला आहे. याचे प्रमुख कारण म्हणजे त्याचे संविधानाने मान्य केलेले स्वातंत्र्य होय. दुसरे कारण म्हणजे आरोपीविरुद्धचा अपराध सिद्ध होईपर्यंत तो निर्दोष असल्याची जाणीव ठेवणे आवश्यक आहे, तरच त्याला योग्य तो न्याय मिळू शकेल. अशा आरोपीवरील खटला निकाली निघण्यास लागणाऱ्या विलंबाच्या काळात त्याची होणारी शारीरिक, मानसिक आणि आर्थिक हानी भरून येण्याकरता कायद्यात तरतूद नाही. आरोपीवर अनेक दिवस खटला चालवल्यानंतर तो निर्दोष असल्याचे सिद्ध झाले तर त्याला विनाकारण झालेल्या त्रासाबद्दल नुकसानभरपाई मिळण्यासाठी कायद्यातील तरतूद सुकर नाही. या सर्व गोष्टींचा विचार करता फौजदारी कायद्याच्या प्रक्रियेमध्ये तशा तरतुदी केल्या आहेत.

या तरतुदींचा बारकाईने विचार केला तर या कायद्याने आरोपीच्या स्वातंत्र्याचे डोळ्यांत तेल घालून रक्षण करण्याचा प्रयत्न केला आहे. परंतु वरिष्ठ आणि सर्वोच्च न्यायालयाच्या काही निकालांवरून असे म्हणावे लागते की, कनिष्ठ न्यायालयांनी या तरतुदींचा अजूनही सखोल विचार केलेला दिसत नाही, ही सर्वांत दुर्दैवी बाब आहे. फौजदारी कायद्याच्या प्रक्रियेमध्ये या जामिनासंबंधी तरतुदी आहेत. या कायद्यान्वये गुन्ह्याचे दोन प्रकार पडतात. एक जामीनपात्र आणि दुसरा अजामीनपात्र. वास्तविक पाहता अजामीनपात्र हा शब्द तितकासा योग्य वाटत नाही. याच कायद्याच्या कलम ४३६ मध्ये अशी तरतूद आहे की, जामीनपात्र गुन्ह्यासंदर्भात अटक करण्यात आलेल्या

आरोपीला न्यायालयच नव्हे तर पोलीस ठाणे अंमलदारासही जामिनावर सोडण्याचा अधिकार आहे. हा अधिकार नाकारणाऱ्याला त्याचे कायदेशीर परिणाम भोगावे लागतात. कलम ४३७ आणि कलम ४३९ मध्ये अजामीनपात्र अशी संज्ञा असलेल्या काही गुन्ह्यांतील आरोपींनाही जामीन मिळू शकतो. एखाद्या आरोपीला त्याने अजामीनपात्र गुन्हा केला अशी तक्रार असली तरी त्याला ठाणे अंमलदार किंवा न्यायाधीश जामिनावर सोडू शकतात. अर्थात, याला काही अपवाद आहेत ते म्हणजे आरोपीला मृत्यू किंवा जन्मठेपेची शिक्षा सांगितली असेल, तसेच एखाद्या गुन्ह्यात आरोपीला शिक्षा होण्यासाठी पुरेशी कारणे उपलब्ध असतील तर अशा व्यक्तींना जामिनावर सोडता येत नाही.

संबंधित आरोपींनी यापूर्वी काही गुन्हे केले असतील तरीही त्यांना जामिनावर सोडता येत नाही. परंतु आरोपी हा सोळा वर्षांपेक्षा कमी वयाचा असेल, आरोपी ही स्त्री असेल किंवा व्याधिग्रस्त असेल, तर अशा व्यक्तीला गुन्ह्यासंदर्भात अटक झाल्यानंतर जामिनावर सोडता येते. अर्थात, कलम ४३९ अन्वये उच्च न्यायालय किंवा सत्र न्यायालयांना आरोपीला जामिनावर सोडण्यासाठी व्यापक अधिकार दिले आहेत. मात्र, आरोपीला जामिनावर सोडण्यापूर्वी सरकारी वकिलांना योग्य ती नोटीस दिली पाहिजे असे बंधन घालण्यात आले आहे. अर्थात, आरोपीला जामिनावर सोडताना न्यायालय त्याच्यावर काही विशिष्ट बंधने घालू शकते. एकंदर सर्वोच्च न्यायालयाने दिलेल्या अनेक निकालांवरून असे दिसते की, ज्या खटल्यांमध्ये आरोपी जामिनावर सुटल्यानंतर साक्षीदारांवर दडपण आणण्याची, पुरावा नष्ट करण्याची किंवा तो पळून जाण्याची शक्यता आहे, असे वाटल्यास संबंधित आरोपीला जामीन देण्यात येऊ नये.

राजस्थान राज्यशासन विरुद्ध वालचंद या खटल्यात जामीन देणे हा नियम असून, आरोपीला कोठडी देणे हे अपवादात्मक स्वरूपातच योग्य ठरते, असा निर्णय देण्यात आला आला आहे. त्याचप्रमाणे कित्येक वेळा न्यायाधीश आरोपीला जामिनावर सोडताना त्याच्याविरुद्ध मोठ्या रकमेचा जामीन मागतात. ही रक्कम जमा करणे संबंधित आरोपीला शक्य नसते. अशाच प्रकारच्या इतरही जाचक अटी जामीन देण्यापूर्वी घातल्या जातात. या अटी पूर्ण न झाल्यास जामीन मिळण्याचा अधिकार असूनही संबंधित आरोपी जामिनापासूनच वंचित राहतो आणि त्याला विनाकारण कोठडीत दिवस काढावे लागतात. यासंदर्भात सर्वोच्च न्यायालयाने वेळोवेळी संबंधित न्यायाधीशांवर ताशेरे ओढले आहेत. तसेच अशा प्रकारच्या निर्णयांचा निषेधही केला आहे. वास्तविक, न्यायालयांनी आरोपीच्या स्वातंत्र्याची पुरेपूर काळजी घ्यायला हवी. महेंद्रपाल सिंग

विरुद्ध उत्तर प्रदेश सरकार या खटल्यामध्ये अलाहाबाद उच्च न्यायालयाने असा आदेश दिला आहे की, आरोपीच्या जामिनाचा अर्ज त्याच दिवशी निकालात काढावा. फार तर तो दुसऱ्या दिवशी निकालात निघावा. याचे कारण आरोपीचे स्वातंत्र्य ही सर्वांत महत्त्वाची बाब आहे.

काही न्यायालयांत आरोपींच्या जामिनाचे अर्ज कित्येक दिवसांपर्यंत प्रलंबित असतात. वेळेवर जामीन न मिळाल्याने त्यांना विनाकारण तुरुंगवास भोगावा लागतो. अशावेळी संबंधित आरोपीचा स्वातंत्र्याचा अधिकार लक्षात घेऊन हे अर्ज तात्काळ निकाली निघतील असे पाहावे. हे न्यायाधीशांचे कर्तव्यच आहे. सर्वच विधिज्ञ आणि न्यायालयांनी, कायद्याच्या तरतुदी, वरिष्ठ आणि सर्वोच्च न्यायालयांनी यासंदर्भात वेळोवेळी दिलेल्या निर्णयाचे नीट पालन केले तर आरोपींना विनाकारण आर्थिक तसेच मानसिक त्रास भोगावा लागणार नाही. एखादा न्यायाधीश आरोपीचा जामीन नामंजूर करतो; परंतु त्यासंदर्भातील घटना आणि कायद्याचा आधार घेऊन सर्वोच्च न्यायालय मात्र संबंधित आरोपीचा जामीन मंजूर करते. या तफावतीचा सर्वसामान्यांना विस्मय वाटणे स्वाभाविकच आहे. त्यासाठी न्यायालयांनी भारतीय घटना, संविधान, त्यातील तरतुदी तसेच फौजदारी कायद्यातील तरतुदी आणि त्यावर उच्च तसेच सर्वोच्च न्यायालयाने दिलेले निकाल यासंदर्भातील तत्त्वांचा अभ्यास केला तर अशा घटना टाळता येतील.

जामीन आणि न्यायालयांची कर्तव्ये

वास्तविक पाहता अजूनही क्रिमिनल प्रोसिजर कोडमध्ये काही छोट्या सुधारणा व्हायला हव्यात. त्या न झाल्यामुळे जामिनाबद्दल काही गैरसमज संभवतात. उदाहरणार्थ, गुन्ह्यांची वर्गवारी करताना पूर्वी जामीनपात्र आणि अजामीनपात्र अशी करण्यात आली होती. परंतु कलम ४३६, ४३७, ४३८ आणि ४३९ लक्षात घेता असे वर्गीकरण करणे बरोबर ठरणार नाही. कारण कलम ४३६ मध्ये फक्त मॅजिस्ट्रेटलाच नव्हे तर ठाणे अंमलदारालाही बऱ्याच गुन्ह्यांत जामीन देण्याचे अधिकार आहेत असे म्हटले आहे. तर कलम ४३९ मध्ये उच्च किंवा सत्र न्यायालयाला कोणत्याही गुन्ह्यात जामीन देता येते असे म्हटले आहे. म्हणूनच सर्वोच्च न्यायालयाचे न्यायमूर्ती कृष्णा अय्यर यांनी खुनाच्या खटल्यातील आरोपीलाही जामीन दिला होता.

याशिवाय कायद्यामध्ये नवीन सुधारणा करताना संबंधित आरोपीचे चार्जशीट ६० दिवसांपर्यंत पाठवले नाही, तर त्यानंतर आरोपीला जामीन मिळण्याची तरतूद केली आहे. त्याचप्रमाणे कलम ४३८ मध्ये अटकपूर्व जामिनाची तरतूद केली आहे. याशिवाय

अलाहाबाद उच्च न्यायालयाने आरोपीच्या जामिनाचा अर्ज सकाळी दाखल झाला तर तो संध्याकाळच्याआत निकाली काढावा. तसेच हा अर्ज दुपारी दाखल झाल्यास दुसऱ्या दिवशी निकाली काढावा, अशा सूचना दिल्या आहेत. या सर्व सुधारणा किंवा वरिष्ठ न्यायालयांचे आदेश देण्यामागे आरोपीच्या स्वातंत्र्याची काळजी घेण्यात आली आहे. कायद्यातील कलम ४३८ मध्ये अटकपूर्व जामिनाची तरतूद याच दृष्टिकोनातून केली आहे. या अन्वये एखाद्या व्यक्तीला स्वत:ला अजामीनपात्र गुन्ह्यामध्ये गोवले जाण्याची शक्यता आहे असे वाटण्यास पुरेसे कारण असेल तर त्याला सत्र न्यायालय किंवा उच्च न्यायालयात जामिनासाठी अर्ज करता येतो. असा अर्ज दाखल झाल्यानंतर उच्च न्यायालय किंवा सत्र न्यायालयाकडून त्याला जरूर तर काही अटी घालून जामिनावर सोडण्याचा आदेश देता येतो. मात्र, संबंधित आरोपीस पोलिसांनी बोलविल्यावर तो त्वरित हजर राहील तसेच त्याच्याकडून खटल्यातील साक्षीदारावर कोणतेही दडपण आणले जाणार नाही किंवा आरोपी पूर्वपरवानगीशिवाय देश सोडून जाणार नाही, अशा तऱ्हेच्या अटी घालून जामीन दिला जाऊ शकतो. यावरून एक गोष्ट लक्षात येते की, अटकेनंतरचा आणि अटकपूर्व जामीन यात महत्त्वाचा फरक आहे. अटकपूर्व जामिनात आरोपीस अटक होण्याबाबतची पुरेशी कारणे असली तरी त्याला जामीन मिळू शकतो. त्याचप्रमाणे उच्च न्यायालय आणि सत्र न्यायालय यांना यासंबंधी बरेच विस्तृत अधिकार दिले आहेत. अटकपूर्व किंवा अटकेनंतर जामीन मंजूर करताना न्यायालयाने काही बाबी लक्षात घेतल्या पाहिजेत अशी अपेक्षा असते. आरोपीस जामीन मंजूर करताना तो पळून जाण्याची किंवा त्याला दिलेल्या स्वातंत्र्याचा दुरुपयोग केला जाण्याची शक्यता आहे का? हेही पाहायला हवे. त्याचप्रमाणे तो एखाद्या ठिकाणी किती काळ राहतो, त्याचा कौटुंबिक दर्जा कसा आहे, त्याची आर्थिक स्थिती कशी आहे, तसेच त्याच्या नावावर पूर्वी काही गुन्हे केल्याची नोंद आहे का? या गोष्टींचा विचार केला जातो. न्यायमूर्तींनी आरोपींना जामिनावर सोडताना मोठ्या रकमेचा जामीन देऊ नये, असेही आदेश उच्च न्यायालयाने दिले आहेत. जामीन देताना किंवा नाकारताना न्यायालयाने त्यासंबंधी स्पष्ट कारणे दिली पाहिजेत, असे न्यायालयावर बंधन आहे. या जामिनाचा विचार करताना आणखीही काही बाबी लक्षात घ्यायला हव्यात. एखाद्या व्यक्तीकडून कित्येक वेळा समाजाच्या संरक्षणाकरता किंवा शांतता भंग होऊ नये म्हणून चांगल्या वर्तणुकीसाठी जामीन घेतले जातात. त्याचा हेतू संबंधित व्यक्तीने जामिनाच्या काळात चांगले वर्तन ठेवावे, गुन्हे करू नयेत एवढाच असतो. अशा जामिनाबद्दल माजी पोलीस महासंचालक भास्करराव मिसर यांनी बरेच संशोधन करून काही सूचना केल्या होत्या.

त्या अमलात आणल्या असत्या तर गुन्हेगारी प्रवृत्तीच्या लोकांना बऱ्याच मोठ्या प्रमाणात प्रतिबंध करणे शक्य झाले असते. शिवाय त्यांच्याकडून गुन्हे होण्याची शक्यता बरीच कमी झाली असती. याबाबत विचार करता घटनेचा उद्देश लक्षात येतो. आरोपीवरील गुन्हा सिद्ध होईपर्यंत तो निर्दोष असून भारतीय घटना कलम २० प्रमाणे त्याच्या नुसत्या जगण्यालाच नव्हे, तर सन्मानाने जगण्याच्या हक्काला बाधा येणार नाही याची काळजी घ्यायला हवी. तशी ती घेतली गेली आहे. याशिवाय आरोपीला पोलीस स्टेशनमध्येच जामीन मिळण्याची मुभा आहे. त्याला अटक झाल्याबरोबर ती कोणत्या गुन्ह्याकरता झाली याची माहिती लगेच देण्याची जबाबदारी पोलिसांवर असते. आरोपीला अटक केल्यावर त्याला २४ तासांच्या आत जवळच्या न्यायाधीशांसमोर हजर करण्याचे बंधन आहे. त्याचप्रमाणे आरोपीच्या अटकेनंतर त्याच्या नातेवाईकाला त्यासंबंधीतील माहिती लगेचच द्यायला हवी. ही माहिती देणे पोलीस अधिकाऱ्यावर किंवा कर्मचाऱ्यावर बंधनकारक आहे. याशिवाय आरोपीला अटक केल्यानंतर त्याला वकिलाला भेटण्याची मुभा द्यायला हवी. तसेच आरोपी आर्थिकदृष्ट्या दुर्बल असल्यास त्याच्या बचावासाठी सरकारतर्फे मोफत मदत मिळण्याची व्यवस्था आहे. याशिवाय न्यायालयाच्या परवानगीशिवाय आरोपीला बेड्या घालता येत नाहीत, तसेच आरोपी स्त्री असेल किंवा तो १५ वर्षे वयाच्या आतील असेल तर त्याला पोलीस ठाण्यात येण्याची जबरदस्ती करता येत नाही.

आरोपींना दिलेले हे सर्व हक्क लक्षात घेता त्याबाबत पुरेशी दक्षता घेतली आहे असे दिसते. विधिज्ञ तसेच न्यायाधीशांनी या सर्व बाबींकडे डोळसपणाने पाहिले तर जामिनाबाबतची अनेक प्रलंबित प्रकरणे मार्गी लागतील, तसेच संबंधितांना जलद गतीने न्याय मिळू शकेल.

◆ ◆ ◆

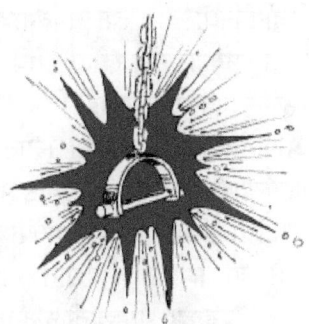

१०

जामीन मंजूर करताना

एखाद्या गुन्ह्यातील आरोपीविरुद्ध आरोपपत्र पाठवताना ९० दिवसांपेक्षा जास्त कालावधी लागल्यास या विलंबाचे योग्य ते स्पष्टीकरण तपासणी अधिकाऱ्याला न्यायालयासमोर सादर करावे लागते. असे स्पष्टीकरण देता न आल्यास त्याचा फायदा आरोपीला जामीन मिळण्यासाठी होतो. कायद्यातील या तरतुदींमध्ये आरोपीचे व्यक्तिस्वातंत्र्य, त्याची न्यायालयात हजर राहण्याची शाश्वती तसेच तो जामिनावर सुटल्यानंतर पुराव्यात ढवळाढवळ करणार असल्याची शक्यता या गोष्टींचा विचार केला आहे.

गंभीर गुन्ह्याबाबत जामीन देताना सर्वच न्यायालयांनी योग्य ती सावधगिरी बाळगावी, असा सल्ला सर्वोच्च न्यायालयाने दिला आहे. जामिनावर सुटलेल्या आरोपीने पळून जाणे किंवा न्यायालयात वेळेवर हजर न राहणे या घटनांच्या पार्श्वभूमीवर हा सल्ला महत्त्वाचा मानला जात आहे. अर्थात, जामिनावर सुटणं हा महत्त्वाचा हक्क कायद्यानेच आरोपीला दिला आहे. एखाद्या आरोपीवरील आरोप सिद्ध होईपर्यंत तो निर्दोष असतो, असा समज आपल्याकडे आहे. त्यामुळे आरोपीला दिली जाणारी वागणूक त्याच पद्धतीची असावी, अशी कायद्याची संकल्पना आहे. आरोपीला न्यायालयात वेळेवर हजर राहता यावे यासाठीच संबंधित आरोपीला जामीन मिळण्याची तरतूद करण्यात आली आहे. असे असले तरी सर्वच गंभीर गुन्ह्यांबाबत आरोपीला जामिनावर सोडल्यास तो कोर्टात हजर राहीलच याची शाश्वती देता येत नाही. त्याचप्रमाणे आरोपी आडदांड, गुंड प्रवृत्तीचा असेल तर जामिनावर सुटल्यानंतर तो पुरावा नष्ट करण्याचे प्रयत्न करू शकतो, साक्षीदारावर दडपण आणू शकतो. ही वस्तुस्थिती लक्षात

घेऊन कायद्यानुसार खून, दरोडा यासारख्या गंभीर स्वरूपाच्या गुन्ह्यातील आरोपींना सहजासहजी जामीन मिळू दिला जात नाही. एखाद्या गुन्ह्यातील संशयित आरोपी निर्दोष निघाल्यास त्याला विनाकारण तुरुंगात डांबल्याबद्दल नुकसानभरपाई मागता येत नाही. सकृतदर्शनी खोटा पुरावा समोर आल्यासही त्याला तुरुंगवास भोगावा लागला म्हणून नुकसानभरपाई दिल्याची उदाहरणे नाहीत. महत्त्वाची गोष्ट अशी की, आपल्याकडे खटल्यांचा निपटारा लवकर होत नाही. त्यामुळे संबंधित आरोपींना खटल्याच्या सुनावणीची वाट पाहत कित्येक वर्षे तुरुंगात खितपत पडावे लागते. या गोष्टींचा परिणाम म्हणून आरोपीच्या जामीन अर्जाबाबत सहानुभूतिपूर्वक विचार करण्यात येतो. या संबंधात कायद्यात आणखी सुधारणा करण्यात आल्या आहेत.

एखाद्या गुन्ह्यातील आरोपीविरुद्ध आरोपपत्र पाठवताना ९० दिवसांपेक्षा जास्त कालावधी लागल्यास या विलंबाचे योग्य ते स्पष्टीकरण तपासणी अधिकाऱ्याला न्यायालयासमोर सादर करावे लागते. असे स्पष्टीकरण देता न आल्यास त्याचा फायदा आरोपीला जामीन मिळण्यासाठी होतो. कायद्यातील या तरतुदींमध्ये आरोपीचे व्यक्तिस्वातंत्र्य, त्याची न्यायालयात हजर राहण्याची शाश्वती तसेच तो जामिनावर सुटल्यानंतर पुराव्यात ढवळाढवळ करणार असल्याची शक्यता या गोष्टींचा विचार केला आहे. असा विचार करत असताना आरोपीला जामिनावर सोडण्याबरोबरच त्याला पोलीस स्टेशनमध्ये किंवा न्यायालयात हजेरी देण्याची बंधनकारक अट घातली जाते. अर्थात, आरोपीला जामिनावर सोडताना त्याचा वैयक्तिक जातमुचलका घेण्याबरोबरच सर्वसामान्यपणे त्याच्याकडून योग्य आणि लायक असा जामीनदार घेतला जातो. कायद्यातील या सर्व योग्य तरतुदींचा गैरफायदा घेण्यात आरोपी यशस्वी होतात.

आरोपी निसटून जाण्याची किंवा जामीन मिळाल्यानंतर पळून जाण्याची प्रकरणे कमी नाहीत. आरोपी जामीन देऊन पळून गेल्यास संबंधित गुन्ह्यातील कोर्टाची पुढील कारवाई थंडावते. आरोपीला किंवा जामीनदाराला नोटिसा काढून किंवा पोलिसांना कळवून आपली जबाबदारी संपली म्हणून बरीच न्यायालये शांत राहतात. या परिस्थितीत गुन्ह्यातील आरोपींचे चांगलेच फावते. या कारणांमुळेच गंभीर गुन्ह्यांबाबत जामीन देताना योग्य ती सावधगिरी बाळगण्याचा सल्ला सर्वोच्च न्यायालयाने इतर न्यायालयांना दिला आहे.

गुन्ह्यासंदर्भात न्यायालयातून मिळणाऱ्या जामिनाबाबत एक उदाहरण पुरेसे बोलके आहे. मुंबई–आग्रा रस्त्यावर हलगर्जीपणाने वाहन चालवून एखाद्या व्यक्तीच्या मृत्यूला कारणीभूत झाल्यास संबंधित चालकावर इ.पि.को. ३०४ (अ) प्रमाणे खटला दाखल केला जातो. अभिनेता सलमान खानवरही अशाच स्वरूपाचा खटला दाखल

झाला होता. अर्थात, हा गुन्हा जामीनपात्र असल्यामुळे संबंधित न्यायालयाला आरोपीला जामिनावर सोडणे भाग पडते. अशावेळी आरोपित व्यक्ती परराज्यात राहत असल्यामुळे संबंधित न्यायालयामध्ये स्थानिक जामीनदार आणू शकत नाही. त्याच्या गावाकडून जामीनदार आणणे खर्चाचे आणि अत्यंत क्लिष्ट तसेच त्रासदायक असते. शिवाय तो स्वत: पोलिसांच्या किंवा न्यायालयाच्या ताब्यात असल्यामुळे गावाकडे जाऊन जामिनासाठी प्रयत्न करणे शक्य होत नाही.

अशा वेळी न्यायालयामध्ये जामीनदाराचा व्यवसाय करणारे अनेक लोक उपस्थित असतात. या व्यक्तींना बरेचसे पैसे देऊन त्यांना जामीन म्हणून घेतले जाते. हे जामीनदार लोक वारंवार न्यायालयात येत असल्याने त्यांचे आणि न्यायालयातील कर्मचाऱ्यांचे साटेलोटे असते. किंबहुना गुन्ह्यामधील अनेक आरोपींना हेच लोक सातत्याने जामीन देत असतात. त्यामुळे आरोपित व्यक्ती त्यांना पैसे देऊन मोकळा होते आणि नंतर मात्र न्यायालयात हजर राहण्याचे कष्ट घेत नाही. जामीनदार मात्र ठरावीक रक्कम भरतो आणि न्यायालयाच्या नोटिशीची वाट पाहत राहतो. परंतु न्यायालयातील कर्मचाऱ्यांच्या आणि पोलिसांच्या सौजन्यामुळे अशी नोटीस बजावली जात नाही. याचा परिणाम एवढाच होतो की, आरोपित व्यक्ती ही न्यायालयाच्या हातावर तुरी देऊन पळून जाऊ शकते. आरोपी परराज्यात राहत असल्यामुळे त्यांच्यावर वॉरंट बजावणे सहजासहजी शक्य होत नाही. न्यायालयाच्या आदेशानुसार असे वॉरंट बजावणे भाग पडल्यास त्यासाठी वेळ, पैसा मोठ्या प्रमाणात खर्च होतो. शिवाय इतर महत्त्वाच्या गुन्ह्यातील तपासाचा वेळ वॉरंट बजावण्यासाठी खर्च होतो. यातील व्यवहार्यता लक्षात घेता आरोपीला पळून जाणे सोयीचे होते.

सर्वोच्च न्यायालयाच्या सल्ल्यानुसार यापुढील काळात आरोपींना जामीन देताना गुन्ह्याचे कारण, वस्तुस्थिती, गुन्ह्याचे गांभीर्य, आरोपीकडून पुरावा नष्ट होण्याची शक्यता या बाबींचा विचार केला जाणार आहे. त्यामुळे संबंधित खटल्यांचा निकाल लवकर लागण्यास मदत होईल. त्याचबरोबर संबंधित आरोपीला पळून जाणे शक्य होणार नाही. आरोपींकडून साक्षीदारांवर दबाब आणणे, साक्षीदार फोडणे अशा प्रकारांना आळा बसेल. सहजासहजी जामीन मिळणार नसल्याचे लक्षात आल्याने गुन्हेगारी प्रवृत्ती डोके वर काढणार नाहीत. गुन्हेगारांची मानसिकता बदलण्यासाठी तसेच गुन्ह्यांची संख्या कमी होऊन समाजात शांतता आणि सुव्यवस्था नांदण्यासाठी याचा निश्चितच फायदा होईल.

◆ ◆ ◆

११

जामिनातल्या पळवाटा, शिरजोर गुन्हेगार

आरोपीच्या जामिनाबाबत कायद्यामध्ये अनेक तरतुदी असूनही त्यातून पळवाटा काढल्या जातात. आरोपीला गुन्हा सिद्ध होण्यापूर्वीच पळून जाता येईल अशा प्रकारची तजवीज केली जाते. बरेचदा असा जामीन देताना जामीनदार लायक असल्याचा किंवा मोठ्या रकमेचा जामीन घेतला जातो. हे झाल्यानंतर संबंधित व्यक्ती तहसीलदाराच्या सही-शिक्क्याचे खोटे जामीनपत्र तयार करतात. त्यावरील सरकारी शिक्केही खोटे असल्याचे आढळून येते. बहुतेक वेळा जामीनदारच खोटे असतात. त्यांना भलत्याच नावाने कोर्टापुढे उभे केले जाते. वकीलही 'यांना मी ओळखतो.' असे ठामपणे सांगतात.

एखाद्या गुन्ह्यातील आरोपीला जामिनावर सोडण्याबाबत 'क्रिमिनल प्रोसिजर कोड' मध्ये तरतुदी करण्यात आलेल्या आहेत. त्या करताना गुन्ह्यांचे जामीनपात्र आणि अजामीनपात्र अशा दोन भागात वर्गीकरण करण्यात आले आहे. जामीनपात्र गुन्ह्यांमधील आरोपीला अटक केल्यानंतर न्यायालयांना किंवा पोलिसांना जामिनाची मागणी करणाऱ्या आरोपीला जामिनावर सोडावे लागते. याचे कारण म्हणजे जामिनावर सुटणे हा आरोपीचा हक्क मानला जातो. भारतीय घटनेमधील 'कलम २०'नुसार कोणत्याही व्यक्तीच्या स्वातंत्र्यावर बंधन घालण्यासाठी कायदेशीर प्रक्रियेमध्ये तरतूद आवश्यक आहे. अशी तरतूद नसल्यास संबंधित व्यक्तीच्या स्वातंत्र्यावर बंधने घालता येत नाहीत. हे घटनेला मान्य आहे. त्यामुळे आरोपीला कायद्यानुसार जामिनावर सोडता येत नसेल तर त्याच्यावर बंधन येऊ शकते.

क्रिमिनल प्रोसिजर कोडमध्ये दोन प्रकारच्या जामिनाची तरतूद करण्यात आली आहे. पहिल्या तरतुदीनुसार संभाव्य आरोपीने गुन्हा केला नसेल तरी त्याच्यावर प्रतिबंधात्मक कारवाई करता येते. या कारवाईनुसार पुढे त्याच्या चांगल्या वागणुकीची हमी घेऊन जामिनावर सोडणे शक्य असते. या आरोपीला त्याच्या चांगल्या वागणुकीच्या हमीसाठी एखादा जामीनदार उभा करावा लागतो. अर्थात, या तरतुदीनुसार संबंधित व्यक्तीवर योग्य ती कारवाई केली तर गुन्हेगारी प्रवृत्तीला आळा घालण्यात बऱ्याच प्रमाणात यश येईल. दुर्दैवाने या तरतुदींचा पोलिसांकडून आवश्यक त्य प्रमाणात वापर होताना दिसत नाही. त्यामुळेच गल्ली-बोळामध्ये किरकोळ स्वरूपाचे गुन्हे होताना दिसतात. सध्याची वाढती गुन्हेगारी त्याचेच निदर्शक आहे. आरोपीने गुन्हा केल्यानंतर तो न्यायालयात वेळेवर हजर राहील याची दक्षता घेण्यासाठी दुसऱ्या प्रकारचा जामीन दिला जातो. काही ठरावीक गुन्ह्यांसाठी गुन्हेगाराला जामीन मिळण्याचा हक्क असला तरी काही गुन्ह्यांमध्ये त्याला जामीन मागता येत नाही. खटला चालून निकाल लागेपर्यंत अशा आरोपींच्या स्वातंत्र्यावर बंधन येऊ नये म्हणून क्रिमिनल प्रोसिजर कोडच्या ४३५,३६,३७ अन्वये काही तरतुदी आहेत. या तरतुदीनुसार आरोपीच्या गुन्ह्याच्या तपासकामी उपलब्ध पुरावा लक्षात घेऊन त्याला फाशी किंवा जन्मठेपेची शिक्षा होण्याचा संभव असल्यास जामीन नाकारला जातो.

आरोपीविरुद्ध निकाल लागेपर्यंत तो निर्दोष आहे असे समजूनच जामिनाच्या कायद्यातील तरतुदी करण्यात आल्या आहेत. प्रत्येक आरोपी निर्दोष असल्याचे धरून चालणे हे फौजदारी कायद्याचे तत्त्व आहे. अर्थात, या तरतुदी करताना बहुतेक आरोपींच्या खटल्यांचे निकाल त्वरित लागतील अशी अपेक्षा असते. परंतु दुर्दैवाने जामीन नाकारणाऱ्या किंवा जामीन न देऊ शकणाऱ्या आरोपींच्या प्रकरणावर निर्णय होण्यास अक्षम्य विलंब लागतो. हा विलंब इतका पराकोटीचा आहे की, हजारो आरोपी शिक्षेच्या कालावधीपेक्षा निरपराधित्व सिद्ध होण्यासाठी अधिक कालावधी जात असल्याने तुरुंगात खितपत पडले आहेत. बिहारमधील अनेक खटले ३० वर्षांपेक्षा जास्त काळ रेंगाळत पडल्याचे सर्वोच्च न्यायालयाच्या निदर्शनाला आले आहे. खटल्याच्या दिरंगाईचा परिणाम न्यायदानावर होत आहे. एखाद्या आरोपीने गुन्हा मान्य केला तर त्याला गुन्हा केल्याबद्दल सात वर्षे सजा होऊ शकते. त्याने 'मी निर्दोष आहे.' असे सांगितले तर त्याच्याविरुद्धच्या खटल्याचा निकाल बाहेर यायला सात वर्षांपेक्षा जास्त कालावधी लागतो. ही गोष्ट सातत्याने घडत राहिल्यास कित्येक व्यक्ती अपराध केलेला नसूनही गुन्हा कबूल करून मोकळे होणेच पसंत करतील. अर्थात, कितीही कालावधी लागला तरी अंती सत्याचाच विजय होतो असे म्हणतात; परंतु सत्याचा जय होईपर्यंत न्याय मागणाऱ्याचाच अंत होतो की काय, अशी शंका येऊ लागते.

आरोपीच्या जामिनाबाबत कायद्यामध्ये अनेक तरतुदी असूनही त्यातून पळवाटा काढल्या जातात. आरोपीला गुन्हा सिद्ध होण्यापूर्वीच पळून जाता येईल अशा प्रकारची तजवीज केली जाते. माझ्या कारकिर्दीत आरोपीच्या वकिलांनी गयावया करून त्याला जामिनावर सोडण्याबाबत न्यायालयाकडून हुकूम मिळवल्याचे मी पाहिले आहे. न्यायालयेही एकंदर खटल्याला लागणारा कालावधी लक्षात घेऊन किंवा अन्य कारणाने आरोपीला जामिनावर सोडण्याचा हुकूम देतात. बरेचदा असा जामीन देताना जामीनदार लायक असल्याचा किंवा मोठ्या रकमेचा जामीन घेतला जातो. हे झाल्यानंतर संबंधित व्यक्ती तहसीलदाराच्या सही-शिक्क्याचे खोटे जामीनपत्र तयार करतात. त्यावरील सरकारी शिक्केही खोटे असल्याचे आढळून येते. बहुतेक वेळा जामीनदारच खोटे असतात. त्यांना भलत्याच नावाने कोर्टापुढे उभे केले जाते. वकीलही 'यांना मी ओळखतो.' असे ठामपणे सांगतात. यात न्यायालयातील अधिकाऱ्यांचाही सहभाग असल्याचे दिसून आले आहे. अशाप्रकारे सर्व कायदेशीर पूर्तता झाल्यानंतर आरोपी जामीन मिळवून सहीसलामत सुटतो आणि कालांतराने फरार होतो. कित्येकदा अशा आरोपींना विशिष्ट रकमेच्या मोबदल्यात कायद्यातील पळवाटांनी पळवून लावण्याचा नवा व्यवसाय काही न्यायालयांमध्ये सुरू झाल्याचे दिसते. आरोपी फरार झाल्यास न्यायालयाकडून आरोपीच्या किंवा जामीनदाराच्या नावाने कायदेशीर नोटिसा पाठवल्या जातात. मात्र, त्या पलीकडे या गुन्ह्यांच्या तपासात फारशी प्रगती होत नाही. भयंकर गुन्ह्याचे प्रकरण असूनही आरोपी कायद्याच्या कचाट्यातून निसटण्यात यशस्वी होतो, असे प्रकार सर्रास होत असल्याने सर्वोच्च न्यायालयाने ही बाब इतर न्यायालयांच्या निदर्शनाला आणून दिली आहे. यापुढील काळात आरोपीला जामिनावर सोडण्याबाबत कायदेशीर बारकावे काटेकोरपणे तपासून कारवाई करावी, असा सल्ला इतर न्यायालयांना देण्यात आला आहे.

सर्वोच्च न्यायालयाने दिलेला सल्ला इतर न्यायालयांनी जाणीवपूर्वक अमलात आणला तरच जामिनाबाबत होणाऱ्या गैरप्रकारांना आळा बसेल. सध्या कित्येक न्यायालयांमध्ये बनावट कागदपत्रांच्या आधारे आरोपीला जामिनावर सोडण्याची व्यवस्था करणाऱ्या टोळ्या अस्तित्वात आल्या आहेत. त्यासोबत काही धंदेवाईक जामीनदारदेखील कार्यरत आहेत. सर्वोच्च न्यायालयाचा सल्ला अमलात आणल्यास या प्रवृत्तींना बऱ्याच प्रमाणात आळा घालता येईल.

◆ ◆ ◆

१२

फाशीची प्रक्रिया

काही कायदेतज्ज्ञांच्या मते कायद्याचा योग्य परिणाम समाजावर व्हायचा असेल तर समाजामध्ये कायदे न पाळणारांना जरब बसायला हवी. कायद्याचा धाक नसेल तर कोणताही माणूस अपकृत्य करण्यास सहसा घाबरणार नाही. अर्थात, या दोन्ही बाजूंचा विचार करून भारतामध्ये फाशीची शिक्षा देणे योग्य आणि न्याय्य आहे, असे ठरवले आहे; मात्र ती देताना आरोपी निश्चितपणे दोषी आहे की नाही हे पाहण्याची फार मोठी जबाबदारी न्यायाधीशांवर सोपवण्यात आली आहे.

आरोपीच्या फाशीसंदर्भात फाईल गृहखात्याकडून आपल्याकडे आलीच नाही, असा माजी राष्ट्रपती डॉ. कलामानींही केलेला आरोप असो किंवा मुंबई बॉम्बस्फोट खटल्यातील काही आरोपींना झालेली फाशीची शिक्षा असो, अलीकडील काळात फाशीसंबंधीची चर्चा वाढत आहे. या पार्श्वभूमीवर फाशीच्या शिक्षेची प्रक्रिया, याबाबतचा पूर्वेतिहास आणि या शिक्षेची अंमलबजावणी या बाबींचा घेतलेला वेध.

मुंबई बॉम्बस्फोट खटल्यातील बऱ्याच जणांना फाशीची शिक्षा सुनावण्यात आली आहे. त्यामुळे फाशीच्या शिक्षेबद्दलचे कुतूहल जनतेच्या मनात निर्माण झालेले दिसते. वास्तविक पाहता फाशी देण्याची पद्धत पुरातन काळापासून अस्तित्वात आहे. देहदंड, मृत्युदंड, कडेलोट करणे, हत्तीच्या पायी देणे अशी त्याला वेगवेगळी नावे असली तरी प्रक्रिया तीच आहे. अपराध्याला अशा प्रकारचे कठोर शासन केल्यामुळे सामान्य लोकात गुन्ह्याबाबत दहशत निर्माण होते. त्यापुढे ही प्रक्रिया पूर्वापार चालत आली. सामान्य लोकांमध्ये दहशत निर्माण करण्यासाठी फाशीच्या शिक्षेची अंमलबजावणी सार्वजनिक ठिकाणी केली जात असे. इंग्लंडमध्ये १९व्या शतकाच्या पूर्वार्धापर्यंत अशी शिक्षा

सार्वजनिक जागेमध्ये सर्व लोकांच्या समक्ष दिली आहे. किंबहुना त्या काळचे लोक सहकुटुंब सहपरिवार शिक्षेच्या अंमलबजावणीप्रसंगी उपस्थित राहत.

सध्या मात्र फाशीची शिक्षा ही सार्वजनिकरीत्या देऊ नये, असे लोकमत असल्यामुळे ती बंदिस्त जागेत दिली जाते. महाराष्ट्रात धुळे आणि येरवडा येथील कारागृहात गुन्हेगारांना फाशी देण्याची व्यवस्था आहे. असे असले तरी सद्यःस्थितीत फाशी देण्याचे काम करण्यासाठी लोक उपलब्ध होत नाहीत. फाशी देण्याची प्रक्रिया पार पाडणाऱ्या व्यक्तीला मुडदेफरास असे म्हटले जात असे. या शिक्षेची अंमलबजावणी बंदिस्त जागेत असलेल्या मोकळ्या पटांगणात केली जाते. या मोकळ्या पटांगणात छोटासा विहिरवजा खड्डा बांधला जातो. त्या खड्ड्यात उतरण्यासाठी एका बाजूला पायऱ्या असतात. या हौदाच्या तोंडावरती दोन दरवाजासारख्या परंतु एक झडप असलेल्या फळ्या असतात. फाशी देणाऱ्या व्यक्तीसाठी खास प्रकारचा दोर तयार केला जातो. या दोराला लोण्यासारखा पदार्थ लावला जातो. फाशी देणाऱ्या व्यक्तीच्या वजनाइतके वजन त्या दोराला लटकवून चाचणी घेतली जाते. त्यानंतर हा दोर डब्यांमध्ये बंद केला जातो. फाशीच्या शिक्षेची अंमलबजावणी सूर्याचा पहिला किरण पडण्यापूर्वी करावयाची असते. ही सर्व प्रक्रिया लक्षात आल्याने अनेक कैदी गर्भगळीत होतात. संबंधित गुन्हेगाराला फाशी दिल्यानंतर त्याची जीभ व डोळ्यांची बुबळे बाहेर येतात. हे दृश्य नजरेस पडू नये म्हणून चेहरा पूर्णपणे झाकला जातो.

फाशीची प्रक्रिया अशा पद्धतीने पार पडत असली तरी जगातील बऱ्याच देशांतून सध्या या शिक्षेचे उच्चाटन केलेले आढळते. भारत तसेच काही देशांमधून फाशीची किंवा मृत्युदंडाची शिक्षा अजूनही दिली जाते. अमेरिकेत या शिक्षेची अंमलबजावणी विजेच्या खुर्चीवर बसवून करतात. पूर्वी एका फाशी देण्याच्या प्रक्रियेत संबंधित आरोपीला फाशी दिल्यानंतरही तो जिवंत राहिला. त्याला पुन्हा एकदा फाशी देण्याचा निर्णय झाला तेव्हा त्याने या निर्णयाला विरोध दर्शविला. 'आरोपीला फाशी द्यावी' असा निर्णय न्यायालयाने दिला आहे. त्यानुसार फाशीची प्रक्रिया पार पाडण्यात आली. आता मला पुन्हा फाशी देता येणार नाही, असा मुद्दा त्याने उपस्थित केला आणि याच मुद्द्याच्या आधारे त्याची सुटका करण्यात आली. या घटनेनंतर आरोपींना फाशीची शिक्षा सुनावताना न्यायाधीशांकडून 'आरोपीस मरेपर्यंत फाशी द्यावे' असे नमूद करण्यात येऊ लागले.

सत्र न्यायालयाने एखाद्या व्यक्तीस फाशीची शिक्षा सुनावली तरी या शिक्षेला उच्च न्यायालयाने सहमती देणे आवश्यक असते. त्यानंतरही संबंधित आरोपीस सर्वोच्च न्यायालयाकडे दाद मागता येते. तिथेही फाशीचा निर्णय कायम झाल्यास राष्ट्रपतींकडे

दयेची याचना करता येते. पूर्वीच्या कायद्याप्रमाणे आरोपीने खून केला आहे ही गोष्ट सिद्ध झाली की त्यास फाशीची शिक्षा देणे बंधनकारक होते. एखादेवेळी फाशीऐवजी जन्मठेपेची शिक्षा दिल्यास त्यासंबंधी कारणे द्यावी लागत. आता मात्र कायद्यात बदल झाल्यानंतर फाशीची शिक्षा जाहीर केल्यानंतर त्याबाबतचे स्पष्टीकरण देण्याची जबाबदारी पाळावी लागते. पूर्वीच्या काळी खुनाचा आरोप शाबीत झाल्यानंतर सहसा फाशीची शिक्षा सुनावली जात असे; परंतु न्यायमूर्ती कृष्णा अय्यर या सर्वोच्च न्यायालयाच्या न्यायाधीशांनी एका खटल्यामध्ये फाशीची शिक्षा ही क्वचित खटल्यात दिली जावी, असे मत व्यक्त केले. त्यानंतर अगदी अपवादात्मक परिस्थिती असेल तरच फाशीच्या शिक्षेची अंमलबजावणी केली जाऊ लागली.

फाशीच्या शिक्षेच्या संदर्भात ती द्यावी की नाही याबाबत काही मतभेद आहेत. काहींच्या मते अमानुष कृत्य करणारी व्यक्ती सुधारू शकत असेल तर त्यास फाशी देणे म्हणजे त्याच्यावर गैरविश्वास दाखवण्यासारखे आहे. त्याचप्रमाणे हा मानवनिर्मित न्याय बरोबरच असेल, असे मानता येत नाही. या निर्णयात एखादी चूक झाल्यास निरपराध व्यक्तीला प्राण गमावण्याइतकी शिक्षा भोगावी लागते. असे असले तरी या शिक्षेची अंमलबजावणी तातडीने होत नाही, हेही वास्तव आहे. न्यायप्रक्रियेस लागणारा विलंब तसेच उच्च आणि सर्वोच्च न्यायालयाची सहमती यात बराच कालावधी जातो. एवढे होऊनही फाशीची शिक्षा कायम झाल्यास संबंधित आरोपी राष्ट्रपतींकडे दयेची याचना करतो. आरोपीच्या या विनंतीवरील राष्ट्रपतींच्या निर्णयासही विलंब लागू शकतो हे सगळे पार पडल्यानंतर प्रत्यक्ष फाशीची तारीख निश्चित होते. या सर्व प्रक्रियेत बराच काळ लोटतो. दरम्यान, या शिक्षेवर समाजातही प्रतिक्रिया उमटू लागतात. या सर्व बाबींचा विचार करता सद्यःस्थितीत या शिक्षेची अंमलबजावणी वाटते तेवढी सोपी राहिलेली नाही असे दिसते.

काही कायदेतज्ज्ञांच्या मते कायद्याचा योग्य परिणाम समाजावर व्हायचा असेल तर समाजामध्ये कायदे न पाळणारांना जरब बसायला हवी. कायद्याचा धाक नसेल तर कोणताही माणूस अपकृत्य करण्यास सहसा घाबरणार नाही. अर्थात, या दोन्ही बाजूंचा विचार करून भारतामध्ये फाशीची शिक्षा देणे योग्य आणि न्याय्य आहे, असे ठरवले आहे; मात्र ती देताना आरोपी निश्चितपणे दोषी आहे की नाही हे पाहण्याची फार मोठी जबाबदारी न्यायाधीशांवर सोपवण्यात आली आहे. त्यादृष्टीने न्यायाधीशांकडून अधिक जबाबदारीने निर्णय व्हावेत, अशी समाजाची अपेक्षा असते.

◆ ◆ ◆

१३

दहशतवाद, आपण व कायदा

अतिरेक्यांना किंवा घुसखोरांना पकडून फारसे साध्य होणार नाही. तर त्याला येथे येण्यास किंवा दहशतवादी कारवाया करण्यात या ना त्या कारणाने मदत करणाऱ्या व्यक्तींनाही गुन्हेगारच समजले पाहिजे. त्यांच्यावरही कायद्यानुसार योग्य ती कारवाई व्हायला हवी. अशा घुसखोरांनी सीमेवरील काही सरकारी अधिकाऱ्यांना लाच देऊन आपल्या देशात प्रवेश मिळवला असेल तर ते अधिकारीही तितकेच दोषी ठरतात. मुळात अतिरेकी किंवा घुसखोर यांच्यासंबंधी सरकारी यंत्रणेबरोबरच सर्वसामान्यांनाही चीड, संताप वाटायला हवा.

२६/११ रोजी राष्ट्रावर झालेल्या हल्ल्यानंतर नागरिकांमध्ये उत्स्फूर्तपणे आपण ह्याच्या विरोधात काही करावेसे वाटू लागले. हुतात्म्यांना श्रद्धांजली वाहणे, अतिरेक्यांविरुद्ध लढण्याची तसेच राष्ट्रीय एकजूट राखण्यासाठी सार्वजनिक शपथांचे कार्यक्रम होत असल्याचे आपण दररोज वाचतो. ह्या सार्वजनिक उपक्रमांनी हल्लेखोरांवर कितपत परिणाम होईल ही शंका घेण्याचे फारसे कारण नाही. प्रथमतः लोकांमध्ये आपणहून काही केले पाहिजे, नुसते सरकारवर हे काम ढकलून चालणार नाही ही जागृत जाणीव झाली हे अत्यंत महत्त्वाचे. मात्र, ह्या सार्वजनिक जाणिवेला योग्य दिशा द्यावयास हवी नाहीतर लोकांचा प्रतिसाद अगदी थंड होऊन जाईल. सर्वांत महत्त्वाची गोष्ट म्हणजे नुसत्या अतिरेक्यांचा निषेध करून चालणार नाही. कोणतेही अतिरेकी कृत्य भ्रष्टाचाराविरुद्ध होत नाही. बंगलादेशातून घुसखोर येतात व त्यांच्या सर्व हालचाली भ्रष्टाचारामुळेच होतात. मुंबईवरच्या हल्ल्याचे वेळीही भ्रष्टाचार झालेला आठवला. त्यांना बोट देणे, सिमकार्ड देणे वगैरे भ्रष्टाचारी कृत्ये झालीच तेव्हा अतिरेकी विरोधात

शपथ घेताना मी भ्रष्टाचार करणार नाही व कोणी केल्याचे आढळल्यास त्याविरुद्ध योग्य ती कारवाई करेन, अशीही शपथ घ्यावयास हवी. आपल्या देशाचे संरक्षण अशा भ्रष्टाचारी कृत्यापासूनही करावयास हवे. जी गोष्ट भारताबाहेरील दहशतवाद्यांची तीच गोष्ट भारतातील नक्षलवाद्यांची होय.

मुंबईवरील दहशतवादी हल्ल्यानंतर अतिरेक्यांसंदर्भात स्वतंत्र कायदा करण्याची आग्रही मागणी पुढे येऊ लागली. विधानसभेच्या नागपूर येथील अधिवेशनात त्यावर वादळी चर्चा झाली. यासंदर्भात केंद्र सरकारवर दबाव आणण्यात आल्यानंतर असा कायदा करण्यात येईल, असे सांगण्यात आले व आता तो नुकताच केला आहे तो संपूर्ण देशाला लागू होईल. सध्या देशातील विविध राज्यांत मोकासारखे वेगवेगळे कायदे आहेत. वास्तविक, ठरावीक गुन्ह्यांसाठी असे वेगवेगळे कायदे असणे योग्य ठरत नाही. कारण अशा वेगवेगळ्या कायद्यामुळे तपासप्रक्रियेत गोंधळ निर्माण होण्याची शक्यता असते. त्यामुळे संबंधित गुन्ह्याचा तपास योग्य पद्धतीने करणे अशक्य होते. परिणामी, आरोपीला कठोर शिक्षा होत नाही. ही महत्त्वाची बाब लक्षात घ्यायला हवी.

दहशतवादाचा सामना करण्यासाठी कडक कायदे करावयास हवेत, ह्याबद्दल कोणाचे दुमत असण्याचे काही कारण नाही; पण त्यातही भारतातील पक्ष आपापसांतील मतभेद विसरून एकत्र येण्याची फारशी चिन्हे दिसत नाहीत. एक पक्ष 'पोटा'चा कायद्याचा आग्रह धरतो तर दुसरा केवळ त्याला विरोध करतो; पण तो विरोध नक्की कोणत्या तत्त्वावर करतो ते कळत नाही. नुकताच जो कायदा केला आहे तो म्हणजे युएपोए (अन लॉफूल ॲक्टिव्हिटिज प्रिव्हेंशन ॲक्ट) गैरकायदा कृत्य प्रतिबंधक कायदा पूर्वी पोटा (प्रिव्हेंशन ऑफ टेररिझम ॲक्ट) दहशतवाद प्रतिबंधक कायदा आणि टाडा (टेररिझम ॲण्ड डिस्टप्टिव्ह ॲक्टिव्हिटिज प्रिव्हेंशन ॲक्ट) म्हणजे दहशतवाद आणि घातक कृत्ये प्रतिबंधनात्मक कायदा अस्तित्वात होते. ह्या दोन्ही कायद्यान्वये आरोपींची पोलिसापुढील जबानी पुराव्यात ग्राह्य मानली जात असे. नवीन कायद्यात तसे नाही. जुन्या कायद्यान्वये आरोपीला जामीन मिळणे मुश्कील होते. नव्या कायद्यात तितके बंधन नाही. पूर्वीच्या कायद्यात आरोपीला चार्जशीट दाखल करेपर्यंत सहा महिने पोलिसांच्या ताब्यात ठेवता येत असे. नवीन कायद्यात ती फक्त ३० दिवसच पोलीस आरोपीस ताब्यात ठेऊ शकतो. जुन्या कायद्यान्वये आरोपीला त्याचे निरपराधित्व सिद्ध करण्याची जबाबदारी होती. नवीन कायद्यात तसे नाही.

ह्या जागृत जनतेचे हेही कर्तव्य आहे की, कोणते कायदे करावे ह्याचा सखोल विचार करून आपल्या प्रतिनिधींना तसे कायदे करणे भाग पाडले पाहिजे.

आपल्याकडे कोणत्याही गुन्हेगाराविरुद्ध आरोप सिद्ध होत नाही तोपर्यंत तो निर्दोष आहे, असे समजले जाते. त्यातून संबंधित आरोपीला त्याचे निर्दोषत्व सिद्ध

करण्याची संधी दिली जाते. अर्थात, बलात्कारासारख्या काही गुन्ह्यात हे तत्त्व बाजूस ठेवले जाते. अतिरेक्यांविरुद्ध कायदा करतानाही हे तत्त्व बाजूस ठेवायला हवे. निष्पाप जनतेचे बळी घेणाऱ्यांना त्यांचे निर्दोषत्व सिद्ध करण्याची संधी देणेही चुकीचे ठरेल. अतिरेकी शक्ती या इतर देशातून आपल्या देशात प्रवेश करत असतात. हे लक्षात घेऊन याबाबतही कडक निर्बंध घालायला हवेत. एखादा परदेशी नागरिक कारणाशिवाय किंवा परवान्याशिवाय देशाच्या कोणत्याही भागात आढळला तरी तो गुन्हा करण्यासाठी किंवा देशातील शांतता आणि सुव्यवस्था बिघडवण्यासाठीच आला असे समजायला हवे. मात्र, हे तत्त्व सर्वच देशांना लागू करता येणार नाही. अतिरेक्यांचे तळ असलेल्या किंवा अतिरेक्यांना फूस देणाऱ्या राष्ट्रातील नागरिकांबाबत मात्र ही दक्षता घ्यायलाच हवी. त्यामुळे अमेरिका, स्वीडनसारख्या देशातून एखादा नागरिक येथे आला तर त्याला त्या तरतुदीतून सवलत द्यायला हवी. पण, पाकिस्तान, बांगलादेश किंवा पाकव्याप्त काश्मीरमधून आलेल्या नागरिकाविरुद्ध मात्र हा निष्कर्ष कायद्यानेच मान्य करायला हवा.

दुसरे असे की, अतिरेक्यांना किंवा घुसखोरांना पकडून फारसे साध्य होणार नाही. तर त्याला येथे येण्यास किंवा दहशतवादी कारवाया करण्यात या ना त्या कारणाने मदत करणाऱ्या व्यक्तींनाही गुन्हेगारच समजले पाहिजे. त्यांच्यावरही कायद्यानुसार योग्य ती कारवाई व्हायला हवी. अशा घुसखोरांनी सीमेवरील काही सरकारी अधिकाऱ्यांना लाच देऊन आपल्या देशात प्रवेश मिळवला असेल तर ते अधिकारीही तितकेच दोषी ठरतात. त्याप्रमाणेच अशा गुन्हेगारांना राहण्यास जागा देणे, त्यांना सिमकार्ड देणे किंवा अन्य प्रकारे मदत करणे हाही गंभीर स्वरूपाच गुन्हा ठरतो. अशा प्रकारे देशद्रोह्यांना मदत करणाऱ्यांना फक्त कडक शिक्षा करून उपयोग नाही, तर त्यांची मालमत्ता जप्त करण्याची तरतूद करायला हवी, तरच अशा प्रकारे मदत करणाऱ्यांना जरब बसू शकेल. एकदा का अशी मदत मिळणे बंद झाले की, अतिरेक्यांच्या कारवायांना आळा घालणे शक्य होईल.

याशिवाय एखादी व्यक्ती परदेशातून छुप्या मार्गाने येथे आली हे माहीत असूनही त्याबद्दल पोलिसांना न कळवल्यास तोही गुन्हा मानण्यात यावा. यासंदर्भात कायदे अधिक कडक केल्यासच अशा कृत्यांना पायबंद घालणे शक्य होईल. अशा गुन्हेगारांवर कोणतीही दया-माया दाखवण्याचा प्रश्नच येत नाही. त्यामुळे त्यांना फाशीची शिक्षा देण्याची कायद्यात तरतूद असावी आणि या शिक्षेची अंमलबजावणी त्वरित करण्यात यावी. न्यायालयाने एखाद्या आरोपीला फाशीची शिक्षा सुनावल्यानंतर ती वेळीच अमलात आणली नाही, तर त्यातून गुन्हेगारांपर्यंत विपरीत संदेश जातो. शिवाय न्यायालयाने फाशीची शिक्षा ठोठावलेल्या गुन्हेगाराला सोडवण्यासाठी विमान अपहरण

किंवा अन्य प्रयत्न केले जातात. कंदहार प्रकरणावरून आपण हे शिकलोच आहोत. ते प्रकरण केवळ आरोपींना वेळीच शिक्षा न ठोठावल्यामुळे उद्भवले होते, याची अनेकांना जाण आहे.

दहशतवादी कारवाया करणाऱ्यांविरुद्ध खटले चालवताना फक्त एकदा अपील करण्याची मुभा द्यायला हवी. अन्यथा सातत्याने अपील करण्यात बराच वेळ निघून जातो आणि अशा तऱ्हेचा घोळ घालणे राष्ट्राच्या हिताचे ठरत नाही. त्याचप्रमाणे एखादा अतिरेकी हाती सापडल्यास त्याने केलेल्या कारवायांच्या तपासासाठी पोलिसांना बराच वेळ लागतो. कारण अशा कृत्याचे धागेदोरे परदेशात असतात. या परिस्थितीत इतर वेळी आरोपींना देण्यात येणारी १४ दिवसांची पोलीस कोठडी योग्य ठरत नाही. त्यामुळे आरोपीची कसून चौकशी करण्यासाठी आवश्यक असलेली जास्तीत जास्त दिवसांची पोलीस कोठडी मिळायला हवी. त्याचप्रमाणे अशा गुन्हेगारांसाठी वरिष्ठ अधिकाऱ्यांसमोर दिलेली जबानी ग्राह्य धरावयास हवी. इंग्लंडमध्ये अशी जबानी ग्राह्य धरली जाते. आपल्याकडेही तशीच तरतूद हवी. शिवाय आरोपीची उलटतपासणी करण्याचा अधिकार सरकारी वकिलांना द्यायला हवा.

आरोपीबाबतच्या एकंदर हक्कांचा विचार करण्याचे काम मानवाधिकार आयोगाकडे आहे. मात्र, अशा देशद्रोह्यांवरील खटला चालवताना या आयोगालाही काही मर्यादा घालून द्यायला हव्यात. त्यामुळे हरएक प्रकारे प्रयत्न करून अशा गुन्हेगारांची पाळेमुळे शोधून काढणे शक्य होईल. अशा आरोपींवरील खटले मुळातच मानवाधिकाराच्या कक्षेत येण्याचे काहीच कारण नाही. कोणत्याही प्रकरणातील आरोपीच्या बचावासंबंधीची योग्य ती काळजी न्यायालय घेतच असते. परंतु या आयोगाच्या भीतीपोटी अनेक महत्त्वाचे दुवे राहून जाण्याची शक्यता नाकारता येत नाही. मुळात अतिरेकी किंवा घुसखोर यांच्यासंबंधी सरकारी यंत्रणेबरोबरच सर्वसामान्यांनाही चीड, संताप वाटायला हवा. शिवाय अशा गुन्हेगारांना कायद्याचीही योग्य जरब हवी. त्यादृष्टीने प्रचलित कायदे फारसे प्रभावी आहेत, असे म्हणता येत नाही. कारण सध्याच्या कायद्यात अनेक त्रुटी आहेत. त्याआधारे एखाद्या कठोर गुन्ह्यातील आरोपी सहीसलामत सुटून जाण्याची शक्यता असते. याचा विचार करून कायद्यात कठोर तरतुदी व्हायला हव्यात किंवा यासंदर्भात स्वतंत्र कायदा करायला हवा. हा कायदा करतानाही या सर्व बाबी विचारात घ्यायला हव्यात. शिवाय ज्या देशातून असे घुसखोर येत असतात, त्या देशाशी राजकीय संबंध कसे ठेवावेत, याविषयी दहादा विचार करायला हवा. अशा प्रकारे विचारपूर्वक निर्णय घेतल्यास दहशतवादी कृत्यांना आळा घालणे शक्य होईल. घुसखोरांना प्रतिबंध करणे हा या समस्येवरील प्रभावी तोडगा आहे.

◆ ◆ ◆

न्यायालयात आरोपी सहीसलामत सुटले की त्याचे खापर पोलीस तपासावर फोडून आपण मोकळे होतो. परंतु तपास कामात पोलीसांना काय अडचणी आल्या हे पोलीसच सांगू शकत नाहीत किंवा कोणीच त्याबद्दल गंभीरपणे विचार करून त्या दूर कशा होतील ह्याची काहीही तजवीज करीत नाही. मुख्यतः ज्या राजकारणी लोकांचा पोलिसांवर अधिकार आहे त्या लोकांचाच पोलीस तपासात मोठ्या प्रमाणात अडथळा निर्माण होत असल्याच्या तक्रारींचा आढावा घेऊन सर्वोच्च न्यायालयानेच ही पोलीस यंत्रणा राजकारणी लोकांच्या दबावापासून दूर करण्याचे आदेशही दिले आहेत पण त्याची अमलबजावणी का झाली नाही, याची कारणे जनतेपुढे यावयास हवी तरच हे राज्य जनतेचे आहे असे वाटेल. कायद्याचे राज्य खरोखरच अस्तित्वात आले तरच राष्ट्रात सुखशांती नांदून विकास साधेल. त्यासाठी काय केले पाहिजे हा विचार करावयास हवा. शिक्षण संस्थांचेही यात सक्रिय योगदान हवे, तरच हा विकास साध्य होईल.

१

प्रश्न सर्वसामान्यांना न्याय मिळण्याचा

आज जवळपास प्रत्येक क्षेत्रात भ्रष्टाचार बोकाळला आहे. सर्वसामान्यांना न्याय मिळवून देणारे पोलीस खाते तरी त्यापासून अलिप्त असेल अशी अपेक्षा व्यक्त केली जात होती. मात्र आता या खात्याकडूनही निरपराधांवर अन्याय आणि अत्याचार झाल्याच्या घटना घडत आहेत. अशा परिस्थितीत सर्वसामान्यांना न्याय मिळणे दिवसेंदिवस कठीण होत आहे. त्यामुळे कायद्याचे राज्य अस्तित्वात आहे का, हा प्रश्न उभा राहात आहे.

सर्वसामान्यांचे हितरक्षण व्हावे म्हणून कायद्यात योग्य त्या तरतुदी करण्यात आल्या आहेत. वैयक्तिक तसेच सार्वजनिक हित धोक्यात येऊ नये यासाठी पोलीस खात्यावर तसेच तपासयंत्रणेवर योग्य ती जबाबदारी सोपवलेली असते. ती त्यांनी प्रामाणिकपणे पार पाडावी अशी अपेक्षा असते. किंबहुना पोलीस यंत्रणेचे ते कर्तव्यच ठरते. त्यामुळेच एखाद्या व्यक्तीवर अन्याय झाल्यास ती त्वरित पोलिसांकडे धाव घेते. तेथे आपले म्हणणे व्यवस्थित ऐकून घेतले जाईल. त्याबरोबरच अन्याय करणाऱ्यावर योग्य ती कारवाई केली जाईल, अशी त्याला आशा असते. मात्र अलीकडे अशा प्रकारे न्याय मिळवून देण्याबाबत पोलीस खात्याचे योग्य सहकार्य लाभत नसल्याचे दिसून येत आहे. त्यामुळेच या खात्याच्या कारभाराविरूद्धच्या तक्रारी दिवसेंदिवस वाढतच आहेत. अशा परिस्थितीत आता कोणाकडे न्याय मागायचा असा प्रश्न अत्याचारित व्यक्तीसमोर उभा राहू लागला आहे.

पोलिसांच्या कार्यपद्धतीबाबत न्यायालयांनीही वेळोवेळी आपली नापसंती व्यक्त

केली आहे. अलाहाबाद उच्च न्यायालयाच्या मुल्ला नावाच्या न्यायमूर्तींनी पोलीस ही एक संघटित गुंडांची टोळी आहे असे एका निकालपत्रात नमूद केले होते. अर्थात सर्वोच्च न्यायालयाने हे उद्गार निकालपत्रातून काढून टाकले असले तरी मुल्ला यांना आलेला अनुभव सर्वसामान्य लोकांना येणारच नाही असे म्हणता येत नाही. विविध प्रकारच्या अत्याचाराच्या घटनांमध्ये वाढ होत असताना पोलीस खात्यावरील जबाबदारीही आपोआपच वाढली आहे. मात्र अनेकदा त्याकडे सोयिस्कररित्या दुर्लक्ष केले जात आहे. हल्लीचा काळच असा आहे की सामान्य रिक्षावाला असो किंवा शिक्षणाचा धंदा करणारे शिक्षणमहर्षी असोत, समाजाकडून जनतेचा पैसा ओरबाडून घेण्यात अनेकांना कमीपणा वाटत नाही. स्वकष्टार्जित पैशापेक्षाही इतर मार्गांनी अधिक पैसा मिळवण्याची लालसा अनेकदा निर्माण झालेली दिसते. अर्थात सर्वच क्षेत्रामध्ये भ्रष्टाचार सुरू असताना सरकारी नोकर यात मागे पडतील असे मानण्याचे काहीच कारण नाही.

या पार्श्वभूमीवर पोलीस खात्याच्या कारभाराची चर्चा अधिक होत असते. याचे कारण असे की पोलीस हे खऱ्या अर्थाने रक्षण करणारे आहेत, ते आपल्यावर अन्याय होऊ देणार नाहीत अशी सामान्य माणसाची अपेक्षा असते. 'सद्रक्षणाय खलनिग्रहाय' असे पोलिसांचे बोधवाक्य आहे. मात्र पोलीस खरोखरच सज्जन माणसाचे रक्षण करतात का, हा प्रश्न आहे. उलट ते सज्जनांना त्रास देऊन खलांचे रक्षक बनतात, अशी शंका येण्याइतपत परिस्थिती आहे. सरकारी वकील आणि न्यायाधीश म्हणून काम करताना मला पोलीस खात्याचा निरनिराळ्या दृष्टीकोनातून अभ्यास करता आला. अर्थात सर्वच पोलीस वाईट किंवा गुंड असतात असे म्हणता येणार नाही. या खात्यातही सज्जन, पापभिरू आणि कर्तव्यनिष्ठ लोक आहेत. तरीसुद्धा सर्वसामान्य माणसाचे या खात्याबद्दलचे मत फारसे अनुकूल नाही.

देशात सर्वत्र बोकाळलेल्या भ्रष्टाचारापासून पोलीस खातेही अलिप्त राहिलेले दिसत नाही. पोलीस खात्यामध्ये एखादी तपासी अंमलदार किंवा व्यक्ती ही लाचलुचपत करणारी तसेच भ्रष्टाचारी आहे की नाही हे त्यांच्या वरिष्ठास सहज समजावयास हवे. इतर गुन्हेगारांकडून बारीकसारीक माहिती मिळवणाऱ्या पोलीस अधिकाऱ्यांना आपल्या हाताखालील कर्मचारी तसेच सहकारी भ्रष्टाचारी आहेत की नाही, याची माहिती सहज उपलब्ध होऊ शकते. परंतु त्याबाबत कोणतेच पाऊल उचलले जात नाही याचा जनतेला अचंबा वाटत आहे. एखाद्या घटनेची सीआयडीमार्फत किंवा इतर खात्यांमार्फत चौकशी होते तेव्हाच त्या घटनेतील भ्रष्टाचाराचे स्वरूप उघड होते. तोपर्यंत असा भ्रष्टाचार उघड होऊ शकत नाही याचे आश्चर्य वाटते. उदाहरणार्थ काही एन्काऊंटर फेम पोलीस

अधिकाऱ्यांवर भरलेल्या खटल्यानंतर त्यांच्या घराची झडती घेण्यात आली. या झडतीत कोट्यवधी रुपये मिळाल्याचे वाचनात आले. इतकी मोठी मालमत्ता जमा होईपर्यंत त्यांचे वरिष्ठ अधिकारी काय करत होते, हा प्रश्न कोणी तरी उपस्थित करायला हवा होता. शिवाय या संदर्भात वरिष्ठांनी वेळीच पावले का उचलली नाहीत. याबाबत खुलासाही मागवायला हवा होता. मात्र अशा प्रकरणानंतरही संबंधित अधिकाऱ्याविरूद्ध हलगर्जीपणाबद्दल कारवाई झाल्याचे ऐकीवात नाही.

या खात्यातील भ्रष्टाचार हा सर्वाधिक चिंतेचा विषय बनत आहे. हा भ्रष्टाचार विविध मार्गांनी केला जातो. एक म्हणजे पैसे घेऊन आरोपी सुटेल असा पुरावा गोळा करणे त्याला न्यायचौकशीतून निसटून जाण्यास मदत करणे. याहीपेक्षा भयंकर प्रकार म्हणजे केवळ पैशाच्या **आमिषाने** एखाद्या श्रीमंत माणसाला खटला भरल्याचा धाक दाखवत पैसे उकळणे. थोडक्यात हा प्रकार म्हणजे सभ्य दरोडा घालणेच होय. सामान्यतः या दुसऱ्या प्रकारच्या पोलिसांच्या अत्याचाराविरूद्ध समाज तितकासा जागरूक नसतो. कारण अशा माणसांनी काही गुन्हा केला असावा. पोलीस त्याला विनाकारण त्रास कशाला देतील,अशी सर्वसामान्यांची प्रतिक्रिया असते. मात्र सत्तेचा दुरूपयोग करत, खटल्याची धमकी देत पैसे उकळण्याचे प्रकार सुरूच राहतात. यातही दोन प्रकार आहेत. एक म्हणजे राजकीय कारणावरून भरण्यात आलेले खोटे खटले आणि दुसरा केवळ पैसाच मिळवण्याच्या उद्देशाने निरपराध माणसाला कायद्याचा धाक दाखवून पैसा उकळणे.

निरपराध व्यक्तीच्या होणाऱ्या छळासंदर्भात पावले उचलण्यासाठी आपला कायदाही अपुरा आहे. कारण अशा निरपराधी माणसांवर खटले भरून ते निर्दोष सुटले तर विनाकारण खटले भरणाऱ्या पोलिसांवर कोणतीही कारवाई झाल्याचे ऐकीवात नाही किंवा त्यांची खातेनिहाय चौकशीही केली जात नाही. न्यायालयासमोर हजारो-लाखो खटले येत असतात. त्यातील बरेचसे निकालीही ठरतात. अशा प्रकरणांमध्ये आतापर्यंत अनेक निरपराध व्यक्तींना विनाकारण गोवल्याचे आढळते आहे. असे असूनही न्यायाधीशांनी किंवा इतर वरिष्ठ अधिकाऱ्यांनी या पोलिसांवर कोणतीही कारवाई केल्याचे दिसत नाही. त्यामुळे आपल्या अधिकाराचा वापर करून कोणासही आत टाकू शकतो अशी पोलीस अधिकाऱ्यांची मनोधारणा झाली आहे. अशा परिस्थितीत अटक केलेल्या व्यक्तीची मानसिक तसेच वित्तहानी होऊ शकते. याचेही त्यांना काही वाटत नाही. उलट या संपूर्ण प्रकरणात आपल्याला काहीच होणार नाही असा बेमुवर्तखोरपणा त्यांच्यामध्ये आढळतो. त्यामुळेच पोलिसांना असे खोटे खटले दाखल करण्याचे धाडस होते.

केवळ एखाद्या व्यक्तीने दुसऱ्या एखाद्या अब्रुदार व्यक्तीविरूद्ध तक्रार दिली म्हणून त्याला अटक करण्याची धमकी देऊन त्याच्यावर कारवाई करणे हे अप्रामाणिक कृत्य आहे. भारतीय घटनेत व्यक्तीस्वातंत्र्याचा ऊहापोह केला असला तरी त्याला अपेक्षित किंमत दिली जात नाही, ही वस्तुस्थिती आहे. पोलीस खात्याला तर त्याबाबत माहिती असावी असे वाटत नाही. एखाद्या अल्पवयीन मुलीच्या पालकाने ती दुसरीकडे कामाला आहे एवढ्यावरून तक्रार दाखल केली तर कायदा आणि न्यायनीती असे सांगते की अशा अल्पवयीन मुलीला पालकांचे पालकत्व झुकारून देता येते. अशा व्यक्तीला कोणी आसरा दिला तर गुन्हा होत नाही. एखादी अल्पवयीन मुलगी पालकांच्या छळाला कंटाळून त्यांच्या ताब्यातून निसटली आणि तिला अन्य कोणी मदत केली नाही तर तिच्यावर अन्याय होईल. कायदा इतका सरळ असताना एखाद्याला आधार दिला म्हणून किरकोळ कारणावरून त्याच्यावर खटला भरायचे ठरवले तर तो अन्याय होईल. अंतिमत: सत्याचाच जय होतो हे खरे असले तरी तोपर्यंत माणसाचा अंत पाहणे अन्यायकारकच होय.

या पार्श्वभूमीवर सज्जनांचा पाठपुरावा आणि दुर्जनांचा बिमोड हे पोलीस खात्याचे बोधवाक्य खरोखरच सत्यात उतरवायचे असेल तर प्रत्येकाने स्वत:ची जबाबदारी ओळखून वागले पाहिजे. समाजाने अशा गैर वागणाऱ्या अधिकाऱ्यांची योग्य ती दखल घेऊन त्यांच्यावर कारवाई करण्यास भाग पाडायला हवे. तरच सर्वसामान्यांना योग्य तो न्याय मिळणे शक्य होईल.

◆ ◆ ◆

२

राजकारणविरहित
कार्यपद्धती हवी

पोलीस यंत्रणेतील राजकीय हस्तक्षेप ही दिवसेंदिवस डोकेदुखी ठरत आहे. त्यामुळे खऱ्या गुन्हेगारांना शिक्षा देण्यासाठी आरोपपत्र दाखल करण्यातही अडचणी येत आहेत. यासंदर्भात सर्वोच्च न्यायालयानेच पुढाकार घेऊन आवश्यक त्या सुधारणा करण्याचे आदेश अलीकडे दिले. या नियमांचे काटेकोर पालन केल्यास सर्वसामान्यांना खऱ्या अर्थाने न्याय मिळेल.

समाजातील छोट्या-मोठ्या तक्रारीपासून गंभीर गुन्ह्यांपर्यंत सर्व प्रकरणांची नेमकेपणाने चौकशी करण्याची जबाबदारी पोलीस खात्यावर आहे; परंतु आजकाल या खात्यात राजकीय हस्तक्षेप मोठ्या प्रमाणात होत असल्याचे दिसून येत आहे. या हस्तक्षेपामुळे अधिकाऱ्यांना प्रामाणिकपणे काम करणे जड जातेच, शिवाय गुन्हेगारांनाही राजाश्रय मिळण्याची शक्यता नाकारता येत नाही. या पार्श्वभूमीवर सर्वोच्च न्यायालयाने सर्वसामान्यांच्या हिताचे काही निकाल दिले आहेत. त्यापैकी पोलिसांवरील राजकीय दबावाबाबतचा निकाल महत्त्वाचा आहे. सर्वोच्च न्यायालयाने पोलिसांची राजकीय दबावातून मुक्तता करून त्यांना अधिक चांगले काम करता यावे यासाठी नव्या सुधारणा आणि नियम तयार करण्याचे आदेश मध्यंतरी शासनाला दिले. या नव्या सुधारणांमध्ये राज्य सुरक्षा आयोगाच्या स्थापनेचा समावेश असावा तसेच केंद्रीय लोकसेवा आयोगाने नेमलेल्या तीन वरिष्ठ अधिकाऱ्यांच्या संमतीनेच पोलीस महासंचालकांची नियुक्ती करावी. ही नियुक्ती दोन वर्षांसाठी असावी तसेच जिल्हा पोलीस अधीक्षक स्तरापर्यंतच्या बदल्या, नियुक्त्या, बढत्या याबाबत निर्णयासाठी विशेष मंडळ स्थापन करावे असेही न्यायालयाने सुचविले आहे.

एखाद्या देशाचा कारभार योग्य रीतीने चालतो का हे पाहायचे असेल तर त्या

देशातील कायदा आणि सुव्यवस्थेची पाहणी करणे महत्त्वाचे ठरते. यादृष्टीने भारतातील कायदा आणि सुव्यवस्थेचा विचार आवश्यक ठरतो. भारतातील कायदा आणि सुव्यवस्थेबाबतच्या समस्या इतर देशांपेक्षा वेगळ्या आहेत. याचे मुख्य कारण म्हणजे स्वातंत्र्यपूर्व काळात आपण कायदेभंगाची चळवळ जनमानसात रूजवली. त्यामुळे कायदा न पाळण्यालाच जनसेवा मानले जाऊ लागले. त्यामुळे आपल्या देशातील पोलिसांना पाश्चात्त्य देशातील पोलिसांपेक्षा बळाचा वापर जास्त करावा लागतो.

स्वातंत्र्यानंतरच्या काही दशकांमध्ये सर्वसामान्य जनतेचा पोलिसांवर राग होता. कारण पोलीस हे जुलमी राजवटीचे प्रतिनिधी मानले जात. तोच प्रकार स्वातंत्र्यानंतर थोड्याफार फरकाने सुरू राहिला. आपल्या अनेक पुढाऱ्यांनी सत्तेवर आल्याबरोबर पोलिसांना योग्य मानसन्मान दिला नाही, उलट त्यांची मानहानीच केली. माझ्या पाहण्यातील एक मंत्री पोलीस अधिकाऱ्यांना सार्वजनिक ठिकाणी अरे–तुरे करून हिणकस वागणूक देत असत. जनतेवर पोलिसांची हुकमत असली तरी पोलिसांवर आपली हुकमत आहे असे दाखवण्याचा हा प्रयत्न आहे. त्यामुळे पोलिसांच्या समस्या, अडचणी काय आहेत त्या दूर करायलाच आपल्याला वेळ मिळाला नाही. त्यानंतरच्या काळात आपले लोकप्रतिनिधी 'जाऊ तिथे खाऊ' या वृत्तीचे झाल्यामुळे त्यांना प्रामाणिक पोलीस अधिकारी नकोसे झाले. अशा प्रामाणिक अधिकाऱ्यांना जमेल तेवढा त्रास दिला जाऊ लागला.

आपल्याकडील काही लोकप्रतिनिधी हे गुन्हेगारी प्रवृत्तीचे म्हणूनच कुप्रसिद्ध होते. भारतातील एका कुप्रसिद्ध दरोडेखोर स्त्रीच्या बाबतीत वरिष्ठ पोलीस अधिकाऱ्यांनी सांगितले. 'इतकी वर्षे आम्ही या समाजकंटक स्त्रीचा पाठलाग करण्यात जीवाचे रान केले. ती आता लोकप्रतिनिधी झाल्यामुळे तिच्या संरक्षणाचे काम करावे लागत आहे यासारखी नामुष्कीची दुसरी कोणती गोष्ट असू शकते?' आपल्याकडील वरिष्ठ नेतेमंडळी पूर्वी भ्रष्टाचारी नव्हती; परंतु नंतरच्या काळात परिस्थिती बदलल्याने ही मंडळी भ्रष्टाचारी बनली. अशा नेत्यांना आपल्या हाताखालील पोलीस अधिकाऱ्यांवर वचक ठेवणे शक्य नव्हते. त्यामुळे भ्रष्टाचार बोकाळला. त्यानंतर हळूहळू पोलीस आणि त्यांचे वरिष्ठ असलेले लोकप्रतिनिधी या दोघांनी साटेलोटे पद्धतीने भ्रष्टाचार सुरूच ठेवला. परिणामी पोलीस हे जनतेचे नोकर न राहता लोकप्रतिनिधींचेच नोकर म्हणून वावरू लागले. त्यामुळे मंत्री सांगतील तो न्याय आणि त्याची अंमलबजावणी करणे हेच पोलिसांपुढील एकमेव ध्येय राहिले. असे करताना पोलीस अधिकाऱ्यांना स्वतःच्या मर्जीनुसार पद मिळविणे सोपे गेले. पोलिसांचा कायद्याशी, न्यायाशी आणि जनतेशी संबंध तुटला. याचा परिणाम कायदा आणि सुव्यवस्थेची स्थिती खालावण्यात झाला.

एखाद्या गुन्ह्याचा शोध घेऊन आरोपींना पकडायचे आणि त्यांच्याविरूद्ध पुरावा

गोळा करायचा हे आपले कामच नाही, असे पोलिसांना वाटू लागले. त्यामुळे सर्वसामान्य जनतेच्या तक्रारींकडे दुर्लक्ष होऊ लागले. गुन्हा दाखल करून घेण्यातच निष्काळजीपणा होऊ लागला. मंत्री किंवा वरिष्ठ अधिकारी खूश झाल्यानंतर तपासासारख्या बारीक-सारीक गोष्टींकडे लक्ष देण्याचे कारणच उरले नाही.

अलाहाबाद उच्च न्यायालयाचे न्यायमूर्ती मुल्ला यांनी 'पोलीस ही संघटित गुंडांची टोळी आहे.'असे मत एका निकालपत्रात नमूद केले. पोलीस दल ही आपली खाजगी तैनात असल्याचा लोकप्रतिनिधींचा समज झाला. त्यामुळे पोलीस दलाचा शक्य तेवढा दुरूपयोग केला गेला. विरोधकांचा काटा काढणे, चौकशीचे शुक्लकाष्ठ त्यांच्या मागे लावणे, आपल्याच पक्षातील किंवा मर्जीतील लोकांविरूद्ध तक्रारी आल्यास त्या दाखल करून न घेण्यास सांगणे असे प्रकार घडू लागले. प्रत्येक वेळी पोलिसांना हे सर्व सांगावे लागत नाही. त्यामुळे पोलीस आपल्याला न्याय मिळवून देईल याची शाश्वती सामान्य माणसाला वाटेनाशी झाली. दुसरीकडे आपला मतदारसंघ आणि आपले बगलबच्चे हेच आपल्याला मते मिळवून देण्यास साहाय्यभूत होत असल्याने सर्वसामान्य जनतेचा विचार करण्याची गरज नाही, ही भूमिका नेत्यांमध्ये रूजली. जनतेच्या प्रश्नापेक्षा स्वत: निवडून येण्याची चिंता लोकप्रतिनिधींना लागून राहिली आणि त्यासाठी पोलीस दलाचा वापर जोरात सुरू झाला.

वरील परिस्थितीचा विचार करता सर्वोच्च न्यायालयाने अपेक्षिलेले पाऊल अत्यंत विचारपूर्वक आहे, असे वाटते. पोलीस खाते राजकारणी लोकांपासून दूर ठेवण्याचा प्रथमच प्रयत्न होत आहे. लोकप्रतिनिधींच्या हातातील पोलिसांच्या बढत्या, नेमणुकांचे अधिकार काढून घेऊन अत्यंत जबाबदार अशा व्यक्तींकडे सोपवण्याचा निर्णय घेतल्याचा अनुकूल परिणाम भविष्यकाळात दिसू लागेल. त्यामुळे पोलिसांना कायदा आणि सुव्यवस्था राखण्याचे काम निर्धोकपणे पार पाडता येईल. गुन्ह्याचा शोध लावण्याचे, पुरावा गोळा करण्याचे कामही ते निर्भीडपणे करूशकतील. अर्थात न्यायालयाच्या आदेशानंतर पोलीस दलात आमूलाग्र बदल होतील असे मानण्याचे कारण नाही. काही पोलिसांच्या नसानसात भ्रष्टाचार रूजलेला आहे, तो सहजासहजी दूर होणार नाही. त्यासाठी कठोर पावले उचलणे आवश्यक आहे. सर्वोच्च न्यायालयाच्या या निर्णयाचे दूरगामी परिणाम होणार असून सर्वसामान्य जनतेतून त्याचे स्वागतच होईल. पोलीस दलानेही याचे स्वागत करून आपल्या कामगिरीत सुधारणा करून जनतेला न्याय मिळवून देण्याचे काम उत्तम प्रकारे करून दाखवले पाहिजे. असे झाल्यास देशात कायदा आणि सुव्यवस्था नांदण्यास वेळ लागणार नाही.

◆ ◆ ◆

३

पोलिसांची कायदेविषयक समज वाढावी

कायदा आणि सुव्यवस्थेच्या परिणामकारकतेबाबत बरेच काही बोलले जाते; परंतु यासंदर्भात पोलिसांनी विशेष तत्परता दाखवणे आवश्यक आहे. न्यायालयाच्या निर्णयाची परिपूर्ण माहिती न घेता गुन्हे नोंदवणे, गुन्ह्याच्या तपासात त्रुटी ठेवणे असे प्रकार नेहमीच पाहायला मिळतात. हे टाळण्यासाठी वरिष्ठांनी प्रत्येक पोलीस कर्मचाऱ्यापर्यंत निर्णयप्रक्रियेची पूर्ण माहिती पोहोचवणे आवश्यक आहे.

पोलिसांच्या कार्यपद्धतीबद्दल सातत्याने काही मुद्दे उपस्थित केले जातात. पोलिसांनाच कायद्याचे ज्ञान कमी असल्याचे दिसून येते. परिणामी त्यांच्या भूमिकेचा आणि एकूणच जबाबदारीचा गांभीर्याने विचार करणे आवश्यक आहे. पोलीस यंत्रणेतील भ्रष्टाचार दूर केल्यास कायदा आणि सुव्यवस्थेत सुधारणा होईल असे मानणे चुकीचे आहे. कारण अजूनही पोलीस यंत्रणा गुन्ह्याच्या तपासाबाबत आवश्यक तेवढी तत्पर आणि सजग नाही. पूर्वी मुंबई पोलीस दलाची तुलना स्कॉटलंड यार्ड पोलिसांशी केली जात असे. त्यावेळी काही कार्यतत्पर अधिकारी आपल्याकडे होते. आज मात्र परिस्थिती बदलत आहे. आज सर्व स्तरांतील पोलिसांना कायदा आणि सुव्यवस्था ठेवायची म्हणजे काय करायचे याची स्पष्ट कल्पना देणे आवश्यक आहे. उदा. सर्वसामान्य पोलिसांना सर्वोच्च न्यायालयाने दिलेल्या निर्णयाचा नेमका अर्थ आणि परिणाम आजही बरेचदा कळलेला दिसत नाही. याबाबत एक ग्रामीण उदाहरण देता येईल. शेतीसाठी विहिरीतून पाणी काढल्यानंतर ते वाफ्यात जाण्याची अपेक्षा असते; परंतु त्यातील बराच भाग

वाटेत नाहीसा झाल्यामुळे पाणी योग्य त्या प्रमाणात वाफ्यापर्यंत पोहोचत नाही. याच पद्धतीने उच्च न्यायालयातील महत्त्वाचे निकाल सर्वसामान्य पोलीस कर्मचाऱ्यांपर्यंत पोहोचलेले नसतात. त्यामुळे कनिष्ठ अधिकारी कायदा काय असावा याच्या अंधुकशा कल्पनेत असतात. याचा परिणाम जनतेला अपेक्षित न्याय न मिळण्यात होतो.

सातबारासारख्या दस्तऐवजाबद्दलही अशीच अनभिज्ञता दिसून येते. मालकीच्या किंवा ताब्याच्या दृष्टीने सातबाराला काही किंमत नाही असा निर्णय सर्वोच्च न्यायालयाने दिला आहे. इतकेच नव्हे तर सातबाराचा उतारा म्हणजे तलाठ्याचे नंदनवन असून या उताऱ्यातील नोंदी, मालकी हक्क किंवा इतर हक्क याबाबतही निकालपत्रात स्पष्टपणे निर्देश दिले आहेत. असे असले तरी अजूनही जमिनीच्या सातबाराच्या उताऱ्याशी संबधित प्रकरणाबाबत सर्वसामान्य पोलीस नोंदी ग्राह्य धरून वागत असतात. कितीही समजावून सांगितले तरी सातबाराची नोंद असलेल्यांनाच त्याचा ताबा मिळतो, या संकल्पनेत कर्मचारी वावरत असतात. सर्वोच्च न्यायालयाने सातबाराबाबतचा निर्णय देऊन अनेक वर्ष झाली तरी हा निकाल अजूनही योग्य त्या माहितीसह पोलीस कर्मचाऱ्यांपर्यंत आलेला नाही. त्यामुळे सातबाराबाबत लोकांवर अन्याय, अत्याचार होतच राहिले आहेत.

पोलिसांपर्यंत न आलेल्या कायदेशीर तरतुदीची अनेक उदाहरणे देता येतील. न्यायालयाकडून दिले जाणारे महत्त्वाचे निकाल कनिष्ठ पोलीस कर्मचाऱ्यांपर्यंत पोहोचवण्याची कोणतीही व्यवस्था वरिष्ठ अधिकाऱ्यांनी केलेली नाही. भारतीय दंडविधान कायद्यांमधील अनेक बदलांची पोलिसांनी अजून योग्य ती दखल घेतलेली नाही. विशेषत: स्वसंरक्षणाबाबतच्या तरतुदी किंवा स्वत:च्या मिळकतीच्या संरक्षणाच्या दृष्टीने दिलेल्या अधिकाराबाबतची थोडी फार माहितीही कनिष्ठ दर्जाच्या पोलिसांना नसल्याचे आढळते. त्यामुळे संरक्षणाबाबत संबंधित व्यक्तींना विनाकारण त्रास दिला जात असल्याचे चित्र पाहायला मिळते.

पोलिसांच्या तपासासाठी आवश्यक असणाऱ्या अनेक तरतुदी कायद्यामध्ये केल्या गेल्या आहेत; परंतु कर्मचाऱ्यांना अजूनही त्याची माहिती नाही. त्यामुळे महत्त्वाच्या गोष्टींचा तपास पोलिसांकडून अपेक्षित पद्धतीने होत नसल्याचे दिसते. एखाद्या अपघातानंतर दोन्ही वाहनांचे रस्त्याच्या कडेपासूनचे अंतर, रस्त्यावरून गाडी घसरल्याच्या खुणा, गाडीचा कोणत्या बाजूचा रंग उडाला आहे इत्यादी बारीक-सारीक परंतु महत्त्वाच्या नोंदी पंचनाम्यामध्ये अभावानेच आढळतात. त्यामुळे पंचनाम्यामध्ये नको ती हास्यास्पद माहिती अनावश्यक पद्धतीने लिहिली जाते. अर्थात या माहितीचा

न्यायालयीन निर्णयप्रक्रियेशी काहीही संबंध नसतो. एखाद्या अपघातामध्ये जनावराचा मृत्यू झाल्यास इतर आवश्यक नोंदीऐवजी जनावराच्या शिंगांची लांबी नोंदवली जाते. पंचनाम्यामध्ये अनेक वेळा या फालतू गोष्टींचा समावेश केल्याचे आढळते. अपघाताचा पंचनामा योग्य त्या पद्धतीने होण्यासाठी पोलीस कर्मचाऱ्यांना प्रशिक्षण देणे अत्यावश्यक आहे; परंतु या प्रशिक्षणासाठी परिणामकारक पाऊल उचललेले दिसत नाही.

काही किरकोळ कारणावरून दोन जमावांमध्ये मारामारी झाल्यास त्याचे पडसाद इतरत्र तीव्र स्वरूपात उमटू शकतात. अशा वेळी ताबडतोब प्रतिबंधात्मक कारवाई करणे आवश्यक असते. अशा स्वरूपाची कारवाई केल्यानंतर भविष्यात घडणाऱ्या मोठ्या गुन्ह्याला वेळीच आळा बसू शकतो. या प्रतिबंधात्मक कारवाईबाबतची संपूर्ण माहिती क्रिमिनल प्रोसिजर कोडमध्ये सांगितली आहे. या माहितीची अंमलबजावणी काटेकोरपणे व्हायला हवी. याबाबत मुंबईचे माजी पोलीस महानिरिक्षक भास्करराव मिसर यांनी अनेक अभ्यासपूर्ण, संशोधनपर लेख लिहिले आहेत. या लेखातील महत्त्वाच्या बाबी लक्षात घेऊन अंमलबजावणी झाली तर अनेक गुन्हेगारांना गुन्हा घडण्यापूर्वीच प्रतिबंधात्मक कारवाईत अडकवता येईल; परंतु त्यांच्या सूचनांचा बारकाईने आणि आस्थेवाईकपणे विचार झालेला दिसत नाही. या सूचना सर्व पोलीस कर्मचाऱ्यांपर्यंत योग्य तऱ्हेने पोहोचल्यास कायदा आणि सुव्यवस्था राखण्यासाठी मोलाची मदत होणार आहे. याशिवाय गुन्ह्यासंबंधी पोलिसांनी केलेल्या तपासात कोणत्या त्रुटी आढळल्यास यासंबंधीची चर्चा वेळोवेळी सरकारी वकिलांशी व्हायला हवी. या चर्चेमुळे त्रुटीची पुनरावृत्ती टाळून त्या कमी करण्यासाठी प्रयत्न करणे सोपे जाईल.

एखादा गुन्हा नोंदवताना योग्य ती काळजी न घेतल्यास संबंधित व्यक्तीला विनाकारण मनस्ताप सहन करावा लागतो. कायद्यातील तरतुदीच्या अपुऱ्या माहितीमुळे असे प्रकार घडतात. कोल्हापुरातील एका दुकानदाराने पुणे विद्यापीठाच्या अभ्यासक्रमासाठीचे पुस्तक जादा किंमत घेऊन विकले. यासंबंधी ग्राहकाने तक्रार दाखल केल्यानंतर पोलिसांनी संबंधित दुकानदाराला इंडियन पिनल कोडच्या ४२० व्या कलमाखाली अटक करून खटला भरला. या खटल्यात दुकानदाराने आपली बाजू मांडताना सांगितले की, 'हे पुस्तक मी पुणे विद्यापीठाकडून व्ही.पी.द्वारा मागवले होते. त्यामुळे व्ही.पी. खर्च मी संबंधित ग्राहकाकडून घेतला.' व्ही.पी. संबंधीच्या पावत्या दुकानदाराने न्यायालयात हजर केल्या; परंतु ग्राहकाची तक्रार रास्त असल्यामुळे दुकानदाराविरूद्ध फसवणुकीचा गुन्हा दाखल झाला. या खटल्यात दुकानदाराची निर्दोष मुक्तता झाली; दुकानदाराने संबंधित पुस्तकाची जादा रक्कम द्यावी लागेल, असे

ग्राहकाला स्पष्टपणे सांगितले होते. परंतु त्याला मानसिक, शारीरिक त्रास भोगावा लागला. अर्थात या खटल्यासंबंधात पोलीस कर्मचाऱ्यांना योग्य ते मार्गदर्शन केले नसल्याचे सिद्ध झाले.

यापूर्वीच्या विविध खटल्यांबाबत न्यायालयाने वेळोवेळी दिलेल्या निर्णयाची अपुरी माहिती आणि गुन्हा नोंदवताना घ्यावयाची काळजी याबाबत पोलिसांमध्ये आवश्यक ती जागरूकता दिसत नाही. त्यामुळे विनाकारण गुन्हा नोंदवण्याचे प्रकार घडत असल्याचे दिसत आहेत. अशा प्रकारे विनाकारण गुन्हा नोंदवून संबंधितांना त्रास दिला जात असल्याने सर्वसामान्यांना पोलिसांबद्दल अकारण धाक वाटू लागला आहे. पोलीस हे जनतेचे मित्र आहेत, हे घोषणाच खोटी वाटू लागली आहे. ही परिस्थिती बदलायची असेल तर गुन्ह्याच्या निर्णयप्रक्रियेची परिपूर्ण माहिती पोलीस कर्मचाऱ्यांपर्यंत पोहोचवणे आवश्यक आहे. आवश्यकता असल्यासच गुन्हा दाखल करण्याची मानसिकता निर्माण झाल्यास निरपराधी व्यक्तीला होणारा मानसिक–शारीरिक त्रास थांबेल आणि पोलीस खऱ्या अर्थाने 'मित्र' बनतील.

◆ ◆ ◆

४

कायद्याचा धाक हवा

कायद्यामध्ये सुधारणा करण्याबरोबरच नवनवीन कायदे आणले जात आहेत. वास्तविक नवीन कायदे करण्याऐवजी आहे त्या कायद्यांची प्रामाणिक तसेच कठोर पद्धतीने अंमलबजावणी करणे आवश्यक आहे. आपल्याकडे कायद्याचे पालन करण्याऐवजी तो मोडण्याकडेच कल असल्याचे दिसून येते. ते टाळण्यासाठी सामाजिक स्वास्थ्याच्या दृष्टीने कायद्याचे पालन आवश्यक बनते.

कोणत्याही देशामध्ये कायदा आणि सुव्यवस्था प्रस्थापित करायची असेल तर त्यासाठी तीन गोष्टींची आवश्यकता असते. देशामध्ये योग्य ते कायदे असणे, या कायद्याची योग्य ती अंमलबजावणी करणारी यंत्रणा सक्षम असणे आणि लोकांमध्ये अधिकाराविषयी जागृती निर्माण करणे. या तीन बाबी कायदा आणि सुव्यवस्थेसाठी आवश्यक समजल्या जातात. फक्त कायदे करून भागत नाही तर त्याची कठोर अंमलबजावणीही महत्त्वाची ठरते. आजकाल अनेक नवनवीन कायदे येत असले तरी त्यांची अंमलबजावणीच महत्त्वाची ठरणार आहे. देशातील जनतेला खऱ्या अर्थाने सुखी करायचे असेल तर शांतता आणि सुव्यवस्था बिघडवणाऱ्या गुन्हेगारांना कठोर शासन होणे आवश्यक आहे. त्यासाठीच अशा कायद्याची प्रभावी अंमलबजावणी आवश्यक ठरते. परंतु प्रत्यक्षात मात्र आपल्याकडे असणारी कायदा राबवणारी यंत्रणा पुरेशी सक्षम नसल्याचे चित्र दिसत आहे. थोडक्यात, कायदा राबवण्याची जबाबदारी असणाऱ्या पोलीस यंत्रणेकडूनच कायदा योग्य प्रकारे राबवला जात नसल्याचे दिसते. बऱ्याच वेळा हे अधिकारी आपल्या पदाचा दुरुपयोग करताना आढळतात. तसेच आपल्या अधिकाराच्या वापराबाबत टाळाटाळ करतात. कायद्याच्या रक्षकांनीच कायद्याबाबत निष्काळजी असणे चांगले नाही. ते केव्हाही समाजाच्या दृष्टीने घातकच

ठरते. पोलिसांच्या या वर्तनामुळेच पुण्यातील एका सत्र न्यायाधीशाला त्यांच्या वर्तनावर कडक शब्दात ताशेरे मारावे लागत होते. त्याचप्रमाणे मुंबईतील ॲलिस्टर परेरा याला एका गुन्ह्यामध्ये अत्यंत कमी शिक्षा झाली. अर्थात यालाही पोलीस यंत्रणाच कारणीभूत असल्यामुळे उच्च न्यायालयाने पोलिसांच्या कार्यक्षमतेवर ताशेरे ओढले होते. या सर्व घटना लक्षात घेता पोलीस यंत्रणेत पुरेशी सुधारणा न झाल्यास यापुढील काळात देशात बजबजपुरी माजायला वेळ लागणार नाही.

अहमदाबाद येथील काही उच्च पोलीस अधिकाऱ्यांवरही अधिकाराचा दुरुपयोग केल्याबद्दल खटले भरण्यात आले. एवढेच नव्हे तर त्यांना पोलीस कस्टडीत ठेवावे लागले. ही घटना पोलीस खात्याच्या कार्यक्षमतेवर पुरेसा प्रकाश टाकणारी आहे. पोलीस यंत्रणेमध्ये सुधारणा करण्याचे काम शासनाचे असले तरी सामान्य जनतेला मात्र शासनावर अवलंबून राहून चालणार नाही. जनतेलाही आपल्या हक्काबाबत जागरूक राहून या अधिकाऱ्यांना योग्य तो धडा शिकवावा लागेल. तसेच सार्वजनिक हितसंबंधांबाबत अनेक वेळा न्यायालयाकडे धाव घ्यावी लागेल. सध्या पोलीस यंत्रणेकडे विविध गुन्ह्यांच्या तपासाबरोबरच वाहतुकीचा ताण कमी करण्याची जबाबदारीही सोपवली आहे; मात्र यातही त्यांची कार्यक्षमता दिसून येत नाही. पोलिसांना खरोखरच जनतेने वाहतुकीचा कायदा पाळावा असे मनापासून वाटते का, हा महत्त्वाचा प्रश्न आहे. रहदारीच्या रस्त्यावर दूर कोठेतरी आडोशाला उभे राहून एखाद दुसऱ्या वाहन चालकावर कारवाई करण्याने वाहतुकीचे प्रश्न सुटणार नाहीत, कित्येक वेळा असे लक्षात येते की, वाहतुकीचे नियम मोडणाऱ्या वाहनचालकाला बाजूला बोलावले जाते आणि 'तुझ्यावर खटला भरतो' अशी दमदाटी करून त्याच्याकडून पैसे वसूल केले जातात. कायद्याच्या पुढील कटकटीतून सुटका व्हावी या हेतूने संबंधित वाहन चालकही पैसे देऊन रिकामा होतो. वाहतुकीबाबतच्या या प्रवृत्तीमुळे वाहतुकीची समस्या दिवसेंदिवस गंभीर होत आहे.

माझ्या ओळखीच्या एका पोलीस अधिकाऱ्याला याबाबत विचारले असता तो म्हणाला की, जनतेने खरोखरच वाहतुकीच्या नियमांचे पालन केलं तर आमचे कसे चालेल? पोलीस अधिकाऱ्याच्या या उत्तरावरून त्यांची अपेक्षा लक्षात येते. आपला फायदा करण्यासाठीच वाहतुकीचे कायदे निर्माण केले आहेत, अशी काही पोलिसांची धारणा आहे. दारूबंदी, जुगार त्याचप्रमाणे इतर अनेक अवैध व्यवसायामध्ये असेच प्रकार घडत असतात. गुन्हेगारांना कडक शासन करण्याऐवजी स्वत:चे कसे भागेल, हाच दृष्टिकोन समोर ठेवला जातो. त्यामुळे गुन्हेगारांवर जरब निर्माण होत नाही आणि ते दिवसेंदिवस अधिक गुन्हे करू लागतात. गुन्ह्यांची संख्या वाढल्याने त्याचा त्रास सर्वसामान्य जनतेला होतो. पोलीस कर्मचारी मात्र यापासून अनभिज्ञ असतात. अशा वेळी जनतेला शांतता आणि सुव्यवस्था मिळवून द्यायची असेल तर कायद्याची अंमलबजावणी कठोरपणे व्हायला हवी.

पोलीस दल तसेच इतर अनेक क्षेत्रातही नियमांचे उल्लंघन करण्याची प्रवृत्ती दिसून येते. अनेक शासकीय कार्यालयात तसेच खाजगी कंपन्यातही नियम फारसे पाळले जात नाहीत. सार्वजनिक ठिकाणी तर 'नियम हे पाळण्यासाठी नसतात.' अशा प्रकारे वर्तन केले जाते. त्यामुळेच अनेक सार्वजनिक ठिकाणांची सध्या दूरावस्था झाल्याचे चित्र दिसत आहे. काही दिवसांपूर्वी सार्वजनिक ठिकाणी थुंकणाऱ्यास काही ठरावीक रकमेचा दंड करण्याचे जाहीर केले होते. सुरुवातीस अशाप्रकारे काही दंड वसूलही केला गेला. मात्र त्यानंतर पुन्हा 'पहिले पाढे पंचावन्न' या न्यायाने पूर्वीचे वर्तन सुरू राहिले.

आपल्याकडे अनेक वास्तू ऐतिहासिक वारसा म्हणून जपल्या जातात. अनेक देशी–विदेशी पर्यटक या वास्तूंना भेट देण्यासाठी येत असतात. त्यातून संबंधित भागाचा विकास होण्याबरोबरच परकीय चलनातही वाढ होते. असे असले तरी आपल्याकडील अनेक लोक या वास्तु विद्रूप करण्याचे काम करतात. ऐतिहासिक वास्तूंच्या भिंतीवर नावे कोरणे, चित्रे काढणे याद्वारे या वास्तूंचे सौंदर्य नष्ट करण्याचा प्रयत्न केला जातो. आपला ऐतिहासिक वारसा विद्रूप करण्याने मोठी हानी होते याची जाणीव संबंधितांना नसते. अशा विद्रुपीकरण करणाऱ्याविरूद्ध कारवाई करता येते. त्यासाठी कायद्यात तरतुदही आहे. मात्र अशा तऱ्हेचा गुन्हा एखाद्या व्यक्तीवर नोंदला गेल्याचे स्मरत नाही. त्यामुळेच असे प्रकार करण्याऱ्यांचे धाडस दिवसेंदिवस वाढतच आहे. देशाचा ऐतिहासिक आणि अनमोल ठेवा विद्रूप करण्याऱ्यांविरूद्ध खरे तर कठोर कारवाईच व्हायला हवी. त्यासाठी कोणताही मुलहिजा ठेवला जाऊ नये, तरच संबंधितांवर वचक बसून ऐतिहासिक वास्तूंचे सौंदर्य अबाधित राहील आणि ती वास्तू पाहणाऱ्यांच्या संख्येत दिवसेंदिवस वाढ होईल.

हे सर्व प्रकार लक्षात घेता कायद्याची कठोर अंमलबजावणी आवश्यक ठरते. समाजात शांतता, सुव्यवस्था नांदण्याबरोबरच सार्वजनिक हितसंबंधाला बाधा न येण्यासाठीही कायदे कठोरपणे राबवले पाहिजेत. कायद्याच्या किचकट वाटेने जाण्यापेक्षा त्यातून सुटका करून घेण्याचे प्रयत्नच जास्त प्रमाणात होतात. हे टाळण्यासाठी कायदे अधिक सुटसुटीत कसे करता येतील हे पहायला हवे. खटल्यांची संख्या कमी करणे, त्यांचे निकाल कमीत कमी वेळेत लावणे यामुळेही कायदा पाळणाऱ्यांच्या संख्येत वाढ होईल. असे झाल्यास ते समाजाच्या हिताचेच ठरणार आहे. एकंदरीत, नवीन कायदे निर्माण करण्यापेक्षा आहे त्या कायद्याची अंमलबजावणी कठोर पद्धतीने तसेच प्रामाणिकपणे केली जाणे महत्त्वाचे आहे. सामाजिक स्वास्थ्यासाठी आवश्यक असणाऱ्या या मुद्यांकडे संबंधितांनी लक्ष द्यावे इतकेच.

◆ ◆ ◆

८

पोलिसांची मनमानी

पोलिसांना कोणत्याही नागरिकाचे स्वातंत्र्य हिरावून घेण्याचा अधिकार नाही. बरेचदा या अधिकाराचा गैरवापर होऊन निरपराध व्यक्तीला मनस्ताप, अप्रतिष्ठा आणि आर्थिक हानीला सामोरे जावे लागते. याला जबाबदार असणाऱ्या अधिकाऱ्यांविरूद्ध न्यायालयात धाव घेता येते; परंतु त्यासाठी शासकीय संमतीची आवश्यकता असते. न्याययंत्रणेतील या त्रुटी निरपराध नागरिकाची सगळ्या बाजूने कोंडी करतात. त्या दूर करण्याची गरज आहे. तेव्हाच नागरिक खऱ्या अर्थाने स्वातंत्र्य उपभोगू शकतील.

एखाद्या देशाने उत्तम प्रतीचा आणि भरपूर प्रमाणात दारूगोळा तयार केला; परंतु त्याचा योग्य वापर करण्यासाठी त्या देशाकडे उत्तम तोफा किंवा बंदुकाच नसतील तर त्या दारूगोळ्याचा काहीच उपयोग होणार नाही. उलट ते आत्मघातकीसुद्धा ठरू शकेल. नेमकी हीच स्थिती कायदा आणि त्याची अंमलबजावणी करणाऱ्या यंत्रणेची आहे. देशाने केवळ प्रभावी कायदे अस्तित्वात आणून चालणार नाही तर त्यांची काटेकोर अंमलबजावणी करणारी यंत्रणाही राबवायला हवी. ही यंत्रणा सदोष नसावी.

सरकारने अनेक प्रभावी कायदे निर्माण केले आहेत. परंतु पोलीस यंत्रणेमार्फत त्यांची अंमलबजावणीच झाली नाही तर विहिरीतील पाणी पिकांना न मिळता पाटात झिरपून जाण्यासारखे होईल. ही यंत्रणा केवळ सदोष नसावी तर ती भ्रष्टाचाराने कुचकामी ठरलेली देखील नसावी. या यंत्रणेत दोष असतील तर देशात कायदा आणि सुव्यवस्था हे शब्द केवळ कागदावरच राहतील. या यंत्रणेत भ्रष्टाचाराव्यतिरिक्त इतर कोणते दोष आहेत, ते समूजन घेतले तर त्यावर उपाययोजना करणे सोपे ठरेल.

स्वातंत्र्यावर घाला

पोलिसांना लाभलेला सगळ्यात मोठा अधिकार म्हणजे ते कोणत्याही नागरिकाचे स्वातंत्र्य हिरावून घेऊ शकतात. पोलीस कोणत्याही व्यक्तीवर न्यायालयात खटला दाखल करून त्याला अतोनात त्रास देऊ शकतात. पोलिसांच्या याच अधिकारांना सर्वसामान्य जनता भीत असते. वास्तविक एखाद्या निरपराध व्यक्तीला फौजदारी खटल्यात गुंतवणाऱ्या, तिचा वर्षानुवर्षे अतोनात छळ करणाऱ्या आणि सत्तेचा गैरवापर करणाऱ्या पोलिसांवर कायद्याची कडक नजर असायला हवी. पोलिसांवर न्याययंत्रणेची जरब असायला हवी; मात्र सध्या तशी जरब असल्याचे चित्र दिसत नाही. स्वातंत्र्यपूर्व काळात परकीय सत्तेला न्यायदानाबद्दल फारशी आस्था नव्हती. आता स्वातंत्र्योत्तर काळातही पोलिसी सत्तेच्या गैरवापरावर कायद्याचा अंकुश असायला हवा तितका आढळत नाही.

मध्यंतरी चर्चेत असलेल्या तेलगी प्रकरणात खुद्द पोलीस खात्यातील वरिष्ठ अधिकारीच या दुष्टचक्रातून भरडून निघाले. याला जबाबदार असलेल्या बेजबाबदार आणि सत्तांध अधिकाऱ्यांविरूद्ध कारवाई करणारी कोणतीही यंत्रणा अद्याप अस्तित्वात नाही. थोडीफार यंत्रणा अस्तित्वात असली तरी ती केवळ खातेनिहाय चौकशीपुरतीच मर्यादित आहे. तिची सर्वसाधारण जनतेला विशेष माहिती नाही आणि पोलीस खाते किंवा प्रसारमाध्यमे ती देण्याची तसदीही घेत नाहीत. माझ्या कारकिर्दीत अशीच काही प्रकरणे निदर्शनास आली.

एकदा एका पुस्तक विक्रेत्याच्या दुकानात एक पोलीस शिरला आणि त्याने त्याच्या मुलांसाठी तसेच वरिष्ठ अधिकाऱ्यासाठी पाठ्यपुस्तके विनामूल्य मिळावीत, असा आग्रह धरला होता. दुकानदाराने ही पुस्तके फुकट द्यायला हवीत, अशीच त्याची धारणा होती. या दुकानदारानेही एकही पैसा न घेता ताबडतोब पुस्तके पुरवली. या प्रकाराने अस्वस्थ होऊन मी स्वत: दुकानदाराला यासंदर्भात विचारले तेव्हा तो म्हणाला, 'अहो, हे पोलीस खाते आहे. पोलिसांना हवे ते दिले नाही तर ते विनाकारण त्रास देतात. तो चुकवण्यासाठी असे करावे लागते.' यावर मी दुकानाच्या मालकाला सांगितले की, तुम्ही पोलिसांना अशी बारीक-सारीक लाच द्यायचे थांबवले तर बरे. तुम्ही गुन्हा केला नसेल तर तुम्हाला पोलिसांची भीती बाळगायचे काही कारण नाही. माझी प्रतिक्रिया ऐकल्यानंतर दुकानाच्या मालकाने त्या पोलीस कर्मचाऱ्याला पुस्तकाचे बिल चुकवण्यास फर्मावले. अर्थातच बिल चुकवण्याची तयारी नसल्याने पोलीस तेथून निघून गेला. काही वेळाने खुद्द पोलीस अधिकारीच या दुकानात आला आणि त्याने दुकानदाराला 'तुमच्याकडे पाहावे लागेल.' अशी गर्भित धमकी दिली. काही दिवसांनी याच दुकानात

प्रवेश करून एका ग्राहकाने पुणे विद्यापीठाच्या पुस्तकांची मागणी केली. दुकानदाराने ते विद्यापीठातून मागवून घ्यावे लागेल, त्याचे पोस्टेज भरावे लागेल, असे सांगितले. काही दिवसांनी हाच ग्राहक पुन्हा दुकानात आला आणि त्याने पुस्तकाची मागणी केली. दुकानदाराने पुस्तकाच्या मूळ किंमतीवर पोस्टेज आकारले आणि रितसर पावती तयार करून पुस्तक ग्राहकाच्या हाती ठेवले. थोड्या वेळाने पोलिसांनी दुकानात प्रवेश करून पुस्तक मूळ किंमतीपेक्षा जास्त दराने विकून फसवणूक केली असे सांगत दुकानदारावर कलम ४२० अन्वये गुन्हा दाखल केला. दुकानदाराला अटक झाली. हे प्रकरण एवढ्यावर थांबले नाही. न्यायालयात जामीन देण्याच्या वेळी या पोलीस अधिकाऱ्याने दुकानाची झडती घ्यायची आहे, त्यामुळे आरोपीला आठ दिवस पोलिसांच्या ताब्यात द्यावे, अशी मागणी नोंदवली. विशेष म्हणजे सरकारी वकिलाने देखील त्याचे म्हणणे उचलून धरले. सुदैवाने दुकानदाराचा जामीन मंजूर झाला. त्याला पोलीस कस्टडीत राहावे लागले नाही. पुढे दुकानदाराने ही हकीगत मला ऐकवली. मी प्रकरणाचा तपशीलवार अभ्यास केला तेव्हा त्यात कलम ४२० चा संबंधच येत नसल्याचे आढळले. केवळ छापील रकमेपेक्षा जास्त रक्कम घेतल्याने ग्राहकाची फसवणूक होत नाही. शिवाय दुकानदाराने गिऱ्हाईकाला कोणतेही खोटे प्रतिपादन केले नव्हते. त्यामुळे या प्रकरणात तथ्य नसल्याचे मला जाणवले. पुढे या दुकानदाराविरूद्ध खटला उभा राहिला. अनेक वर्षे हेलपाटे घातल्यानंतर त्याची या प्रकरणातून सुटका झाली.

विनाकारण त्रास

या प्रकरणात दुकानदाराला झालेल्या त्रासाची, अब्रुनुकसानीची किंवा पैसे खर्च झाल्याची कोणतीही नुकसानभरपाई मिळाली नाही. दुकानदाराला आकसाने प्रकरणात गोवणाऱ्या पोलीस अधिकाऱ्यावरही कारवाई झाली नाही. वस्तुत: न्यायालयात चार्जशीट पाठवायच्या सुमारास पोलिसांनी प्रकरणाची शहानिशा करणे आवश्यक आहे. मुळात गुन्हा घडला की नाही. त्यातील कायदेशीर तरतुदीच्या आधारे न्यायालयात गुन्हा सिद्ध होईल की नाही, याचा विचार व्हायला हवा. तसे होत नाही. उलट अनेक त्रुटी असूनही खटले दाखल केले जातात. न्यायालयात अनेक प्रकरणे प्रलंबित असल्यामुळे आरोपीचे निर्दोषत्व सिद्ध होण्यास बराच अवधी लागतो. तोपर्यंत निरपराध व्यक्तीचे विविध प्रकारे नुकसान होते. या मनस्तापाला कोणालाही जबाबदार धरले जात नाही. कालांतराने त्याला तो निर्दोष असल्याचे सांगत मुक्त केले जाते. त्यातही सरकारी वकिलाने अपील केले तर खटला पुढे रेंगाळण्याची शक्यता असते.

पोलीस अधिकाऱ्यांनी सत्तेचा गैरवापर करून केवळ त्रास द्यायच्या उद्देशाने खटले दाखल केल्याची अनेक उदाहरणे आहेत. निरपराध व्यक्तीला सूडबुद्धीने खटल्यात

गुंतवणाऱ्या अधिकाऱ्याविरूद्ध निश्चित स्वरूपात फौजदारी कारवाई करण्याची तरतूद आहे. परंतु त्यासाठी सरकारी संमतीची आवश्यकता असते. ती मिळतेच असे नाही. संमती मिळाली नाही तर निरपराध व्यक्तीच्या मनस्तापाला जबाबदार असलेल्या अधिकाऱ्याविरूद्ध कारवाई होत नाही. त्याशिवाय झालेल्या आर्थिक हानीबद्दल दिवाणी स्वरूपाचा गुन्हा दाखल करून न्याय मागण्याची तरतूद आहे; परंतु त्यातही विरूद्ध बाजूची व्यक्ती सरकारी खात्यातील असल्याने आणि ती सरकारी कार्य करत असल्याचे या खटल्यालाही शासकीय मान्यतेची आवश्यकता असते. सरकारी मान्यता घेऊन पोलीस अधिकाऱ्यांविरूद्ध खटले उभे राहिल्याची तुरळक उदाहरणे आहेत. गुजरात आणि महाराष्ट्रातील काही प्रकरणात सरकारने जबाबदार पोलिसांविरूद्ध कायदेशीर कारवाईचे आदेश दिले आहेत; परंतु असे अभावानेच घडते. अशा पोलीस अधिकाऱ्यांची चौकशी झाल्याचे सर्वसामान्यांना कळतही नाही.

भारतीय नागरिकाची अशी खात्री पटली की, एखाद्या पोलीस अधिकाऱ्याने त्याचे स्वातंत्र्य विनाकारण हिरावून घेतले तर कायदा त्याच्या बाजूने उभा राहील, तेव्हाच तो खऱ्या अर्थाने स्वातंत्र्य उपभोगू शकेल. जनसामान्यांमध्ये हा विश्वास निर्माण होत नाही तोपर्यंत ते स्वातंत्र्य उपभोगत आहेत, असे म्हणणे पोकळ वल्गना ठरेल.

◆ ◆ ◆

६

बुरखे ठरताहेत
तपासकामातील अडथळे

गंभीर स्वरूपाच्या गुन्ह्यातील आरोपींच्या चेहऱ्यावर बुरखा घातल्याने पोलिसांच्या तपासकार्यात अडथळेच निर्माण होतील. न्यायप्रणाली काटेकोरपणे राबवण्याच्या दृष्टीने हे अत्यावश्यक असले तरी तपासप्रक्रियेतील ओळख परेडसारखी औपचारिकता पूर्ण झाल्यानंतर आरोपींच्या चेहऱ्यावरील बुरखे दूर करणे आवश्यक आहे. पोलीस दलाच्या तपासकामात अडथळा निर्माण करणाऱ्या या नव्या परंतु धोकादायक प्रथेविषयी....

अलीकडे वृत्तवाहिन्यांचे पेव फुटले आहे. त्यामुळे गुन्हा घडल्यानंतर त्याच्या तपासप्रक्रियेतील प्रत्येक टप्प्याचे थेट चित्रीकरण सादर केले जाते. वृत्तवाहिन्यांवर गुन्हेगारांना अटक झाल्याचे वृत्त दाखवले जाते तेव्हा त्यात आरोपीच्या चेहऱ्यावर आवर्जून बुरखा घातल्याचे आढळते. आरोपीच्या चेहऱ्यावर बुरखा घालण्यामागे असलेल्या कारणांचा पोलीस दलाला विसर पडलेला दिसतो. पूर्वी बुरखाधारी आरोपींची दृश्ये इतक्या मोठ्या प्रमाणावर दिसत नसत.

अटक झालेल्या आरोपीच्या चेहऱ्यावर बुरखा घालण्यामागे काही कारणे आहेत. कायद्याच्या दृष्टीने साक्षीदाराने गुन्हेगाराला ओळखणे या बाबीला अनन्यसाधारण महत्त्व आहे. त्यासाठी ओळख परेड घेतली जाते. आरोपी गुन्हा करत असतो तेव्हा त्याला काही व्यक्ती पाहात असतात. पुढे या व्यक्ती साक्षीदाराच्या भूमिकेतून घटनेचे वर्णन करण्यासाठी पुढे येतात. या साक्षीदाराने गुन्हेगाराला ओळखणे ही कायद्याच्या दृष्टीने आवश्यक बाब असते. ओळख परेड घेण्यामागे साक्षीदाराची स्मृती अचूक असल्याचे

निश्चित व्हावे हाही एक उद्देश असतो. पोलीस दलाला ओळख परेड घेताना 'क्रिमिनल मॅन्युअल' ने आखून दिलेल्या काही नियमांची पूर्तता करावी लागते. ओळख परेडमध्ये आरोपीच्याच वयाच्या, त्याच्याशी मिळती-जुळती शरीरयष्टी असलेल्या, त्याच्यासारखाच चेहरा-मोहरा असलेल्या पाच व्यक्तींना आरोपीसह उभे केले जाते. साक्षीदाराने या रांगेतील आरोपीला ओळखणे अपेक्षित असते. साक्षीदाराने आरोपीला ओळखल्यास पंचनामा होऊन ओळख परेड संपते. महत्त्वाच्या खटल्यात प्रांत अधिकारी तर तुलनेने कमी महत्त्वाच्या खटल्यामध्ये तहसिलदार ओळख परेडचे आयोजन करतो. पोलिसांशी संबंध नसलेल्या व्यक्ती साक्षीदाराने आरोपीला पूर्वी पाहिले नसल्याची खातरजमा करून घेतात.

साक्षीदाराने ओळख परेडला सामोरे जाण्यापूर्वी कायदा काही बाबी तपासून पाहातो. साक्षीदाराने ओळख परेड होण्यापूर्वी आरोपीला पाहिले आहे अथवा नाही, पोलिसांनी आरोपीला साक्षीदारापुढे उभे केलेले नाही, अशा काही गोष्टींची खातरजमा करून घ्यावी लागते. अन्यथा आरोपीचा वकील पोलिसांनी साक्षीदाराला आरोपी दाखवला होता असा बचाव करण्याची शक्यता असते. आरोपीला हा बचाव करणे शक्य होऊ नये यासाठी अटक झालेल्या व्यक्तीला बुरख्यात ठेवण्याची प्रथा पडली. वास्तविक, ओळख परेड संपल्यानंतर आरोपीच्या चेहऱ्यावरील बुरखा काढून टाकणे आवश्यक आहे. मात्र या संदर्भात पोलिसांचे भान सुटले आहे. त्यांना आरोपींना बुरख्याआड ठेवण्याची सवय जडली आहे. यामुळे न्यायप्रणाली काटेकोरपणे राबवली जात असल्याचे चित्र उभे रहात असले तरी या कृतीने पोलीस दलाचेच नुकसान होत आहे. साक्षीदाराने आरोपीला अचूक ओळखावे या दृष्टीने ही प्रथा पाळली जाते. पोलीस दलाच्या या दृष्टिकोनाचे स्वागतच आहे. साक्षीदाराने आरोपीला गुन्हा करताना पाहिले आणि त्यानंतर त्याला आरोपीला पुन्हा पाहण्याची संधीच मिळाली नसेल तर ओळख परेडला विशेष महत्त्व प्राप्त होते. अशा प्रकरणात ओळख परेडपूर्वी आरोपीला बुरखा घालणे अपरिहार्य ठरते. याचा अर्थ प्रत्येक आरोपीला सरसकट बुरखा घालून हिंडवायला हवे असे नाही.

या घटनेनंतर वृत्तवाहिन्यांच्या माध्यमातून पाहणाऱ्या प्रेक्षकांना बुरखाधारी आरोपीचा चेहरा पाहण्याची संधी मिळत नाही. वास्तविक या प्रेक्षकांना आरोपीचा चेहरा दिसल्यास त्यातील एखादा आपण आरोपीला विशिष्ट ठिकाणी पाहिल्याचे पोलिसांना सांगू शकेल. यातून पोलिसांच्या तपासाला दिशा मिळू शकेल. परंतु अलीकडे तुरुंग ते न्यायालय अशा फेऱ्या मारताना आरोपीच्या चेहऱ्यावर सर्रास बुरखा घातला जातो आणि प्रेक्षकांमधील संभाव्य साक्षीदारांना तपासकामात सहभागी होण्याची संधी

मिळत नाही. ओळख परेडपूर्वी आरोपीच्या चेहऱ्यावर बुरखा असणे तपासाच्या तसेच जनहिताच्या दृष्टीने महत्त्वाचे ठरते.

मध्यंतरी मुंबईतील लोकलगाड्यांमध्ये बॉम्बस्फोट झाले. बॉम्बस्फोट होण्यापूर्वी अनेक प्रवाशांनी या खटल्यातील आरोपींना पाहिले असेल. मात्र खटला सुरू झाल्यानंतर आरोपीच्या चेहऱ्यावर सतत बुरखा असल्याने प्रवाशांमधील साक्षीदार पोलिसांना कोणतीही माहिती देऊ शकणार नाही. या आरोपीचा चेहरा प्रेक्षकांसमोर आल्यास त्यांना आरोपीबद्दल अधिक माहिती देता येईल. उदाहरणार्थ बॉम्बस्फोटातील आरोपींचे संकेतस्थळ, त्यांच्यात झालेली चर्चा, साक्षीदाराला जाणवलेल्या आरोपीच्या संशयास्पद हालचाली इत्यादी बाबींवर प्रकाश पडेल आणि गुन्हा नियोजनबद्ध असल्याचे किंवा त्यामागे काटकारस्थान असल्याचे सिद्ध होईल.

काही वर्षांपूर्वी दरोडा आणि मनुष्यवधाच्या आरोपावरून तीन संशयितांना अटक करण्यात आली. या घटनेत घरमालकाचा खून झाला होता. त्यावेळी आरोपीच्या चेहऱ्यावर बुरखा घालण्याची प्रथा कटाक्षाने पाळली जात नसे. त्यामुळे आरोपी कोर्टात हजर झाले तेव्हा कोर्टात हजर असलेल्या प्रेक्षकांपैकीच काहींनी या तीन आरोपींबाबत अधिक माहिती असल्याचे सांगितले. त्यांच्या मते हे आरोपी विशिष्ट ठिकाणी भेटून चर्चा करत असत. अशा महत्त्वाच्या साक्षीमुळे आरोपींनी कट रचून दरोडा घातल्याचे निष्पन्न झाले. आरोपींचा चेहरा पाहण्याची संधी मिळाल्याने या खटल्याच्या तपासकामाला गती मिळाली, अलीकडे आरोपींना बुरखे घातल्याने खटल्यातील साक्षीदाराच्या सहभागाचे प्रमाण ओसरत आहे. आरोपी पडद्याआड राहिल्याने तपासातील महत्त्वाचे धागेदोरे निसटतात याचे भान राखून पोलिसांनी आवश्यकता नसेल तेव्हा आरोपींचे चेहरे प्रकाशात आणायला हवेत. त्याची पोलीस तपासात मदतच होईल. तेव्हा यापुढे तरी पोलिसांनी आवश्यकता नसेल तेव्हा आरोपींना बुरखे घालू नयेत.

गंभीर स्वरूपाचे गुन्हे करणाऱ्या गुन्हेगारांचे अथवा संशयितांचे चेहरे सर्वसामान्यांच्या नजरेत पर्यायाने त्यांच्या स्मृतीत राहणे आवश्यक आहे. अशा व्यक्ती संशयास्पद हालचाली करत असल्यास जागरूक नागरिक त्याची दखल घेऊन संबंधित पोलीस अधिकाऱ्याला कळवतील. त्यामुळे गुन्ह्यांना प्रतिबंध करण्याच्या दृष्टीनेही आरोपीचा चेहरा सर्वसामान्यांना ज्ञात होणे आवश्यक ठरते. या बाबींची दखल घेऊन पोलीस दल आवश्यक ते बदल करतील इतकीच अपेक्षा.

◆ ◆ ◆

७

कायद्याचे राज्य
प्रत्यक्षात उतरवण्यासाठी

कायद्याचे राज्य अस्तित्वात यायचे तर त्याची प्रभावी अंमलबजावणी होणे आवश्यक आहे. पोलीस दलाने कार्यपद्धतीत आमूलाग्र बदल केल्यास कायद्याची प्रभावी अंमलबजावणी होऊ शकेल. जनप्रबोधन, कठोर कारवाई, तपासकामाच्या प्रक्रियेवर पुनर्विचार आणि गुन्हेगारांचा शोध घेण्यासाठी असलेल्या स्वतंत्र शाखेला इतर कामांपासून अलिप्त ठेवणे यासारखे उपाय योजल्यास कायद्याची चोख अंमलबजावणी होऊ शकेल.

कोणत्याही राष्ट्राचा विकास व्हायचा असेल, त्याला स्थैर्य मिळवायचे असेल आणि पर्यायाने प्रगती साधायची असेल तर तेथील समाज एकसंध असणे गरजेचे ठरते. समाज एकसंध राखायचा तर समाजाने काही बंधने पाळणे आवश्यक असते. बंधनाशिवाय अथवा विशिष्ट नियमावलीशिवाय समाज अस्तित्वात येणे अशक्य आहे. समाजावर बंधने नसतील तर तेथील नागरिकांचे जनावरांप्रमाणे कळप बनतील. अखेरीस झुंडशाही अस्तित्वात येऊन राष्ट्र लयाला जाईल. झुंडशाहीच्या मार्गाने जाणाऱ्या समाजाला स्थैर्य लाभत नाही आणि तो रसातळाला जाण्याची शक्यता असते. ही जाणीव ठेवूनच भारताने घटना तयार केली. संपूर्ण राष्ट्राचा कारभार त्या घटनेतील कायद्यानुसार होईल असे अभिप्रेत असते.

राष्ट्राचे पंतप्रधान, राष्ट्रपती वेगवेगळ्या राज्यांचे मुख्यमंत्री तसेच उच्च आणि सर्वोच्च न्यायालयाचे न्यायाधीश यांना ते घटनेशी एकनिष्ठ राहतील अशी शपथ घ्यावी लागते. या शपथेचा गर्भित अर्थ 'मी राष्ट्रातील कायद्याशी एकनिष्ठ राहीन' असा होतो. ही शपथ केवळ उच्चपदस्थांसाठी नव्हे तर देशातल्या प्रत्येक नागरिकासाठी

बंधनकारक आहे. देशातल्या नागरिकांनी कायद्याची बंधने पाळली तरच समाजात काही तरी चांगले घडण्याची शक्यता असते. कायद्याच्या आधाराने मार्गक्रमण करणाऱ्या राष्ट्रामध्ये कायदे करणारे आणि ते अमलात आणणारे असे दोन जबाबदार घटक असतात. या दोन्ही घटकांचा समाजाच्या स्थैर्याची, विकासाची आणि प्रगतीची जाणीव असायला हवी.

कायदा करणाऱ्याबद्दल विविध व्यासपीठांवरून विचार व्यक्त होत असतात. मात्र, त्याची अंमलबजावणी पुरेशा प्रभावीपणे करणारी पोलीस यंत्रणा आणि कायदे पाळणारे नागरिक यांच्या संदर्भात नव्याने चर्चा होणे आवश्यक आहे. या संदर्भात चर्चा करताना कोणताही समाज शंभर टक्के एकसंघ असू शकत नाही हे लक्षात घ्यायला हवे. समाजात सुष्ट आणि दुष्ट अशा दोन्ही प्रवृत्तीच्या व्यक्ती वावरत असतात. या दोन्ही घटकांशी वर्तन करताना एक प्रमुख मार्गदर्शक सूत्र अंमलात आणण्यात येते. पोलीस दलाच्या 'सद्रक्षणाय खलनिग्रहणाय' या घोषवाक्यात त्याचे प्रतिबिंब पडल्याचे दिसते. पोलीस दुष्टांचे निर्दालन करण्यात कितपत यशस्वी ठरतात. हा प्रश्न अलाहिदा. ते सज्जनांचे रक्षण करण्यात यशस्वी ठरताहेत का नाही हे पाहणेच महत्त्वाचे. या प्रश्नाचे उत्तर आपण ठामपणे 'हो' असे देऊ शकतो का? याखेरीज समाजातल्या दुष्ट प्रवृत्तींना नियंत्रणात ठेवण्यासाठी आपण आखलेल्या योजना प्रभावीपणे राबवत आहोत का? हा प्रश्नही महत्त्वाचा ठरतो. दुर्दैवाने या प्रश्नाचे उत्तर 'नाही' असे आहे. याचाच अर्थ योजनांची अंमलबजावणी करणारी यंत्रणा कुठे तरी कमी पडत आहे. त्यात काही त्रुटी आहेत.

कायद्याची अंमलबजावणी करण्याची जबाबदारी असलेल्या यंत्रणेचाही विचार होणे आवश्यक आहे. या यंत्रणेतील व्यक्ती कायद्याची अंमलबजावणी प्रभावीपणे करत आहेत की नाहीत, हा कळीचा प्रश्न आहे. ही यंत्रणा राबवण्यात सिंहाचा वाटा असूनही पोलीस दलाकडे आवश्यक स्वातंत्र्य नाही. स्वतंत्र व्यक्तीच कायद्याची प्रभावी अंमलबजावणी करू शकते, गुलाम त्यात अयशस्वी ठरतात. अलीकडे राजकारणाने सगळ्या प्रांतात प्रवेश करून स्वतःचे वर्चस्व प्रस्थापित करण्याचे प्रयत्न चालवले आहेत. अनेक राजकारणी पोलीस दलाला खासगी मालमत्ता समजत आहेत. या गदारोळात पोलीस समाजाशी निगडित असतो, समाजाचे स्वास्थ्य पोलीस यंत्रणा प्रभावीपणे राबवण्यावर अवलंबून असते. या मूलभूत बाबींचा विसर पडू लागला आहे. पोलीस दलाने आपली प्रतिमा उजळ करण्यासाठी काही घोषवाक्यांचा आधार घेतला आहे. 'पोलीस हा जनतेचा मित्र आहे' हे त्यापैकीच एक घोषवाक्य. प्रत्यक्षात राजकारणातील उच्चपदस्थांच्या हुजरेगिरीचे काम पोलीस अधिक करत असतात. पोलिसांना स्वातंत्र्य

लाभत नसेल तर ते कायद्याची अंमलबजावणी करू शकत नाहीत. वास्तविक पाहता पोलीस म्हणजे कायद्यातील अंमलबजावणी करणाऱ्या यंत्रणेतील महत्त्वाचा घटक अशी ठोस प्रतिमा तयार झाली तरी पुरेसे आहे. पोलिसांचे मुख्य काम कायद्याची अंमलबजावणी करणे इतकेच असल्याने तेथे मित्रत्वाचा अथवा शत्रुत्वाचा मुद्दाच उपस्थित होत नाही.

पोलीस दलाला पुरेसे स्वातंत्र्य मिळत नसेल तर त्यामागील कारणांचा शोध घेण्याची आवश्यकता आहे. वास्तविक पोलीस खाते एखाद्या नि:पक्षपाती यंत्रणेने अथवा नि:पक्ष व्यक्तीने हाताळणे आवश्यक आहे. तसे झाल्यास पोलिसांना कायद्याची अंमलबजावणी स्वतंत्रपणे करणे शक्य होईल, यासंदर्भात एक मनोरंजक किस्सा आठवतो. एकदा एक वरिष्ठ पोलीस अधिकारी अट्टल गुन्हेगाराचा पाठलाग करत होता. सुमारे तीन ते चार दिवसांच्या अथक प्रयत्नानंतर हा आरोपी हाती लागेल अशी चिन्हे दिसत होती . तेवढ्यात या वरिष्ठ अधिकाऱ्याला एका वेगळ्याच कामासाठी दुसऱ्या गावी जाण्याचा आदेश मिळाला. तेव्हा गुन्हेगाराचा पाठलाग करण्याचे सोडून तो अधिकारी दुसऱ्या गावी कर्तव्य बजावण्यासाठी हजर झाला आणि गुन्हेगाराच्या पाठलागाचे काम ठप्प झाले.

कायद्याची अंमलबजावणी करताना विविध यंत्रणांनी थोडेसे नरमाईचे धोरण पत्कारायला हवे असे वारंवार म्हटले जाते. वास्तविक कोणत्याही कायद्याची अंमलबजावणी कडकपणेच व्हावी हा अलिखित संकेत आहे. तरच बेकायदेशीर कृत्ये करणाऱ्या गुन्हेगारांना कायद्याची दहशत वाटू लागेल. कायद्याची कठोर अंमलबजावणी करायची तर दोन मार्ग अवलंबता येतील. पहिला मार्ग म्हणजे जनप्रबोधनाचा. जगातील विकसित देशांना महायुद्धासारख्या संकटाचा सामना करावा लागला तेव्हा तेथील नागरिकांमध्ये शिस्त बाणवण्यासाठी प्रयत्न करणे अपेक्षित आहे. भारतात सविनय कायदेभंगाची चळवळ झाली. मात्र नागरिकांनी कायद्याचे नेमकेपणाने पालन करावे यासाठी एखादी चळवळ झाल्याचे ऐकिवात नाही. समाजाची बांधणी करायची असेल तर त्यासाठी स्वतंत्र मेहनत घ्यावी लागेल. कायदा पाळू नका, असे सांगणे सोपे आहे. मात्र कायदा पाळा असे सांगून नागरिकांना त्या दृष्टीने वागायला प्रवृत्त करणे अधिक अवघड आहे. समाजात कायद्याच्या बाबतीत जाणीव जागृती निर्माण करणे आणि त्यानंतर कायद्याची कठोर अंमलबजावणी करणे महत्त्वाचे आहे.

पोलीस दलात गुन्हे अन्वेषण विभाग म्हणजेच गुन्हेगार शोधून काढणारा स्वतंत्र विभाग आहे. ही शाखा पोलीस दलाच्या इतर कामापासून अलिप्त राखणे आवश्यक आहे. या शाखेचे काम अत्यंत गुंतागुंतीचे असते. या शाखेतील पोलीस आणि

अधिकाऱ्यांना समाजात सुव्यवस्था राखण्याच्या, बंदोबस्ताच्या कामातून वगळले जावे. पोलीस दलातील निवृत्त अधिकाऱ्यांच्या आणि तज्ज्ञांच्या मदतीने प्रशिक्षित केलेल्या अधिकाऱ्यांचा या विभागात समावेश असावा आणि या शाखेतील कर्मचाऱ्यांकडे केवळ गुन्हेगार हुडकून काढण्याचे काम सोपवण्यात यावे. तरच या व्यक्ती गुन्हेगारांना शोधून काढण्याचे व्यापक प्रशिक्षण घेऊन प्रभावी कार्य उभारू शकतील. त्यांच्यावरील इतर कामाचा बोजा कमी केल्यास तपासकामाला वाव मिळेल. या अधिकाऱ्यांना कायदा, त्यातील बारीक-सारीक तरतुदी, कायद्यातील पळवाटा या संदर्भातही प्रशिक्षण मिळायला हवे. अनेक प्रकरणात तपास करणाऱ्या अधिकाऱ्यालाच गुन्ह्याच्या संदर्भातील कायद्याबाबत पुरेशी माहिती नसल्याचे आढळते.

पंचनाम्याचा भडिमार करणे हे अलीकडे पोलीस दलाचे वैशिष्ट्य बनू पाहत आहे. वास्तविक जातीवाचक शिव्या देण्यासारख्या प्रकरणात जागेचा पंचनामा करण्याची काय आवश्यकता? मात्र प्रत्येक प्रकरणाचा तपास करताना सविस्तर पंचनामा करण्याचे धोरण राबवले जाते आणि त्यात पोलिसांचा महत्त्वाचा वेळ आणि ऊर्जेचा अपव्यय होतो. त्याऐवजी पोलिसांना तपासाला योग्य दिशा मिळावी यासाठी नेमके काय करायचे याचे प्रशिक्षण मिळायला हवे. पोलिसांना कायद्यातील कलमांबाबत माहिती देण्यासोबत दैनंदिन तपासकार्यातील अडथळ्यांबाबतही सांगायला हवे. पुन्हा ही माहिती अगदी सोप्या भाषेत द्यायला हवी. तेव्हाच पोलिसांना घटनेच्या संदर्भात नोंदी करण्याबाबत सविस्तर माहिती मिळेल. सध्या अनेक गैरलागू मुद्यांवर भर दिला जात असल्याने तपासकार्य संथ गतीने सुरू असते. काही सरकारी वकील तर लग्नाच्या पंगतीतील निर्विकार वाढप्याप्रमाणे काम करत असतात. त्यांना एखाद्या खटल्यात अपयश आल्यास त्यातील कच्च्या दुव्यांचा अभ्यास करणे, कायद्यातील तरतुदी नव्याने अभ्यासणे अभिप्रेत असते. मात्र, तसे होत नाही. याची परिणिती गुन्हेगार निर्दोष सुटण्यात होत असते.

एकंदरीत पारंपरिक पद्धतीने तपासकार्य करण्याऐवजी पोलीस दलाने त्याच्या कार्यपद्धतीत आमूलाग्र बदल करणे आवश्यक ठरत आहे.

जनप्रबोधन, कठोर अंमलबजावणी, तपासकार्यातील प्रक्रियेवर पुनर्विचार करणे आणि गुन्हेगारांचा शोध घेण्यासाठी असलेल्या स्वतंत्र शाखेला इतर कामांपासून अलिप्त ठेवणे यासारखे उपाय योजल्यास तपासकामाला वेग येऊन कायद्याची प्रभावी अंमलबजावणी होईल.

◆ ◆ ◆

८

शिक्षण संस्थांच्या आत्मपरीक्षणाची गरज

शिशुवर्गासाठी प्रवेश देताना बालक आणि त्यांच्या पालकांच्या घेतल्या जाणाऱ्या मुलाखतींवरील बंदी सर्वोच्च न्यायालयाने कायम ठेवली. यामुळे पाल्य आणि पालकांनी सुटकेचा निश्वास सोडला. अशी बंदी घालावी लागण्यातूनच शिक्षणक्षेत्रातील स्वार्थ आणि माया जमवण्याची अहमहमिका दिसून येते. संस्थाचालकांनी न्यायालयाच्या निर्णयातून बोध घेऊन आपला कारभार आदर्श आणि सुसंस्कारित पिढी घडवण्यासाठी पूरक ठरणारा करावा असे वाटते.

नववर्षाच्या सुरुवातीलाच सर्वोच्च न्यायालयाने एक अत्यंत महत्त्वाचा निर्णय दिला. या निर्णयाद्वारे शिशुवर्गासाठी प्रवेश देतेवेळी बालक आणि त्यांच्या पालकांच्या घेतल्या जाणाऱ्या मुलाखतींवरील बंदी सर्वोच्च न्यायालयाने कायम ठेवली आहे. या निर्णयाचे सर्वसामान्य जनता निश्चितच स्वागत करेल.

गेल्या काही दशकांपासून शिक्षणाचा बोजवारा उडालेला आपण पाहतो. भूछत्राप्रमाणे अनेक खासगी संस्था शिक्षणक्षेत्रामध्ये आल्या आणि सर्वत्र शिक्षणाचा सुकाळ झाला. या खासगी संस्था समाजामध्ये ज्ञान वाढावे याच उद्देशाने प्रेरित होऊन निस्वार्थीपणे ज्ञान प्रसाराचे काम करत असतील तर ती अत्यंत स्वागतार्ह बाब आहे. परंतु सध्या दिसत असलेल्या चित्रावरून शिक्षणाचा धंदा करण्याच्या दृष्टीने या संस्था केवळ खोऱ्याने पैसा ओढता यावा या हेतूने प्रेरित दिसत आहेत. त्यामुळे शिक्षणक्षेत्रात अत्यंत अनास्था दिसून येत आहे. 'पैसा टाका आणि डिग्री घ्या' या नियमामुळे शिक्षणाची चेष्टा चालली आहे की काय, असे वाटत आहे.

उच्च शिक्षण तसेच महाविद्यालयीन शिक्षणाबाबत सुरू असलेल्या प्रयत्नाचा कित्ता शालेय शिक्षणाने उचलला आहे. त्यांनी पालकांकडून देणगीरूपाने जिझीया कर

घ्यायला सुरुवात केली. हे करत असताना शिक्षण घेऊ इच्छिणाऱ्या गरीब व्यक्तींना आपण शिक्षणापासून वंचित ठेवतो आहोत याचे भानही या संस्थाचालकांनी ठेवले नाही. देणगीरूपाने मिळणाऱ्या पैशाच्या चढाओढीतून समाजाला वेठीस धरले. यातील आणखी एक बाब म्हणजे पाल्याला शाळेमध्ये प्रवेश देतानाच त्याच्याकडून मोठ्या देणगीची मागणी केली जाते आणि रकमेचा नेमका आकडा सांगण्यासाठी पालकांच्या मुलाखती घ्यायला सुरूवात केली. संबंधित संस्थेत प्रवेश घेऊ इच्छिणाऱ्या मुलांची मुलाखत घेणे एकवेळ समजू शकते, पण त्याच्याऐवजी पालकांची मुलाखत घेणे हा मूर्खपणा वाटतो. असे करण्यामागे पैसे उकळण्याखेरीज दुसरा हेतू असेल असे लोकांना वाटत नाही. कित्येक मोठ्या व्यक्ती त्यांचा कामधंदा सोडून पाल्याबरोबर मुलाखतीसाठी रांगेत उभे राहिल्याचे चित्र दिसत असे. या सर्व गोष्टींना पालकांचा नाईलाज होता. कारण त्यांना हव्या असलेल्या शाळेत पाल्याला प्रवेशच मिळत नव्हता. प्रवेश न मिळण्याची नामुष्की आपल्यावर येऊ नये या भीतीपोटीच ही सर्व पालकमंडळी शाळाचालकांकडून वेठीस धरली गेली.

समाजामध्ये पसरलेली अनिष्ट कीड नाहीशी व्हावी असे प्रत्येकालाच वाटत होते. शाळाचालकांना कधी तरी सुबुद्धी सुचेल आणि ही प्रथा बंद होईल यावर कोणाचाही विश्वास राहिला नव्हता. मात्र, हा विश्वास निर्माण करण्यात न्यायालयाला यश आल्याचे दिसत आहे. पालकांसमोरील पेच सोडवण्यासाठी सामान्य व्यक्तीला न्यायालयात धाव घ्यावी लागली आणि न्यायमूर्तींकडूनच या अनिष्ट प्रकारांना पायबंद घालावा लागला.

शाळेत प्रवेश देताना पाल्यांची किंवा पालकांची मुलाखत घेणे ही कल्पनाच मुळी हास्यास्पद आहे. या मुलाखतीतून संस्थाचालकांना नेमके काय साधायचे आहे, हे कळत नाही. मुलाखतीस योग्य उत्तर देणारा मुलगा तेवढा हुशार आणि ज्याला उत्तर देता आले नाही तो शिक्षण घेण्यास नालायक असे समीकरण बनते. अशा निर्णयास्पद येणे अत्यंत दुर्दैवी आहे. संस्थाचालकांना मोठमोठ्या विचारवंतांचा इतिहास माहिती नसल्याचाच हा दाखला आहे. आईनस्टाईन, थॉमस एडिसन यासारख्या वंद्य शास्त्रज्ञांची शाळेमधील प्रगती फारशी चांगली नव्हती हेही लक्षात घेतले पाहिजे. अनेक शास्त्रज्ञांनी प्राथमिक शाळेत चांगले यश न मिळवताही मोठमोठे शोध लावले. ही गोष्ट संस्थाचालक, पालक यांनी लक्षात घेणे गरजेचे आहे. कोणताही पाल्य आपल्यासमोर आल्यास त्याच्या व्यक्तिमत्त्वाला उत्तम पैलू पाडून तो जीवनातील सर्व जबाबदाऱ्या यशस्वीरित्या पूर्ण करेल हे पाहणे महत्त्वाचे आहे. शिक्षकांपुढे हेच ध्येय असले पाहिजे. या ध्येयाने प्रेरित झालेले शिक्षकच उत्तम विद्यार्थी आणि नागरिक घडवू शकतात.

ओबडधोबड दगडातून सुंदर मूर्ती घडवणाऱ्या शिल्पकारासारखे कौशल्य शिक्षकांच्या अंगी असावयास हवे. असे शिक्षक चारित्र्यसंपन्न, राष्ट्रप्रेमी युवक निर्माण करू शकतात. परंतु सध्याच्या स्वार्थी जगात या गोष्टींचा विसर पडत चालला आहे.

पाल्यांच्या किंवा पालकांच्या मुलाखती घेण्याची शाळाचालकांची कृती अन्यायकारक आणि अशोभनीय आहेच परंतु समाजासाठीही घातक आहे. ही गोष्ट संस्थाचालकांच्या लक्षात येत नसल्यामुळेच सर्वोच्च न्यायालयाने त्यासंबंधात सूचना केली आहे. यावरून शाळाचालकांची मनोवृत्ती दिसून येते. शिक्षणाशिवाय तरणोपाय नाही, अशी जाहिरात केली जात असताना तसेच शिक्षण ही अन्न-वस्त्राइतकीच महत्त्वाची गरज असताना सर्व पाल्यांना शाळेमध्ये सहजासहजी प्रवेश मिळणे अपेक्षित आहे, परंतु त्यांना शिक्षणापासून वंचित करणाऱ्या शाळाचालकांच्या कृतीच्या झारीत अडकलेल्या शुक्राचार्यांचा शोध न्यायालयाच्या सूचनेने लागेल असे वाटते. आता तरी शाळाचालकांचे डोळे उघडावेत आणि शिक्षणाचा मूलभूत हेतू ओळखून तो निस्वार्थपणे पार पाडण्यास मदत व्हावी असे वाटते.

जुन्या पिढ्यांचा शिक्षणाकडे पाहण्याचा दृष्टिकोन अत्यंत आदराचा आणि सन्मानाचा होता. त्याचे एकमेव कारण म्हणजे पूर्वीचे शिक्षक समाजाची करत असलेली निस्वार्थ सेवा. अमेरिकेसारख्या पाश्चात्य देशात अजूनही शिक्षकांना बहुमान दिला जातो. इंग्लंडच्या सर्वात मोठ्या ग्रंथालयात प्रवेश करणे अवघड असते. परंतु 'मी, कॉलेजमध्ये प्राध्यापक आहे' असे म्हटल्याबरोबर सन्मानाने प्रवेश दिला जातोच पण सर्व सोयीही उपलब्ध करून दिल्या जातात. तेथील विमानतळावरही व्हिसा देताना पात्रतेचा विचार करताना प्राध्यापकांना कोणताही अडथळा येत नाही. अशा प्रकारची सन्मानाची वागणूक मिळवण्यासाठी निस्वार्थी वृत्ती आवश्यक असते, परंतु आपल्याकडील शिक्षणक्षेत्रात स्वार्थी वृत्तीला महत्त्व प्राप्त झाले आहे. शिक्षकांची आणि शिक्षणसंस्थांची समाजाविषयीची प्रेमाची भावना कमी होत आहे. विद्यार्थ्यांना घडवण्यासाठी कष्ट घेण्यापेक्षा किमान वेळेत काम पार पाडण्याकडे लक्ष दिले जाते. त्यातच इंग्रजी माध्यमाच्या शाळांचा प्रभाव वाढत आहे, मोठी शिक्षण संस्था असेल आणि त्यात अद्ययावत शिक्षण दिले जात असेल तर ती संस्था चांगली, असा समज पालकवर्गात निर्माण झाला आहे. त्यामुळे भरमसाठ डोनेशन देऊन पाल्याला संबंधित शिक्षणसंस्थेत प्रवेश देण्यात पालक आघाडीवर असतात. वस्तुतः शासकीय शिक्षणसंस्थांतून तसेच ग्रामीण भागातूनही अनेक विद्यार्थी उत्तुंग यश प्राप्त करत आहेत.

विद्यार्थ्याला घडवण्यासाठी सुसज्ज इमारत, सर्व सुखसोयी यापेक्षा खडतर परिश्रम घेणारे शिक्षक महत्त्वाचे ठरतात. पालकांनी या गोष्टीचा विचार करणे आवश्यक आहे. पालक आणि पाल्य यांच्या मुलाखतींवरील बंदी सर्वोच्च न्यायालयाने कायम ठेवल्याने सर्वांनाच धीर आला आहे. शिक्षणसंस्थांना मात्र या निर्णयाने चांगलीच चपराक बसली आहे. या निर्णयातून धडा घेऊन भविष्यात शिक्षणसंस्थांचा कारभार आदर्शवत होईल अशी आशा करायला हरकत नाही.

◆ ◆ ◆

९

साहित्यनिर्मिती व कायदा

प्रतिभावंताची कल्पना जेव्हा शब्दस्वरूपात साकार होते तेव्हा त्या कलावंताला लेखक व त्याच्या निर्मितीला साहित्य म्हटले जाते. हे साहित्य गद्य, पद्य, नाटक, चित्रपट अगर इतर कोणत्याही प्रकारचे शब्दबद्ध असू शकते. लेखनाप्रमाणेच संगीतरचना, चित्रकला इत्यादी कलानिर्मिती ह्यासुद्धा कॉपीराइट ॲक्ट, पेटंट, ट्रेडमार्क/ इंडस्ट्रियल डिझाइन्स इत्यादी कायद्याने आपल्या कक्षात घेतल्या आहेत

काही व्यक्तींना जन्मजातच प्रतिभेची देणगी असते. त्यांच्या मनात एखादी कल्पना येते व ते तिला मूर्तस्वरूप देतात. ह्या अभिव्यक्तीचे स्वरूप वेगवेगळ्या प्रकारचे असू शकते. ते शब्दबद्ध, मूर्तस्वरूपात, चित्र किंवा संगीतरचना अशा स्वरूपात निर्माण होते. समाजाचा विकास अशा कलाकारांच्या कलानिर्मितीमुळेच होतो. ह्या कलांचा समाजाला फारच फायदा होतो. परंतु ही कलानिर्मिती ज्यांनी केली त्या कलावंतानाही आपल्या निर्मितीवर स्वामित्व असणे जरूर असते. त्यामुळेच त्यांना प्रोत्साहन मिळून कलेची जोपासना होऊ शकते. त्यासाठी अशा कलावंतांच्या हक्काचा प्रश्न निर्माण होतो. प्रतिभावंताची कल्पना जेव्हा शब्दस्वरूपात साकार होते तेव्हा त्या कलावंताला लेखक व त्याच्या निर्मितीला साहित्य म्हटले जाते. हे साहित्य गद्य, पद्य, नाटक, चित्रपट अगर इतर कोणत्याही प्रकारचे शब्दबद्ध असू शकते. लेखनाप्रमाणेच संगीतरचना, चित्रकला इत्यादी कलानिर्मिती ह्यासुद्धा कॉपीराइट ॲक्ट, पेटंट, ट्रेडमार्क/ इंडस्ट्रियल डिझाइन्स इत्यादी कायद्याने आपल्या कक्षात घेतल्या आहेत. कॉपीराइट ॲक्ट (प्रतिलीपीस्वाधीकार कायदा) भारतामध्ये ४ जून १९५७ रोजी अस्तित्वात आला.

सन १९८३ साली त्यात सुधारणा करण्यात आल्या. त्यानंतर १९९४ साली त्यात बऱ्याच प्रमाणात सुधारणा करण्यात आल्या व त्याखाली काही नियमही घालून दिले. ह्या कायद्याचा मुख्य हेतू हा की समाजाला ह्या लेखकांच्या श्रमातून झालेल्या निर्मितीचा फायदा होत असल्याने अशा लेखकांचा अशाच तऱ्हेची निर्मिती करण्याबद्दल प्रोत्साहन मिळावे व अशा लेखकांना त्यांच्या साहित्यावर संपूर्ण मालकी अधिकार असावा हा होय. म्हणूनच साहित्यनिर्मिती ही त्या लेखकाची मिळकत असल्याचे मानले गेले आहे. म्हणून ह्या कायद्याला प्रतिभेची-मिळकत 'Intellecautal Property' असे संबोधले जाते. स्थावर मिळकतीबद्दल जे अधिकार त्या मिळकतीच्या मालकाला असतात बहुतेक तशाच स्वरूपाचे हे अधिकार लेखकाला त्याच्या साहित्यकृतीबद्दल आहेत.

लेखकाचा हा त्याच्या साहित्यावरील हक्क (कॉपीराइट) हा प्रतिबंधात्मक (निगेटिव्ह) हक्क आहे. ह्या हक्कान्वये इतर कोणालाही ह्या लेखकाव्यतिरिक्त त्याच्या साहित्याचे कोणत्याही प्रकारे पुनर्मुद्रण/पुनर्प्रसारण करणे हा शिक्षापात्र गुन्हा ठरवला आहे. हे पुनर्मुद्रण/प्रसारण कोणत्याही स्वरूपाचे असो त्याची नक्कल (कॉपी) झेरॉक्स, टेपरेकॉर्डींग कॉम्प्युटर अगर कोणत्याही इलेक्ट्रॉनिक अगर अन्य माध्यमाद्वारे केलेले असो. लेखकाने प्रकाशनाचे/मुद्रिकीकरणाचे अधिकार कोणाला करारान्वये दिले असतील तर अशा व्यक्तीस फक्त ठरावीक प्रतींपर्यंतच प्रकाशनाचे किंवा मुद्रणाचे अधिकार राहतील त्या ठरावीक संख्येव्यतिरिक्त एखादी जरी प्रत जास्त प्रकाशित किंवा मुद्रित केल्यास अशी जास्त प्रत ही सुद्धा बेकायदेशीर समजली जाईल. कॉपीराइट ह्याची व्याख्या ह्या कायद्याचे कलम १४ मध्ये अत्यंत विस्तृत स्वरूपात केली आहे. त्या अन्वये अशा साहित्याचे मुद्रण, प्रकाशन, सार्वजनिक वाचन तसेच त्याचे चित्रीकरण अगर ध्वनीमुद्रण तसेच भाषांतर, संक्षिप्तीकरण अशा कोणत्याही प्रक्रिया लेखकाचे परवानगीशिवाय केल्यास तो गुन्हा मानला गेला आहे. मात्र त्या साहित्यकृतीचे रसग्रहण करण्यासाठी त्यातील काही भाग जरूरीपुरता वापरला तर मात्र त्याला कॉपीराइट हक्काचा भंग झाल्याचे समजले जाणार नाही. अर्थात लेखकाची मूळची कल्पना आहे त्या कल्पनेबद्दल त्याला कोणताही हक्क नाही. परंतु मूळच्या कल्पनेला त्यानी दिलेला आकृतीबंध, त्यावर त्याने घेतलेली मेहनत, त्याचे कौशल्य ह्याचा दुसऱ्यास वापर करण्यास प्रतिबंध केलेला आहे. थोडक्यात लेखकाने ह्या कल्पनेवर जी मेहनत घेतली आहे त्या मेहनतीचा त्याला मोबदला मिळणे हा ह्या कायद्यामागचा हेतू आहे. लेखकाचा हा हक्क त्याचे हयातीमध्ये प्रसिद्ध झाले नसले तरी त्याच्या मृत्यूनंतरही प्रसिद्ध झालेल्या साहित्याबाबतही असतो.

लेखकाचा हा कॉपीराइटचा हक्क लेखकाच्या मृत्यूनंतर जे वर्ष कॅलेंडरप्रमाणे सुरू होईल त्या दिवसापासून साठ वर्षेपर्यंत कायद्याने मानला आहे. लेखकाचे वारसाकडे तो त्याच्या मृत्यूनंतर जातो. त्यानंतर मात्र त्याचा हक्क त्याने केलेल्या साहित्य निर्मितीवर असत नाही. अशी साहित्यकृती सार्वजनिक मानली आहे. चित्रपटाबद्दल मात्र निर्मात्याचा हा हक्क ५० वर्षापर्यंतच मानला गेला आहे.

लेखकाचा कॉपीराइट हा हक्क म्हणजे अनेक वेगवेगळ्या हक्कांचा समूहच असतो. साहित्य छापण्याचा हक्क, ते प्रकाशित करण्याचा, भाषांतर करण्याचा, ते संक्षिप्त करण्याचा किंवा त्याचे नाट्यरूपांतर किंवा चित्ररूपांतर करण्याचा हक्क असे अनेक हक्क, कॉपीराईट ह्या हक्कात समाविष्ट झाले आहेत. लेखकाला किंवा भावी लेखकालासुद्धा हे सारे हक्क एकदम देता येतील व त्यासाठी त्याचा हा हक्क संपुष्टात येण्यासाठी मानधन (रॉयल्टी) मागता येते किंवा ह्या हक्कापैकी एखादा किंवा एकाहून जास्त हक्क हे सुद्धा कायमचे करारान्वये तबदील करता येतात. ह्यालाच पार्शल असाइनमेंट ऑफ कॉपीराइट अशी संज्ञा आहे. लेखकाला ह्या त्याच्या हक्कांपैकी काही हक्कांचा वापर करण्याची लेखी करारान्वये मुभा देऊ शकतो. ह्या परवानगीलाच Licence लायसन्स देणे अशी संज्ञा आहे. ज्या व्यक्तीने असे कॉपीराइटचे हक्क लेखकाकडून तबदील करून घेतले आहेत त्या व्यक्तीस कॉपीराइट कचेरीत लेखी स्वरूपात कळवावे लागते. जेव्हा असा हक्क किती काळपर्यंत दिला आहे हे करारात नमूद न केल्यास तो ५ वर्षेपर्यंतच दिला आहे असे समजले जाते.

ज्या व्यक्तीने असे कॉपीराइटचे हक्क लेखकाकडून तबदील करून घेतले आहेत त्याने कॉपीराइट ऑफिसमध्ये रजिस्टरमध्ये सविस्तर नोंदवणे जरूर आहे. ह्या कॉपीराइट कायद्याचा भंग केल्यास कलम ५१ अन्वये अशा व्यक्तीवर फौजदारी कारवाई करता येते. कोणत्याही व्यक्तीने लेखकाने परवानगी दिली नसताना किंवा केलेल्या कराराच्या अटींचा भंग करून लेखकाचे साहित्य प्रकाशित केले किंवा विक्रीस काढले किंवा विक्रीसाठी उपलब्ध केले किंवा त्याचा व्यापार करण्याचे उद्देशाने सार्वजनिक जाहिरात केली अगर भारतात अशा प्रती आणल्या तर त्यास क ६३ अन्वये सहा महिन्यांपेक्षा कमी नाही अशी तीन वर्षेपर्यंत सजा, ५० हजार रुपयांपासून दोन लाख रुपयांपर्यंत दंड होऊ शकतो. त्याचप्रमाणे पुढील प्रत्येक गुन्ह्यास १ वर्षापेक्षा कमी नाही अशी तीन वर्षापर्यंत शिक्षा होऊ शकते व एक लाखापेक्षा कमी नाही अशी दोन लाखापर्यंत शिक्षा सांगितली आहे. मात्र हा कॉपीराइटचा भंग फायद्यासाठी केला नसल्यास कमीत कमी १ वर्षापेक्षा कमी सजा व एक लाखापेक्षा कमी दंड सकारण देण्याची न्यायालयास

परवानगी आहे. कलम ६४ अन्वये पोलीस उपनिरीक्षकास असा गुन्हा घडल्याची खात्री झाल्यावर छापा टाकून अशा कायद्याचे भंग करून काढलेल्या प्रती व प्रती काढण्याचे साहित्य जप्त करण्याचा अधिकार देण्यात आला आहे. अर्थात याबाबत योग्य त्या न्यायाधीशापुढे खाजगी खटलाही लेखकास किंवा त्याचे वतीने दाखल करता येईल. भारतीय दंड संहितेच्या क. १०७ प्रमाणे अशा गुन्हेगारास अशा प्रती काढावयास, विकण्यास मदत करणाऱ्यावरही खटला भरता येईल.

फौजदारी कारवाई व्यतिरिक्त लेखकास किंवा कॉपीराइटधारकास दिवाणी न्यायालयातूनही दावा दाखल करून गुन्हेगाराविरुद्ध मनाई अर्ज किंवा नुकसान भरपाईचा दावा दाखल करता येईल.

लेखक किंवा प्रकाशक आपल्या कॉपीराईटच्या हक्काबद्दल जेवढे जागरूक असावयास हवेत तेवढे राहिले तर हे गुन्हे बऱ्याच प्रमाणात कमी होतील.

◆ ◆ ◆

विभाग ४

जगातल्या इतर राष्ट्रांपेक्षा भारताची स्थिती, त्याचा लोकप्रतिनिधींकडे पाहण्याच्या दृष्टीकोनाबद्दल वेगळी आहे. राजा हा ईश्वराचा अंश आहे ही आपली भारतीय कल्पना. तीच भावना आपण स्वातंत्र्यपूर्व काळात आपल्या नेत्यांना देत होतो व आपले नेतेही चारित्र्याने तसे आदर्श होते. स्वातंत्र्य मिळाल्यावर मात्र ते जेव्हा राज्यकर्ते झाले तेव्हा मात्र त्यांच्या वागणुकीने त्यांच्यापैकी बहुतेकांबद्दल तिरस्काराचीच भावना वाटू लागली. ते स्वतःला कायद्यापेक्षा श्रेष्ठ मानू लागले व त्यातले काही तर जबरी गुन्हे केलेले गुन्हेगारच आहेत. कायद्याचे राज्य स्थापन झाले तरच राष्ट्रात शांतता व सुव्यवस्था नांदू शकेल व ते व्हायचे असेल तर जनतेचे प्रतिनिधी व सरकारी नोकर यांनी स्वतः काटेकोरपणे कायदा पाळून लोकांपुढे स्वतःचे उदाहरण ठेवणे गरजेचे आहे. तरच जनतासुद्धा कायद्याचा धाक मानून कायदे पाळावयास लागेल. राज्यकर्त्यांकडे जशी सत्ता, ताकद आहे तशीच प्रसारमाध्यमांकडेही आहे. ती ताकद त्यांनी व्यक्तिस्वातंत्र्यावर घाला न घालता ते फुलवून विकसित करण्याकडेच घालणे राष्ट्रहिताचे आहे.

१

कायदेपालनाची सुरुवात नेत्यांपासून हवी

सगळ्यांत महत्त्वाची गोष्ट म्हणजे पूर्वी आपले पुढारी हे अजिबात भ्रष्ट नव्हते. राजकारणात पडायचे किंवा पुढारी व्हायचे म्हणजे फार तर स्वार्थ त्याग करायचा, एवढेच त्यांच्या मनात बिंबवले होते. नंतर मात्र या ना त्या कारणाने पुढारी लोक पैसे जमवणे, हाच आपला धंदा आहे, तेवढ्यासाठीच आपल्याला निवडून दिले आहे, अशा कल्पनेत राहू लागले. ही वृत्ती बदलल्याशिवाय समाजात योग्य त्या सुधारणा कधीही होणार नाहीत.

कायदा हा आपल्यासाठी नसून दुसऱ्यासाठी आहे, अशीच आम्हा देशवासीयांची भावना आहे. कायद्याचे पालन इतरांनी करावे, मला ते बंधनकारक नाही, या प्रवृत्तीमुळे कायदा मोडणाऱ्यांची संख्या वाढली आहे. या गोष्टीवर परदेशात उपहासात्मक चर्चा होत असते. नुकताच मी परदेशात गेलो होतो, तेव्हा इतरांच्या दृष्टिकोनातून त्यांना भारतीय कसे दिसतात हे कुतूहल होते. मी भारताच्या एकंदर सांस्कृतिक इतिहासाबद्दल बोलत होतो; पण तिथल्या काही लोकांचा सूर मात्र भारतीयांना 'सिव्हिक सेन्स' नाही, असा आढळला. थोडक्यात, सार्वजनिक जीवनात काही कायद्याच्या नियमांचे पालन करावे लागते, याची त्यांना अजून जाणीव झाली नाही, असा सूर निघाला. रहदारीचे नियम मोडण्याची प्रवृत्ती तर सर्रास दिसते. इतर सर्वच सार्वजनिक बाबींमध्ये विशेषत: मोठ्या शहरांमधून चालणारा गलथानपणा, बेशिस्त या सर्वावरच त्यांचा भर होता. या सर्व लोकांना भारताबद्दल निश्चित आपुलकी होती; परंतु वरील प्रकारामुळे ते भारतीयांची कीव करतात, असे मला वाटू लागले.

वास्तविक पाहता, कायद्याचे नीतिनियम असल्याशिवाय कोणत्याही व्यक्तीचा समुदाय हा समाज बनू शकत नाही, तर तो कळप राहतो. आपल्याकडे अनेक धर्म, चालीरीती असल्यामुळे धार्मिक व इतर बाबतीत काही रीतिभातींचे वैशिष्ट्य निश्चित असू शकते, किंबहुना या रीती व वैचारिकता हे भारताच्या एकात्मतेचे लक्षण आहे, असे आपले थोर पुढारी सांगत असत. परंतु सामाजिक बाबींमध्ये मात्र जेवढे कायद्याचे पालन व्हायला पाहिजे तेवढे अजिबात होत नाही. त्यामुळे सर्वत्र अनास्था, गोंधळ दिसून येतो. एखाद्या शहरातल्या वाहतुकीवरून नजर टाकल्यास हे सहज लक्षात घेण्यासारखे आहे. वाहतुकीचे नियम हे मुळी पाळण्याकरिता असतात, हीच जाणीव आपल्याकडे लोकांच्या अंगात मुरलेली दिसत नाही. रस्त्यावरील सिग्नलच्या दिव्याची उघडझाप ही केवळ वीज चालू आहे की नाही एवढे पाहण्यापुरतीच असावी, अशी लोकांची समजूत दिसते. सर्वांत महत्त्वाची गोष्ट म्हणजे असा गडबड-गोंधळ किंवा गैरशिस्त असू नये, त्याने प्रचंड नुकसान होते आणि मनुष्यहानीही होते, हे सर्वांनाच पटलेले असते. परंतु हे नियम पाळले पाहिजेत आणि तशी शिस्त अंगात बाणायला पाहिजे. हे कोणीतरी करायला पाहिजे असे लोकांना वाटते. हेच सर्वांत मोठे दुर्दैव आहे. यासाठी एखादा पुढारी यावा, त्याने सांगितल्यानंतर सुधारणा होईल, याची आपण वाट पाहत असतो.

याचे मुख्य कारण म्हणजे स्वातंत्र्यपूर्व काळात आपल्याला सविनय कायदेभंगाच्या चळवळीसारखे महत्त्वाचे हत्यार दिले गेले. त्यामुळे कायदेभंग करणे म्हणजे देशभक्ती करणे होय, अशी भावना आपल्या मनामध्ये रुजली आणि कायदे हे सरकारचे आहेत ते आपले नाहीत. ते मोडणे म्हणजे आपले कर्तव्यच आहे, अशी सोईस्कर समजूत या जनमानसामध्ये रुजली गेली. अर्थात, ते त्या काळामध्ये योग्य असेलही किंवा ते स्वातंत्र्य प्राप्तीचे एक हत्यार होते, असे आपण म्हणू शकतो. परंतु स्वराज्य मिळाल्यानंतर ही समाजाची वृत्ती ताबडतोब बदलावयास हवी होती. कायदेभंगापेक्षा आता कायदे पाळा हीच चळवळ फार मोठ्या प्रमाणामध्ये निर्माण करून त्याप्रमाणे लोकजागृती व्हावयास हवी होती. दुर्दैवाने ती तशी झाली नाही आणि त्यामुळे अजूनही लोकांच्या मनामध्ये कायदे हे आपल्या सर्वांच्या फायद्याचे आहेत, हे पाळणे हे आपले प्रत्येकाचे नागरिक म्हणून कर्तव्य आहे ही भावना जितक्या प्रमाणात रुजण्यास हवी तितकी रुजली नाही. ती रुजवण्यासाठी बहुतेक पुढाऱ्यांनी प्रयत्न केले नाहीत.

नुसतेच कायदे पाळले नाहीत किंवा मोडले तर तेवढ्या एकाच गोष्टीने आज जेवढे समाजाचे नुकसान होत आहे तेवढे झाले नसते; परंतु याच्याच जोडीला समाजामध्ये भ्रष्टाचार आणि स्वार्थ याची जोड मिळाल्याबरोबर या विचारांची विषवल्ली समाजात झपाट्याने वाढू लागली आहे. त्यामुळे देशाच्या भवितव्याबाबत चिंता उत्पन्न होते. समाजामध्ये पूर्वी भ्रष्टाचार नव्हताच असे नव्हे. तो अगदी थोड्या प्रमाणात होत होता तोही निंद्य, तिरस्कृत मानला जात असे. पण आता मात्र समाजामध्ये या भ्रष्टाचाराबद्दल लोकांना वैषम्य वाटत नाही याबद्दल खेद होतो. एका न्यायाधीशाने भ्रष्टाचार ही आता जीवन पद्धतच आहे असे सांगितले होते. भ्रष्टाचारामुळे फक्त एखाद्या व्यवहारापुरताच फायदा किंवा तोटा होत असतो. यामुळे माणसाच्या वृत्तीत फरक पडतो. त्याची नीतिमत्ता, सभ्यता हीच नाहीशी होते आणि त्यामुळे विचारांचे प्रदूषण वाढते, ही सगळ्यांत चिंतेची बाब आहे.

आता तर भ्रष्टाचाराला राज्यमान्यताच मिळाल्याचे दिसते. अगदी मुलाला प्राथमिक शाळेत घालताना कॅपिटेशन फी घेणे ही भ्रष्टाचाराची पहिली पायरी होय. बालवाडीतील मुलालासुद्धा पैसे दिल्याशिवाय शाळेत प्रवेश मिळत नाही. हे मनामध्ये बिंबवले गेले तर या जगात पैसा दिल्याशिवाय आपल्याला पाहिजे ती वस्तू मिळणार नाही ही वृत्ती निर्माण होते. पुढे पैशाने आपण काहीही मिळवू असे त्याला वाटते. प्रत्येक गोष्ट पैशाने विकत घेता येते, अशी वृत्ती निर्माण झाली तर नीतिमत्ता, कायदा हे शब्द पोकळ, फसवे ठरतात. पुढे पुढे ही पैसे देण्याची सवय इतकी अंगात बाणते की, रुग्णालयामध्ये मुलगा जन्मल्यापासूनच ते अगदी स्मशानात जाईपर्यंत असे कोणतेही ठिकाण किंवा प्रसंग नाही की ज्या ठिकाणी त्याला पैसे द्यावे लागत नाहीत.

सगळ्यांत महत्त्वाची गोष्ट म्हणजे पूर्वी आपले पुढारी हे अजिबात भ्रष्ट नव्हते. राजकारणात पडायचे किंवा पुढारी व्हायचे म्हणजे फार तर स्वार्थ त्याग करायचा, एवढेच त्यांच्या मनात बिंबवले होते. नंतर मात्र या ना त्या कारणाने पुढारी लोक पैसे जमवणे, हाच आपला धंदा आहे, तेवढ्यासाठीच आपल्याला निवडून दिले आहे, अशा कल्पनेत राहू लागले. जनतेच्या मतावर निवडून आल्यावर प्रथमत: सरकार पाडायच्या सुमारास होणाऱ्या घोडेबाजारापासून ते खात्यातून फक्त पैसा मिळवायचा हेच ध्येय यांच्यासमोर आहे असे वाटते. जनसेवा हेच ध्येय सांगून निवडणूक जिंकायची आणि पैसा मिळवायचा हेच ध्येय ठेवून वागायचे, ही वृत्ती बदलल्याशिवाय समाजात योग्य त्या सुधारणा कधीही होणार नाहीत.

महाभारतामध्ये एक गमतीदार प्रसंग आहे. पांडव अज्ञातवासात असताना त्यांना शोधण्याकरता जेव्हा दुर्योधन त्याचे सारे सैन्य घेऊन विराट राजाच्या गायी पळवू लागला तेव्हा त्याचा युवराज उत्तर हा नुसताच वल्गना करू लागला. तेव्हा अर्जुनाने बृहन्नडाचा वेश टाकून संमोहनास्त्र टाकून अर्जुनाने गुरुजन सोडून सर्वच कौरववीरांची वस्त्रे काढून घेतली, तेव्हा कर्णाला दिगंबर अवस्थेत पाहून दुर्योधन हसला आणि हे काय, असे म्हटल्याबरोबर कर्ण त्याला म्हणाला, यथा राजा तथा प्रजा. राजे आपणही वस्त्रहीन आहात, मग प्रजाही तशीच. जनतेपुढे नेतेमंडळींचेच आदर्श असतात. तेव्हा चारित्र्य सुधारण्याची सुरुवात या नेते किंवा पुढारी मंडळींनीच केली तर समाजपरिवर्तन फार लवकर घडेल, यात शंका नाही. त्यासाठी एक साधा उपाय आहे. तो म्हणजे कोणत्याही पुढाऱ्यांनी निवडणुकीच्या आधी आपल्या नातेवाईकांची मालमत्ता जाहीर करायची. त्यानंतर आजघडीला आपल्याजवळ किती मालमत्ता आहे, हे जनता जनार्दनाला सांगायचे. माझी जी काही संपत्ती आहे ती देशासाठी सोडतो आहे असे सांगितले तर आजचे भ्रष्टाचाराचे वातावरण मोठ्या प्रमाणात निवळेल. या पुढारी किंवा नेते मंडळींनासुद्धा समाजात आदर्श घालून देता येईल.

आपली भारतीय संस्कृती अशा नि:स्वार्थी पुढाऱ्यांनाच देवाइतका मान देते. 'राजसंन्यास' नाटकात एक वाक्य आहे, 'राजा म्हणजे पृथ्वीचा उपभोगशून्य स्वामी' हीच जाणीव आपल्या नेतेमंडळींनी बाळगली तर मला वाटते, खरोखरच जनता त्यांना आपल्या हृदयसिंहासनावर अधिष्ठित करेल. अर्थात, हे आपल्या देशात सहज होणे शक्य आहे. कारण आपल्या देशातल्या पूर्वजांनी आपल्याला आदर्श घालून दिला आहे. शिवाजीमहाराजांना श्रीमान योगी म्हणतात ते त्यांच्या नि:स्वार्थीपणामुळेच!

◆ ◆ ◆

२

राजकारण्यांवर मतदारांचा अंकुश हवाच

सद्यःस्थितीत सगळीकडे भ्रष्टाचार माजल्याचे चित्र दिसत असले तरी काही अधिकारी मात्र चारित्र्यसंपन्न आणि जनतेशी निष्ठा बाळगून असल्याचे दिसतात. अशा प्रामाणिक अधिकाऱ्यांनाच विविध राजकीय पक्षांकडून येणाऱ्या दबावाला सामोरे जावे लागते. त्यातूनही एखादा अधिकारी कर्तव्यदक्षतेने आणि प्रामाणिकपणे आपले काम करत असेल तर त्याची अन्यत्र बदली केली जाते. राजकारण्यांची ही मनोवृत्ती बदलण्यासाठी त्यांच्यावर जनतेचा योग्य अंकुश असायला हवा.

समाजात शांतता आणि सुव्यवस्था निर्माण करण्याचे महत्त्वाचे काम पोलीसखात्याकडे असते. या खात्यातील भ्रष्टाचाराची चर्चा प्रामुख्याने केली जात असली तरी या खात्यात काही प्रामाणिक आणि कर्तव्यदक्ष अधिकारी आहेत. चारित्र्यसंपन्न आणि जनतेशी निष्ठा बाळगून असणारे बरेच पोलीस अधिकारी वरिष्ठांचा त्रास आणि हालअपेष्टा सोसूनही जनतेची सेवा करत असतात. अर्थात, याबाबत इतर राज्यांपेक्षा आपल्याकडील परिस्थिती बरी आहे, असे म्हणावे लागेल. आजही जनतेशी बांधीलकी असणारे सक्षम अधिकारी आहेत. म्हणूनच, सर्वसामान्यांना काही प्रमाणात का होईना न्याय मिळत आहे. या अधिकाऱ्यांची संख्या कमी झाल्यास महाराष्ट्राचा बिहार होण्यास वेळ लागणार नाही. या कार्यक्षम अधिकाऱ्यांना वरिष्ठांचा किती त्रास सहन करावा लागतो, याबद्दल सहसा अधिकारी बोलू शकत नाहीत. परंतु, काही अधिकाऱ्यांच्या मुलाखतीनंतर त्यांना किती प्रचंड मानसिक तणावाखाली काम करावे लागेल, हे दिसून येते.

मुंबई बॉम्बस्फोट खटल्याचा निकाल जाहीर झाल्यानंतर या खटल्याचा त्यावेळी

तपास करणारे अधिकारी सामरा यांची प्रतिक्रिया नुकतीच वाचनात आली. त्यात त्यांनी स्पष्ट म्हटले आहे की, 'या स्फोटाशी संबंधित गुन्हेगारांवर कलम १२१ अंतर्गत कारवाई होऊ नये यासाठी त्या काळच्या सरकारमधील अधिकाऱ्यांचे प्रचंड दडपण आले होते.' त्याला न जुमानता सामरा यांनी सद्सद्विवेकबुद्धीने कर्तव्याचे पालन केले. बेन डिसुझा हे असेच एक कर्तव्यदक्ष अधिकारी होते. त्यांच्या आत्मचरित्रात बिहार राज्यामध्ये उपजिल्हाधिकारी झाल्यानंतर कर्तव्यात राजकीय लोकांचा कसा हस्तक्षेप होत होता, याचे सविस्तर वर्णन केले आहे. ते लिहितात की, पूर्वीचे उपजिल्हाधिकारी त्यांच्यापुढील सर्व प्रकरणे एका राजकारणी व्यक्तीकडे सोपवत आणि ते त्यातील पक्षकारांना बोलावून खटल्यांचा निपटारा करत असत. डिसुझा यांनी ही प्रथा बंद केली आणि ते स्वतंत्रपणे काम पाहू लागले. यामुळे त्यांची ताबडतोब बदली करण्यात आली. एवढेच नव्हे तर ते रायगड जिल्ह्यात असताना तत्कालीन गृहमंत्री मोरारजीभाई देसाई यांच्याशी भेट झाली, तेव्हा डिसुझा यांनी सांगितले की, 'पूर्वीचा मामलेदार हा सर्वस्वी काँग्रेस पक्षातील राजकारण्यांच्या दबावाखाली राहून काम करत असे. त्यांच्याच सल्ल्याने वागत असे आणि त्यांना पाहिजे तेवढी मदत करत असे.' डिसुझा यांच्या या वक्तव्यावर मोरारजीभाईंनी दिलेले उत्तर विचार करायला लावणारे आहे, ते म्हणाले,

'सरकार काँग्रेस पक्षाचे असताना तुमचे सल्लागार काँग्रेसमधीलच असले पाहिजेत, दुसरे कोण असणार? बाकीच्या पक्षांचे कार्यकर्ते विध्वंसक आहेत तेव्हा तुम्ही काँग्रेसच्या कार्यकर्त्यांच्या सल्ल्यानेच चालले पाहिजे.' यावर डिसुझा यांनी बाकीचे पक्ष विध्वंसक आहेत, हे मत त्यांना योग्य वाटत नसल्याचे सांगितले. त्याबरोबर मोरारजींनी 'तुम्हाला राजकारणातले काही कळत नाही' असे म्हणत त्यांची हेटाळणी केली.

सांगायचे तात्पर्य एवढेच की, एखादा पक्ष निवडून आला की त्या पक्षाच्या लोकांना सरकारी नोकर हे आपलेच नोकर आहेत आणि आपण म्हणतो तसेच त्यांनी वागले पाहिजे, अशी हुकूमशाही वृत्ती निर्माण होते. हुकूमशाही वृत्तीचे इंग्रज गेले. त्यावेळी हुकूमशाही वृत्तीबद्दल आपण पाहिजे तेव्हा निषेध व्यक्त करत होतो; परंतु ते गेले तरी त्यांची हीच वृत्ती राजकारणी लोक बाळगणार असतील तर जनतेला कधी काळी न्याय मिळेल अशी आशा करता येणार नाही. पोलीस दलच नव्हे तर ज्या ज्या ठिकाणी असे राजकारणी सरकारी नोकरांवर दबाव आणत असतील आणि जनतेच्या विरोधामध्ये निर्णय घेण्यास भाग पाडत असतील त्या नेत्यांचा आणि प्रवृत्तींचा निषेध करणे हे जनतेचे कर्तव्य आहे. असे झाले तरच हे खऱ्या अर्थाने जनतेचे राज्य म्हणून ओळखले जाईल.

लोकशाहीची व्याख्या करताना आपण लोकांसाठी लोकांनी चालवलेले लोकांचे

शासन अशी केली आहे. मात्र, सद्य:स्थितीतील जनतेच्या मताला कोणी विचारत नसून लोकप्रतिनिधी मानले जाणारे स्वार्थांध लोकच राजकारण करत आहेत. एक लक्षात ठेवले पाहिजे की लोकप्रतिनिधी हे जनतेचे सेवक असले पाहिजेत. आणि जनतेने त्यांना त्याचप्रमाणे वागवले पाहिजे. या देशात खऱ्या अर्थाने जनतेचे राज्य निर्माण होण्यासाठी काय करायला हवे, याचाही विचार व्हायला हवा. अनेकांनाही हाच प्रश्न पडत आहे. तेव्हा नुसत्याच चुका दाखवून फायदा नाही तर त्या दुरुस्त कशा करायच्या, याचा मार्गही दाखवला पाहिजे.

आपले लोकप्रतिनिधी जनतेच्या हितरक्षणाचे काम करतात का नाही, का मन मानेल तसा कारभार करतात. निवडणुकीच्या वेळी घोडेबाजार करतात का, याची माहिती घेणे आवश्यक आहे. लोकप्रतिनिधी असे वागत असतील तर ती जनतेशी प्रतारणा आहे. त्यासाठी अशा बाबींवर जनतेनेच लक्ष ठेवून त्याबाबत सक्रिय राहिले पाहिजे.

मध्यंतरी काही कामानिमित्त मी पाश्चात्त्य देशात गेलो होतो. तेव्हा लोकप्रतिनिधी निवडून आल्यानंतर कुठेही त्यांचे बॅनर्स दिसले नाहीत किंवा फटाक्यांच्या आतषबाजीत निघालेल्या मिरवणुकाही दिसल्या नाहीत. कारण लोकप्रतिनिधी जनहिताचे काम करतात की नाही, यावर तेथील जनता लक्ष ठेवते. आपल्याकडे मात्र तसे होत नाही. राष्ट्रपतिपदासारख्या महत्त्वाच्या पदावरील उमेदवार निवडताना लोकप्रतिनिधींना जनतेच्या मताची यत्किंचितही पर्वा नव्हती, असे दिसले. अर्थात, अशी पर्वा असण्याचे कारणही नाही. निवडणुकीच्या वेळी जनतेला आश्वासनांची खोटी गाजरे दाखवली जातात. निवडणुका जिंकल्याबरोबर मात्र जनतेचा आणि आपला संबंधच नसल्याची भूमिका घेतली जाते. किंबहुना, लोकप्रतिनिधींना जनतेच्या हक्काची जाणीवच नसावी, अशी शंका येत आहे, यासाठी या लोकप्रतिनिधींना जनतेच्या न्याय्य हक्काची जाणीव करून द्यावी लागणार आहे.

एखादा उमेदवार निवडणुकीला उभा राहत असताना असणारी त्याची मालमत्ता आणि निवडून आल्यानंतर काही कालावधीतच त्याने मिळवलेली मालमत्ता याची शहानिशा व्हायला हवी. त्याबरोबरच जनतेच्या हितासाठी व्यापक चळवळ उभी राहायला हवी. अण्णा हजारेंसारखे सामाजिक कार्यकर्ते अशा चळवळी उभारण्याचे महत्त्वपूर्ण कार्य करत आहेत. अशी चळवळ जनतेमधून उत्स्फूर्तपणे पुढे आल्यासच जनतेचे खरेखुरे राज्य येणार आहे. अन्यथा सद्य:स्थितीपेक्षाही अधिक बिकट परिस्थिती निर्माण होईल.

◆ ◆ ◆

३

लोकभावना आणि
कायद्याची चौकट

खासदारनिधीच्या गैरवापराची चौकशी करण्यासाठी नेमलेल्या समितीने तिचा अहवाल नुकताच सादर केला. समितीने सुनावलेली ताकीद आणि निलंबनाची कारवाई अयोग्य म्हणता येणार नाही. मात्र, खासदारांना यापेक्षा कठोर शिक्षा झाली पाहिजे, असे वाटत असेल तर समाजानेच पुढाकार घेऊन तसा कायदा संमत करून घेणे आवश्यक आहे. खासदारांच्या लाचखोरीच्या ताज्या प्रकरणाने न्याययंत्रणेला कोणती दिशा दिली?

ऑपरेशन चक्रव्यूह या नावाखाली 'स्टार न्यूज' या वृत्तवाहिनीने काही दिवसांपूर्वी खासदार त्यांना मिळत असलेल्या विकासनिधीचे वाटप करताना लाच मागत असल्याचे उघडकीस आणले. या वाहिनीने कॅमेऱ्याद्वारे चित्रण करून चर्चिल आलेमाव (काँग्रेस), पारसनाथ यादव (समाजवादी पक्ष), फग्गनसिंग कुलस्ते आणि रामस्वरूप कौली (दोघेही भाजप) यांना खासदार विकासनिधी देण्यासाठी कथितरीत्या लाच मागताना दाखवले होते. या प्रकरणाची चौकशी करण्यासाठी संसदेने नेमलेल्या समितीने चौकशी पूर्ण करून आपला अहवाल संसदेत मांडला. त्यातून या चार सदस्यांना २२ मार्चपर्यंत निलंबित करण्याची शिफारस करण्यात आली. खासदार विकासनिधी देण्यासाठी लाच मागणाऱ्या चार खासदारांना संशयाचा फायदा देऊन, ताकीद देऊन निलंबित करावे, असे या शिफारशीचे नेमके स्वरूप आहे.

शासनाने नेमलेल्या समितीचे निष्कर्ष आणि शिफारशी जाहीर झाल्यानंतर समाजात चर्चेचे वादळ उठते. तसे याप्रकरणीही घडणार हे निश्चित. सर्वसामान्यपणे

प्रतिनिधित्व करणाऱ्या या खासदारांना समितीने शिफारस केलेल्या शिक्षेपेक्षा जास्त कडक शिक्षा व्हावी, असाही एक सूर उमटत आहे. या प्रकरणाचा सांगोपांग आढावा घेताना सामान्य माणसाचा आणि कायदेतज्ज्ञांचा दृष्टिकोन यातील फरक लक्षात घेणे आवश्यक आहे. सर्वसामान्य माणसाचा दृष्टिकोन भिन्न असतो. सामान्य जनता भावनाप्रधान असते. तिच्याकडून तर्कनिष्ठ विचारांची अपेक्षा नसते. समाजात उसळणाऱ्या दंगली आणि जाळपोळीसारख्या घटना समाज भावनाप्रधान असल्याचेच दाखवून देतात. संसदेतील लाचखोर खासदारावर झालेली कारवाई किरकोळ आहे असे गृहीत धरून सर्वसामान्य जनता काही मुद्दे उपस्थित करण्याची शक्यता आहे. लाच घेऊनही खासदारांची सुटका कशी काय झाली? त्यांनी न्याययंत्रणेलाच भ्रष्ट करण्याचा प्रयत्न केला नाही का? न्यायाधीशांना या प्रकरणाच्या न्यायालयीन बाजूंचे पूर्ण आकलन झाले असेल का? संशयाचा फायदा मिळून खासदार सुटले तर भविष्यातही तसे घडण्याची शक्यता नाही काय? हे यासंदर्भात उपस्थित झालेले काही महत्त्वाचे प्रश्न आहेत.

यासंदर्भात प्रतिक्रिया नोंदवण्यापूर्वी नीतिमत्ता आणि कायदा या दोन्ही पूर्णपणे वेगळ्या संकल्पना आहेत, हे लक्षात घ्यायला हवे. एखादी कृती नीतीला धरून नसली तरी ती बेकायदेशीर असेलच असे नाही. पुन्हा व्यक्तिपरत्वे नीतिमत्तेच्या कल्पना बदलत असतात. उदाहरणच द्यायचे तर हिंदू संस्कृतीनुसार लग्नाच्या जोडीदाराव्यतिरिक्त इतर स्त्रियांशी संबंध ठेवणे अनैतिक मानले जाते. मात्र, मुस्लीम समाजात एकापेक्षा अधिक बायकांशी लग्न करणे समाजमान्य आहे. त्यामुळे कायदा आणि नीतिमत्ता ही दोन वेगवेगळी क्षेत्रे आहेत, असे आवर्जून नमूद करावेसे वाटते. कायदे शक्यतो नीतीला धरून असावेत, असे अभिप्रेत असते; परंतु प्रत्येक अनैतिक कृत्य कायद्याच्या चौकटीत बसवणे शक्य होईलच असे नाही हे लक्षात आले, तर सर्वसामान्य जनतेच्या मनातील संभ्रम बऱ्याच अंशी कमी होईल. वर उल्लेखलेल्या चार खासदारांनी कायद्याचा भंग केला की नीतीचा? त्यांनी कायद्याचा भंग केला असेल तर नेमक्या कोणत्या कायद्याचा भंग केला असेल असे दोन प्रश्न यासंदर्भात उद्भवतात.

खासदारांवर कारवाई करायची तर मुळात तसा कायदा अस्तित्वात असायला हवा. यासंदर्भात सध्या कोणता कायदा अस्तित्वात आहे आणि कोणता असायला हवा, या मुद्द्यांवर चर्चा होणे अपेक्षित आहे. मुळात अशा प्रकरणांवर कारवाई सुचवणारा कायदा अस्तित्वात नव्हता. म्हणूनच हे प्रकरण न्यायालयात पाठवण्याऐवजी त्यावर व्ही. किशोरचंद्र, एस. देव यांच्या नेतृत्वाखाली सात सदस्यांची समिती नेमण्यात आली.

ही बाब नीतिमत्तेच्या प्रांतातील खासदारांनी नीतिबाह्य कृत्य केले असेल, तर त्यानुसार समाजाने प्रतिक्रिया व्यक्त करायला हवी. सामाजिक बहिष्कार, जाहीर कानउघाडणी, प्रसारमाध्यमातून अशा कृत्यांचा धिक्कार करणे यापैकी एखादा मार्ग अवलंबून जनता प्रतिक्रिया व्यक्त करू शकते. खासदारांचे वर्तन अयोग्य आणि विधिमंडळाच्या संकेताप्रमाणे नाही इतकाच या प्रकरणातला सारांश! समितीने या प्रकरणावर सुनावलेली ताकीद आणि निलंबनाची कारवाई अयोग्य म्हणता येणार नाही. मात्र, खासदारांना यापेक्षा कठोर शिक्षा झाली पाहिजे, असा समाजाला वाटत असेल तर त्यानेच पुढाकार घेऊन तसा कायदा संमत करून घेणे आवश्यक आहे. तसे झाले तरच या कृत्यांना आळा बसू शकेल.

खासदारांचे संकेतबाह्य वर्तन या निमित्ताने जनतेसमोर आले आहे. मात्र, आजवर कारवाई झाली नाही अशी खासदारांच्या गैरवर्तणुकीशी संबंधित अनेक दालने आहेत. कर चुकवेगिरी, वीज आणि फोनच्या देयकांची थकबाकी, कार्यकाल संपल्यानंतरही वास्तव्याची सरकारी जागा ताब्यात ठेवणे या गैरप्रकारांबाबतही कायदे, संमत करण्याची आवश्यकता आहे.

यासंदर्भात जनतेने पुढाकार घेऊन असे कायदे का होत नाहीत, असा प्रश्न विचारणे अपेक्षित आहे. खासदार त्यांना बंधनकारक ठरणारे कायदे संमत का करत नाहीत. हा खरा कळीचा प्रश्न आहे. समाजाने याबत पुढाकार घेणे गरजेचे आहे. केवळ एखाद्या समितीवर अथवा न्यायाधीशांवर दोषाचे खापर फोडून काही साधणार नाही.

खासदारांच्या ताज्या प्रकरणामुळे न्याययंत्रणेत सुधारणा करण्याची गरज संबंधितांच्या ध्यानी आली, हे महत्त्वाचे. अशा प्रकरणांचा निकाल काहीही लागो, त्यांनी सर्वसामान्य जनतेला, शासनाला आणि न्याययंत्रणेला विचार करायला प्रवृत्त केले हेच महत्त्वाचे ठरते. मध्यंतरी गाजलेले जेसिका लाल प्रकरण, बेस्ट बेकरी हत्याकांडातील प्रमुख साक्षीदार जहिरा शेख प्रकरण, सलमान खान प्रकरण अशी प्रकरणे एकंदर न्याययंत्रणेचाच विचार करण्यासाठी प्रवृत्त करत असतात. या प्रकरणांच्या निमित्ताने न्याययंत्रणेने आजवर पाहिली नाही, अशी एखादी बाजू समोर येते आणि त्यावर खल होऊन चिरेबंदी कायदा तयार होतो.

प्रचलित न्यायसंस्था आणि न्यायप्रक्रिया हा भारतातील सर्वसामान्य माणसाच्या चिंतेचा व चिंतनाचा विषय झाला आहे. भारतीय न्यायव्यवस्था आता मोडकळीस आली असण्याची चर्चा आहे. सध्या आसपास घडणारी अनेक कायदेभंगाची उदाहरणे

सामान्य माणसाला सातत्याने कोड्यात पाहत आहेत. आपण हरतऱ्हेने कायद्याचे बंधन पाळत असताना, चौकटी पाळत असताना काही राजकारणी, राजकीय कार्यकर्ते बेधडक कायदा मोडतात. कायदा हातात घेऊन हल्ले करतात, लाच स्वीकारतात, सहज होण्याजोगी कामे करण्यासाठीही पैसे मागतात. अशा घटनांमुळे कायदा आणि सुव्यवस्थेवरील विश्वास उडणे साहजिक आहे. किंबहुना, बाहेरच्या जगामध्ये लाचलुचत, वशिलेबाजी सर्रास पाहायला मिळत असल्याने न्यायालयातही तसेच वातावरण असावे. असा जनतेचा समज आहे. मात्र, कोणत्याही प्रकरणावर प्रतिक्रिया व्यक्त करण्यापूर्वी जनतेने नीतिमत्ता आणि कायदा या दोन स्वतंत्र बाबी असल्याचे लक्षात घ्यायला हवे. भावनेला मनातली कोणतीही गोष्ट कायद्याची चौकट न मानता अपेक्षित व्यासपीठावर व्यक्त करता येते. कायद्याचे तसे नसते. न्यायदेवतेच्या तराजूत सत्य आणि असत्याचे दाखले ज्या प्रकारे वर-खाली होतील, त्याच प्रमाणात न्यायदान होणार ही वस्तुस्थिती आहे, हे लक्षात घ्यायलाच हवे अन्यथा भावनेच्या आहारी जाऊन ती टोकाच्या प्रतिक्रिया व्यक्त करण्याची शक्यता असते.

◆ ◆ ◆

४

राजकीय पुढाऱ्यांचे खटले आणि न्याय

साधारणपणे राजकीय पुढाऱ्यांविरोधातील खटला किंवा समाजातील श्रीमंत, मातब्बर व्यक्तीवरील खटला पाहिला की सर्वसामान्यांच्या मनात अनेक शंका उपस्थित होतात. या खटल्यातील व्यक्तींच्या विविध प्रकारच्या दडपणाखाली न्यायाधीशांना न्याय देणे शक्य होणार नाही असेही वाटू लागते. परंतु न्यायालयासमोरील काही खटले आणि त्यात शिक्षा झालेल्या मातब्बर व्यक्ती पाहिल्या तर न्यायव्यवस्थेवरील विश्वास दृढ होईल अशीच उदाहरणे दिसतील.

माजी केंद्रीयमंत्री शिबू सोरेन यांना न्यायालयाने खुनाच्या आरोपाखाली जन्मठेपेची शिक्षा ठोठावली. या निकालाने सर्वसामान्यांचा न्यायसंस्थेवरील विश्वास दृढ झाला आहे. त्याबरोबरच राजकीय पुढाऱ्यांवरील खटल्याबाबत असणाऱ्या शंकांनाही पूर्णविराम मिळाला आहे. यापुढील काळात अशा प्रकारच्या खटल्यांमध्येही कठोर शिक्षेचा अवलंब केल्यास राजकारणातील वाढती गुन्हेगारी रोखण्यास मदतच होणार आहे.

न्यायव्यवस्था अतिशय मातब्बर समजल्या जाणाऱ्या व्यक्तींना दोषी ठरवण्यास कुचराई करते का, यावर कोणत्याही देशातील न्यायव्यवस्थेचा कस अवलंबून असतो. न्यायापुढे सगळ्या व्यक्ती समान आहेत, हे तत्त्व कागदोपत्री ठीक असले, आकर्षक वाटत असले तरी वस्तुस्थिती तशी असतेच असे नाही. न्यायालयासमोर आलेली दोषी व्यक्ती कोणत्याही थरातील असो किंवा तिची सामाजिक प्रतिष्ठा मोठी असो, अशा व्यक्तीमध्ये भेदभाव न करता न्यायदान व्हावे अशी जनतेची अपेक्षा असते. न्यायदेवतेच्या हातातील तराजू हे न्यायदानाचे चिन्ह समजले जाते. तसेच तिच्या डोळ्यांवरील पट्टी ही समोरची व्यक्ती कोण आहे हे कळू नये, तसेच व्यक्ती-व्यक्तीमधील न्यायदानात कोणत्याही कारणाने फरक पडू नये, याचे निदर्शक आहे.

नि:पक्ष न्यायदानाची अनेक उदाहरणे आपल्याकडे आहेत. प्रभू रामचंद्रांनी

लक्ष्मणाला दिलेली शिक्षा, जहाँगीरने त्याच्या मुलाला दिलेली शिक्षा किंवा खलिफा उमरने त्याच्या मुलाला दिलेली शिक्षा ही उदाहरणे लक्षात येतात. महाराष्ट्रीयांच्या मनात तर शिवाजीमहाराजांचे न्यायप्रेम, त्यांनी उच्चाधिकाऱ्यांनाही फर्मावलेल्या शिक्षा तसेच रामशास्त्री प्रभुणेंनी खुद्द राज्यकर्ते राघोबादादा पेशवे यांना फर्मावलेली देहान्ताची शिक्षा या गोष्टी डोळ्यांसमोर येतात. न्यायदानाच्या कस हा त्याच्या नि:पक्षपातीपणावरच लागू शकतो. एखादा निकाल चुकीचा असेल तर त्याबद्दल न्यायव्यवस्थेला दोषी धरता येत नाही. कारण अशी चूक होऊ शकते हे खुद्द न्यायसंस्थेनेच मान्य केले आहे. म्हणूनच त्यात कायद्याने पुनर्वादाची सोय केली आहे. परंतु न्याय नि:पक्षपातीपणे दिला गेला नाही तर मात्र त्याचा डाग न्यायसंस्थेला लागतो.

साधारणपणे राजकीय पुढाऱ्यांविरोधातील खटला किंवा समाजातील श्रीमंत, मातब्बर व्यक्तीवरील खटला पाहिला की सर्वसामान्यांच्या मनात अनेक शंका उपस्थित होतात. या खटल्यातील व्यक्तींच्या विविध प्रकारच्या दडपणाखाली न्यायाधीशांना न्याय देणे शक्य होणार नाही असेही वाटू लागते. परंतु न्यायालयासमोरील काही खटले आणि त्यात शिक्षा झालेल्या मातब्बर व्यक्ती पाहिल्या तर न्यायव्यवस्थेवरील विश्वास दृढ होईल अशीच उदाहरणे दिसतील. अशा मोठ्या व्यक्तींविरुद्धच्या खटल्यादरम्यान प्रसिद्ध होणाऱ्या उलटसुलट बातम्या ऐकल्या की सर्वसामान्यांना न्यायसंस्थेविषयी आजही शंका वाटते. विशेषत: राजकीय पुढारी किंवा मंत्र्यांच्या विरोधातील खटले तर सुरुवातीपासूनच गाजतात ते याचमुळे. राजकीय पुढारी म्हटला की, त्याचे सर्व खात्यांशी लागेबांधे असतात. नोकरशाहीच्या प्रत्येक विभागावर त्यांचे नियंत्रण असते. इतकेच नव्हे तर सर्व सरकारी यंत्रणा जणू त्याची गुलाम व सारेच नोकर म्हणूनच वागत असतात. अर्थात, अशा यंत्रणेमध्येही ताठपणे, कोणतेही भय न बाळगता काम करणाऱ्या व्यक्तीही असतातच. पण त्यांची संख्या अत्यल्प असते इतकेच. तसेच या व्यक्तींचे होणारे हाल, त्यांच्यावरील दडपण याचा विचार केल्यास त्यांच्या नि:पक्षपाती वागणुकीला फार मोठी किंमत द्यावी लागते असे दिसते. अशी किंमत देण्याचे धैर्य फारच थोड्या व्यक्तींमध्ये असते. त्यामुळे एखाद्या राजकीय पुढाऱ्यावरील खटल्यामध्ये पुरावा गोळा करणारी पोलीस यंत्रणा इतकेच नव्हे तर या तपासाशी संबंधित असलेल्या प्रत्येक व्यक्तीबरोबर या राजकीय व्यक्तींना दडपण आणणे सहज शक्य होते. किंबहुना असे खास दडपण आणण्याचीही आवश्यकता नाही, अशी सध्याची परिस्थिती आहे. या यंत्रणेतील लोक गुलामाप्रमाणे आपल्या धन्याचे स्वामीकार्य म्हणून पुढाऱ्यांना सर्वतोपरी मदत करण्यास नेहमीच तत्पर असतात. आपण जनतेचे नोकर आहोत, याचा पूर्णपणे विसर पडून आपल्या वरिष्ठांचे आपण नुसते नोकरच नव्हे तर गुलाम आहोत, अशा वृत्तीने हे लोक वागत असतात. अर्थात, अशा वागण्यामध्ये या नोकरांचाही फायदा असतो. कारण त्यांनी केलेली लाचलुचपत किंवा आगळीक या गोष्टीकडे त्यांचे वरिष्ठ

सोईस्करपणे कानाडोळा करत असतात. अलाहाबादमधील उच्च न्यायालयाच्या मुल्ला नावाच्या न्यायाधीशांनी 'पोलीस ही गुंडांची संघटित टोळी आहे' असे आपल्या निकालपत्रात लिहिले होते. अर्थात, हे वक्तव्य वरिष्ठ राजकीय पुढारी आणि सरकारी नोकर यांच्यातील साट्यालोट्याच्या वृत्तीमुळेच लिहिले गेले असावे. जेसिका लालच्या खटल्यामुळे या गोष्टीवर चांगलाच प्रकाश पडतो. पोलीसच नाही, तर तपासयंत्रणेला हातभार लावणारे अनेक घटक प्रतिष्ठित व्यक्तींच्या दडपणाखाली येऊ शकतात. शवविच्छेदन करून मृत्यूचे कारण स्पष्ट करणारा वैद्यकीय अधिकारीही दडपणाला बळी पडू शकतो. साक्षीदारांच्या जबान्या, वैद्यकीय पुरावा, हस्ताक्षरतज्ज्ञांचा पुरावा किंवा शस्त्रे, दारूगोळा यासंबंधीच्या तपासणी अधिकाऱ्यांचा पुरावा हे सर्व पुरावेच भ्रष्ट होऊ लागल्यास न्यायाधीशांच्या हातात न्याय करण्याचे कोणतेच साधन राहत नाही. सर्वप्रकारचा बनावट पुरावा त्यांच्यापुढे आल्यानंतर आणखीन सत्य शोधून काढण्यासारखा कोणताही पुरावा त्याच्यापुढे असत नाही. अशी परिस्थिती असतानाही काही बाबतीत मात्र थोडाफार पुरावा उपलब्ध झाल्यास आपली न्यायसंस्था पुढारी किंवा मातब्बर व्यक्तींनाही दोषी ठरवण्यास कचरत नाही, इतकी ती निर्भीड आणि नि:पक्षपाती आहे याची प्रचिती येते. अर्थात, या सर्व यंत्रणा निर्दोष व्हायच्या असतील तर तपासयंत्रणेतील प्रत्येक व्यक्तीतरी भ्रष्टाचारी नसली पाहिजे. त्याचप्रमाणे अशी व्यक्ती कोणत्याही दडपणाला किंवा आमिषाला बळी पडणार नाही इतकी ती नि:पक्षपाती आणि निर्भीड असायला हवी. यासारखे प्रयत्न झाले तरच यापुढे न्यायाधीशांना योग्य तो न्याय देणे शक्य होईल असे वाटते.

एका माजी केंद्रीय मंत्र्याला नुकत्याच झालेल्या जन्मठेपेच्या शिक्षेमुळे या विचारांना जास्त चालना मिळालेली दिसते. वास्तविक पाहता, अशा भ्रष्ट व्यक्तींना राजकीय क्षेत्रात कोणतेही स्थान असता कामा नये. लोकांनीही निवडणुकीच्या वेळी उमेदवाराचे चारित्र्य हाच महत्त्वाचा निकष मानला पाहिजे. एखाद्या राजकीय व्यक्तीबद्दल सकृतदर्शनी पुरावा उपलब्ध असल्यास त्या व्यक्तीस कोणतेही महत्त्वाचे पद दिले जाता कामा नये. या गोष्टीसाठी जनतेलाही जागरूक राहावे लागणार आहे.

सर्वच राजकीय पुढारी चारित्र्यवान असले पाहिजेत. त्याचप्रमाणे तपासकामात यत्किंचितही ढवळाढवळ करणार नाहीत या गोष्टीवरही जनतेने लक्ष ठेवणे आवश्यक आहे. राजकीय पुढाऱ्यावरील खटल्यासंबंधात नुकत्याच जाहीर झालेल्या निकालाने न्यायव्यवस्थेवरील विश्वास अधिक दृढ झाला आहे. अशा प्रकारच्या खटल्यात कठोर शिक्षेचा अवलंब केल्यास देशातील वाढती गुन्हेगारी, दहशतवाद यांना आळा घालण्यात यश येईल. न्याययंत्रणेच्या धाकामुळे अशाप्रकारचे गुन्हे करण्यास कोणीही सहजासहजी तयार होणार नाही. देशाची शांतता आणि सुरक्षा आता त्या अर्थाने न्यायालयाच्या हातात असल्याने न्यायालयाने असेच नि:पक्षपाती निर्णय द्यावेत ही अपेक्षा आहे.

◆ ◆ ◆

५

नैतिकतेच्या अपेक्षांना धक्का

सर्वोच्च न्यायालयाने भ्रष्टाचारी मंत्र्यांवर करावयाच्या कारवाईबाबत केंद्र सरकारचे मत मागवले होते. त्यावर आघाडीचे सरकार स्थिर राखण्यासाठी कलंकित मंत्र्यांवर कारवाई करता येत नाही, अशी धक्कादायक प्रतिक्रिया केंद्राने व्यक्त केली. आघाडी सरकारांची असाहाय्यता जाहीर करणारे हे विधान लक्षात घेता आता सर्वसामान्यांनाच पुढाकार घेऊन कलंकित व्यक्तीला डावलावे लागेल. यानिमित्ताने सर्वसामान्यांना अपेक्षित नैतिकता आघाडी सरकार दाखवू शकेल का, असा प्रश्न आता पुढे आला आहे.

'भ्रष्टाचारात दोषी आढळणाऱ्यांना भर चौकात दिव्याच्या खांबावर फाशी दिली पाहिजे' असे उद्गार बिहारमधील न्यायमूर्तींनी काढल्याचे नुकतेच वाचनात आले. अर्थात, त्यांचे उद्गार सर्वसामान्य जनतेच्या मनातील विचारांचेच प्रतिनिधित्व करतात. न्यायमूर्तींचे हे उद्गार रास्त असले तरी भ्रष्टाचाराने कलंकित झालेल्या मंत्र्यांना सरकारला निलंबित करण्याविषयी नेमक्या कोणत्या तरतुदी आहेत, याचा विचार करणे आवश्यक ठरते. नुकत्याच एका जनहित याचिकेवर झालेल्या सुनावणीदरम्यान सर्वोच्च न्यायालयाने केंद्र तसेच राज्य शासनाला काही प्रश्न विचारले. ते प्रश्न असे होते, एखाद्या मंत्र्याविरुद्ध गंभीर गुन्ह्याचा आरोप असल्यास त्याने राजीनामा द्यावा का? आरोपी व्यक्तीला मंत्रिपदावर बसता येते का? अशा भ्रष्टाचारी व्यक्तीला वगळण्याबाबत राष्ट्रपती केंद्र सरकारला आणि राज्यपाल राज्य सरकारला आदेश देऊ शकतात का, असे साधे वाटणारे प्रश्न विचारण्यात आले. या प्रश्नांबाबत केंद्र सरकारने आपले म्हणणे

न्यायालयासमोर सादर केले. इतर राज्य सरकारांनी मात्र अद्याप आपली प्रतिक्रिया व्यक्त केलेली नाही.

नैतिकतेचे ढोंग

न्यायालयासमोर सादर केलेल्या शपथपत्रात केंद्र सरकारने नमूद केले आहे की, सरकारने कलंकित मंत्र्यावर कठोर कारवाई करायचे ठरवल्यास आघाडी सरकार अस्थिर होईल आणि त्यामुळे राजकीय गोंधळ माजेल. अशा भ्रष्ट मंत्र्याविरुद्ध कारवाई करण्यास शासन राजी नाही. अशा तऱ्हेचे शपथपत्र पाहिल्यानंतर सर्वोच्च न्यायालय आश्चर्यचकित झालेच, पण इतरांनाही आश्चर्याचा धक्का बसला. या शपथपत्रामुळे आजकालच्या आघाडी सरकारची अवस्था आणि असाहाय्यता सर्वांच्या लक्षात आली आहे. थोडक्यात म्हणजे आघाडीची सरकारे नीतिमान असू शकणार नाहीत. त्यांना अनैतिक व्यक्तींचा पाठिंबा घेऊनच चालावे लागेल, ही गोष्ट आता सूर्यप्रकाशाइतकी स्पष्ट झाली आहे. यानिमित्ताने सर्वसामान्यांच्या मनात असलेल्या नैतिकतेच्या अपेक्षा आघाडी सरकारे पूर्ण करू शकतील का, असा प्रश्न पुढे आला.

केंद्रातील सध्याचे सरकारसुद्धा वेगवेगळ्या पक्षांचे कडबोळेच आहे. सरकारमधील एखादा मंत्री भ्रष्टाचारी असल्याचे सिद्ध झाले आणि त्याला राजीनामा देण्यास भाग पाडले तर त्याच्याबरोबर इतर चार–पाच मंत्रीही राजीनामा देण्याची शक्यता असते. असे लोकप्रतिनिधी केवळ राजीनामा देऊनच थांबत नाहीत तर आघाडी सरकारचा पाठिंबा काढून घेण्याची भाषा करतात. त्यांच्या या भूमिकेला इतर पक्षांचा पाठिंबा मिळावा यासाठीही प्रयत्न सुरू होतात. त्यातूनच आघाडी सरकार अस्थिर बनते. किंबहुना ते कोसळण्याचीही शक्यता असते. त्यामुळे पंतप्रधान किंवा मुख्यमंत्रांना भ्रष्टाचारी मंत्र्याविरुद्ध कारवाई करावी, असे मनातून वाटत असले तरी आघाडी सरकार टिकवण्यासाठी त्यांना भ्रष्टाचारी मंत्र्यांना सांभाळूनच घ्यावे लागते. भारतीय लोकशाहीची ही सर्वांत मोठी दुर्दशा आहे.

कायद्यातील त्रुटी

भ्रष्टाचारासंदर्भात कायद्यात असणाऱ्या त्रुटीही चमत्कारिक आहेत. समजा, एखाद्या उमेदवारास दोन वर्षे किंवा त्यापेक्षा अधिक शिक्षा झाली आहे. या शिक्षेविरुद्ध त्याने केलेले अपिलाचे प्रकरण न्यायालयाच्या विचाराधीन असताना त्याने निवडणुकीसाठी भरलेला उमेदवारी अर्ज निवडणूक आयोग नाकारू शकते. परंतु कायद्यातील तरतुदीनुसार एखाद्या लोकप्रतिनिधीला दोन वर्षांपेक्षा जास्त शिक्षा झाली असेल तर तो अपात्र ठरतो. मात्र, त्याने शिक्षेविरुद्ध अपील केले असल्यास तो

निवडणुकीस उभा राहू शकतो. कायद्यातील या विसंगत तरतुदी दूर करून त्यासंबंधी निश्चित तत्त्वे कायद्याने अमलात आणण्याची आवश्यकता आहे. परंतु, या तरतुदींच्या सुधारणांकडे लक्ष देण्यास विलंब होत आहे. अशा सुधारणा व्हाव्यात अशी कोणाचीही मनापासून इच्छा नाही तसेच त्या सुधारणा होणे राजकीय व्यक्तींना फायद्याचे वाटत नाही.

सातत्याने उघडकीस येणारी भ्रष्टाचाराची प्रकरणे तसेच आर्थिक गैरव्यवहारांच्या घटनांमुळे सर्वसामान्य व्यक्ती हादरून जातात. अशा परिस्थितीत सामाजिक हिताच्या दृष्टीने भ्रष्टाचारात गुंतलेल्यांना कठोर शासन होणे आवश्यक असते; परंतु त्यांच्या कृत्यांवर पांघरूण घालण्याचा किंवा त्यांना संरक्षण देण्याचा प्रयत्न सरकारकडूनच केला जातो. सरकारच्या या प्रयत्नामुळे जनतेला मोठा मानसिक धक्का बसतो. 'सत्यमेव जयते' हे ब्रीदवाक्य असलेल्या, न्यायालयाच्या ठिकाणी प्रामुख्याने महात्मा गांधींचा फोटो लावणाऱ्या या देशाची नैतिक पातळी किती खालवलेली आहे हेच स्पष्ट होते. आपले सत्ताधारीही भ्रष्टाचारी हुकूमशहासारखेच वागू लागल्याची भावना सर्वसामान्यांमध्ये निर्माण होते. सध्या गांधीवादाचा किंवा गांधीगिरीचा बराच बोलबाला होत आहे. अशा वेळी भ्रष्टाचारी, नीतिभ्रष्ट व्यक्तींना संरक्षण देणे आणि सरकार स्थिर ठेवणे हे खुद्द महात्मा गांधींना तरी पटले असते का, असा प्रश्न निर्माण होतो. महात्मा गांधींच्या विचारांचा, त्यांच्या नावाचा वारंवार उल्लेख करणाऱ्यांनी या गोष्टी लक्षात घेणे गरजेचे आहे. स्वार्थी राजकारणामुळे भ्रष्टाचाराच्या वाढीस चालना मिळते. अशावेळी निःस्वार्थी भावनेने, आपण समाजाचे देणे लागतो या सद्हेतूने काम करणाऱ्यांना सत्तेमध्ये सामील होण्याची संधी दिली जावी, तरच भ्रष्टाचाराला आळा बसू शकेल.

भ्रष्टाचारी राजकारणी

आपल्या देशामध्ये मंत्र्यांविरुद्ध गुन्हा दाखल झाल्याची अनेक प्रकरणे घडली आहेत आणि आजही घडत आहेत. भ्रष्टाचारांच्या प्रकरणाशी सर्वच पक्षांचा संबंध आलेला आहे. बोफोर्सप्रकरणी काही राजकीय पक्षांवर झालेले आरोप, बाबरी मशीद प्रकरणात काही पक्षांना दोषी ठरवल्याची घटना जनतेच्या मनात अजूनही ताजी आहे. मध्यंतरी भ्रष्टाचाराच्या प्रकरणामुळे शिबू सोरेन यांना मंत्रिमंडळातून पायउतार व्हावे लागले. हे खरे असले तरी अशा प्रकारच्या घटना तुरळक स्वरूपात घडत आहेत. भ्रष्टाचारी मंत्र्यांविरुद्ध कारवाई करताना सरकारपुढे संबंधित भ्रष्टाचाराची चौकशीच होऊ न देणे किंवा ही चौकशी सीबीआयकडे सोपवणे हे दोनच पर्याय असतात. परंतु बऱ्याच वेळा चौकशीच्या नावाखाली वेळकाढूपणाचे धोरण अवलंबले जाते. यामागे

संबंधित मंत्र्याला संरक्षण देण्याचाच हेतू असतो. उत्तर प्रदेशचे मुख्यमंत्री मुलायमसिंग यादव यांच्या कुटुंबीयांची चौकशी करण्याचा आदेश सर्वोच्च न्यायालयाने दिला असला तरी त्यांच्या स्थानाला काही धोका निर्माण झाला असता असे वाटत नाही. केंद्रीय रेल्वेमंत्री लालूप्रसाद यादव यांच्याप्रमाणेच मुलायमसिंग यादव यांच्यावरील आरोपांच्या चौकशीचे घोंगडे कितीही वर्षे रेंगाळत ठेवता येते.

या सर्व परिस्थितीचा विचार करता भारतात लोकशाहीच्या नावाखाली छुपी गुंडगिरी सुरू असल्याचे दिसते. ही गुंडगिरी आणखी किती दिवस सहन करायची, याचा विचार करण्याची वेळ आली आहे. जॉर्ज फर्नांडीस केंद्र सरकारमध्ये मंत्री असताना अमेरिकेच्या दौऱ्यावर गेले होते. तेथील विमानतळावर त्यांची झडती घेण्यात आली. त्यावेळी जॉर्ज फर्नांडीस यांनी आपण मंत्री असल्याचे सांगितले. त्यावर तेथील तपासणी अंमलदाराने दिलेले उत्तर स्तंभित करणारे आहे. तो म्हणाला, 'कसली आली तुमच्या देशातील लोकशाही? तेथे कित्येक दरोडेखोर, डाकू लोकप्रतिनिधी म्हणून निवडून आलेले आहेत.' त्याचे हे उद्गार सर्वसामान्य भारतीयांच्या डोळ्यांत अंजन घालण्यास पुरेसे आहेत. यावरून बोध घेऊन भारतीयांनी कलंकित व्यक्तीला निवडून द्यायचे नाही, असे ठरवल्यास समाजाला नीतिमत्तेची थोडीफार चाड आहे, असे म्हणता येईल. अन्यथा 'यथा राजा तथा प्रजा' या उक्तीप्रमाणे 'यथा राजा तथा प्रजा' अशी परिस्थिती निर्माण होईल.

◆ ◆ ◆

६

संसदेच्या
'परिशिष्टाई'वर अंकुश

भारतातील कोणतीही व्यक्ती किंवा संस्था घटनेपेक्षा श्रेष्ठ असणार नाही; तसेच त्यांची प्रत्येक कृतीही घटनेच्या निकषांवरून तपासून पाहिली जाऊ शकते, हे सर्वोच्च न्यायालयाने या निर्णयाद्वारे पुन्हा एकदा दाखवून दिले आहे. या महत्त्वाच्या बाबींमुळेच सर्वसामान्य जनता या निर्णयाचे निश्चितच स्वागत करेल, असे वाटते.

राज्यघटनेतील नवव्या परिशिष्टात नमूद केलेल्या कायद्याची वैधता तपासण्याचा अधिकार सर्वोच्च न्यायालयाला असल्याचा निर्णय नुकताच घेण्यात आला. या निर्णयामुळे सत्ताधाऱ्यांवर अंकुश ठेवणे सोपे जाणार असून, सर्वसामान्यांनाही याचा फायदा होणार आहे. देशातील कोणतीही व्यक्ती अथवा संस्था कितीही मोठी असली तरी, घटनेपेक्षा श्रेष्ठ नसल्याचे सर्वोच्च न्यायालयाने अधोरेखित केले आहे.

या वर्षाच्या सुरुवातीस सर्वोच्च न्यायालयाने अनेक महत्त्वपूर्ण निर्णय दिले आहेत. त्यातीलच एक महत्त्वाचा निर्णय म्हणजे 'राज्यघटनेतील परिशिष्टात नमूद केलेले कायदे तपासून ते वैध किंवा अवैध आहेत हे ठरवण्याचा अधिकार सर्वोच्च न्यायालयाला आहे.' अजून या निर्णयाची व्याप्ती सामान्य माणसाच्या लक्षात आलेली नाही. म्हणून या मुद्द्याकडे लक्ष वेधावेसे वाटते. आपल्याकडे घटनातज्ज्ञांनी न्यायव्यवस्थेपेक्षा विधिमंडळे किंवा अंमलबजावणी करणारी यंत्रणा यांना वरचढ होऊ दिलेले नाही. सामान्यत: अशी कल्पना आहे की, लोकसभा ही सर्वश्रेष्ठ असल्यामुळे तिला अमर्याद अधिकार आहेत. इंग्लंडमध्येही हीच धारणा आहे. साहजिकच, तेथील लोकसभा ही सर्वेसर्वा आहे. आपल्याकडेही काहींचा लोकसभा ही अशीच सर्वश्रेष्ठ आहे असा समज आहे; परंतु ज्या देशामधील राज्यकारभार घटनेनुसार चालतो त्या राष्ट्राची घटना

ही सार्वभौम मानलीच पाहिजे. घटना सार्वभौम मानली की, प्रत्येक विभाग घटनेप्रमाणे काम करतो की नाही हे पाहण्याची जबाबदारी अर्थातच न्यायसंस्थेची असते. न्यायसंस्था या काही अंशी सार्वभौम आहेत, असे म्हणणेही बरोबर होणार नाही. याच्या निरीक्षणाचे काम घटनेनुसारच करावे लागते.

मध्यंतरी, लोकसभेच्या ११ सदस्यांना निलंबित करण्याचा अधिकार लोकसभेला आहे की नाही, असा प्रश्न निर्माण झाला होता. हे प्रकरण उच्च न्यायालयात गेले तेव्हा लोकसभेचे अध्यक्ष आणि बऱ्याच जणांनी याबद्दल नापसंती दर्शवली होती. यावेळी कित्येक जणांना लोकसभा आणि न्यायसंस्था यांच्यात तेढ उत्पन्न होते की काय, अशी शंका आली; परंतु न्यायालयाने या सर्व प्रकरणांची छाननी करून विचारांती आणि घटनेचा अभ्यास करून हा अधिकार लोकसभेला असल्याचे म्हटले आहे. अर्थात, हे सांगताना या प्रकरणाची छाननी आणखी एखादे वरिष्ठ खंडपीठ करू शकेल, असेही नमूद केले. राज्यकर्ते लोकसभेचा कारभार नेहमीच मतांच्या पेटीवर डोळा ठेवून करत असतात. काहीही करून सत्ता प्राप्त करणे हाच दृष्टिकोन समोर असतो.

लोकसभेला काही कायदे करण्याचा अधिकार असून हे कायदे घटनेच्या परिशिष्ट ९ मध्ये समाविष्ट होतात. राखीव जागांमध्ये कोणाचा समावेश असावा हे ठरवण्याचा अधिकार विधिमंडळाला आहे. आतापर्यंत अशी समजूत होती की, परिशिष्ट ९ मध्ये नमूद केलेल्या कायद्यांची वैधता कोणतेही न्यायालय तपासू शकत नाही. थोडक्यात, एखादा कायदा परिशिष्ट ९ मध्ये दाखल झाला की, न्यायाधीश त्यासंबंधी कोणताही निर्णय घेऊ शकत नाहीत आणि न्यायालयाचा कोणताही निर्णय अशा कायद्यावर बंधनकारक राहणार नाही.

नवव्या परिशिष्टात २४ एप्रिल १९७४ नंतर २५०हून अधिक कायदे दाखल झाले आहेत. घटनेमध्ये नमूद केलेल्या अशा कायद्यांमध्ये मूलभूत हक्कांचा भंग होतो की नाही हे कायदेमंडळाकडून पाहिले जातेच असे नाही. त्यामुळे घटनेने दिलेल्या हक्कांवर या कायद्यामुळे खरोखरच गदा येते का, याची छाननी करणे अत्यंत आवश्यक होते. अशी छाननी करण्याची आवश्यकता आहे का, असल्यास ती कोण करणार हे प्रश्न उभे राहिले आणि ते अनुत्तरितच राहिले. घटना सर्वश्रेष्ठ आहे असे आपण मानतो, तशी शपथही घेतली जाते. त्यामुळे लोकसभेची किंवा सरकारची एखादी कृती घटनेप्रमाणे आहे का हे ठरवणारी यंत्रणाच नसेल तर अनर्थ ओढवेल.

गोलकनाथ विरुद्ध केंद्र सरकार या खटल्यामध्ये लोकसभेचे अधिकार आणि सर्वोच्च न्यायालयाचे मूलभूत हक्क यांच्या परस्परसंबंधांबाबत सर्वप्रथम चर्चा झाली होती. अर्थात, सध्या असलेला घटनात्मक प्रश्न हा पूर्वीच्या घटनात्मक प्रश्नापेक्षा

पूर्णपणे वेगळा आहे. परिशिष्ट ९ मधील कायद्याची वैधता किंवा अवैधता न्यायालयाला तसेच इतर कोणालाच तपासता येणार नाही, असा विचार अजून कोणी मांडलेला नाही. त्यामुळे न्यायालयाच्या निर्णयाला विरोध झाला नाही आणि होण्याची शक्यता वाटत नाही. परिशिष्ट ९मधील कायद्याची वैधता तपासण्याचा प्रश्न पूर्वी कधीही उपस्थित झाला नव्हता. परंतु यावेळी 'कॉमन कॉज' या स्वयंसेवी संस्थेने घटनेतील ३१ व्या कलमानुसार परिशिष्ट ९ मध्ये समाविष्ट झालेल्या सर्व कायद्यांना न्यायालयीन छाननीपासून संरक्षण आहे, या तरतुदीला जनहित याचिकेद्वारे आव्हान दिले होते. त्यामुळे हा प्रश्न ऐरणीवर आला. अर्थात, हा प्रश्न उपस्थित करताना सर्वोच्च न्यायालयाच्या निकालामुळे जनतेमध्ये संभ्रम होणार नाही, याची काळजी घेतली आहे. म्हणूनच या परिशिष्टातील कायदे, मग ते वैध असोत किंवा अवैध, त्यांच्या अनुषंगाने घेतलेले प्रशासकीय निर्णय रद्दबादल होणार नाहीत, असाही निर्णय सर्वोच्च न्यायालयाने दिला आहे.

निवडणुका जवळ आल्या की, मते पदरात पाडून घेण्यासाठी काही जाती–जमातींना हाताशी धरण्यात येते. त्यांना विशिष्ट अधिकार आणि सवलती देण्याचे जाहीर केले जाते. अशा अधिकार आणि सवलतींचा समावेश परिशिष्ट ९ मध्ये केला जातो. या सवलती किती आणि कशा स्वरूपाच्या द्यायच्या याला निश्चित परिमाण नसते. अशा स्वरूपाच्या निर्णयाबाबत तमिळनाडू सरकार आघाडीवर आहे. अशा निर्णयामुळे जातींचे छोटे–छोटे गट तयार होतात आणि त्यांच्यात सवलती पदरात पाडून घेण्याची स्पर्धा लागते. सरकारचा वरदहस्त लाभलेली मंडळी सवलती पदरात पाडून घेण्यात यशस्वी होतात. अर्थात, या सवलतींमध्ये राजकीय तसेच वैयक्तिक स्वार्थ असतो. असे असूनही या सवलतींची वैधता तपासता येत नसल्याने सवलतींचे पीक आले होते. ताज्या निर्णयामुळे भविष्यात असे पीक येण्याची शक्यता नाही. तसेच परिशिष्ट ९ मध्ये समाविष्ट होणारे मुद्दे अत्यंत विचारांती, कायद्याच्या सर्व बाजू तपासून समाविष्ट केले जातील.

भारतातील कोणतीही व्यक्ती किंवा संस्था घटनेपेक्षा श्रेष्ठ असणार नाही; तसेच त्यांची प्रत्येक कृतीही घटनेच्या निकषांवरून तपासून पाहिली जाऊ शकते, हे सर्वोच्च न्यायालयाने या निर्णयाद्वारे पुन्हा एकदा दाखवून दिले आहे. या महत्त्वाच्या बाबींमुळेच सर्वसामान्य जनता या निर्णयाचे निश्चितच स्वागत करेल, असे वाटते.

◆ ◆ ◆

७

'रामगिरी'ची दादागिरी

मुख्यमंत्र्यांच्या रामगिरी बंगल्याच्या वीजबिलाची थकबाकी न भरल्यामुळे वीजपुरवठा तोडण्यात आला. त्यानंतर ही कारवाई करणाऱ्या अभियंत्यावर निलंबनाची कारवाई करण्याचे ठरले; मात्र माध्यमांच्या दबावामुळे ती टळली. पण यानिमित्ताने कायदा सर्वांसाठी सारखाच असला पाहिजे हे तत्त्व नव्याने समोर आले. राजकर्त्यांनी कायद्याचे बंधन पाळलेच पाहिजे. आपल्या पुराणापासून इतिहासातदेखील या तत्त्वाचा पुरस्कार करणारे दाखले सापडतात.

जेव्हा राज्य करणारे कोणतेच बंधन स्वीकारत नाहीत आणि विशेषत: कायद्याचे बंधन स्वीकारत नाहीत, लहरीपणाने वागू लागतात तेव्हा ती अराजकाची नांदी ठरते. हे इतिहासाने अनेकवेळा दाखवले आहे. अगदी रामायणाच्या पूर्वीसुद्धा असमंजस राजा अशा बेताल आणि स्वैर वागण्याने प्रजेच्या रोषाला बळी पडला होता. प्रजेने त्याला पदच्युत केले होते. ही हकीकत खुद्द रामानेच सांगितली होती. इंग्लंडचा राजासुद्धा 'मी स्वत: ईश्वराचा अंश आहे' म्हणून कुठलेच बंधन पाळेनासा झाला तेव्हा जनतेने त्याचा शिरच्छेद करून त्याच्या जागी लोकनियुक्त क्रॉमवेलची नियुक्ती केली. या सगळ्यामध्ये महत्त्वाचा प्रश्न असा पडतो की, जनतेसाठी राज्य चालायचे असेल तर सर्वच लोकांकरता काही नियम असण्याची गरज आहे, त्यालाच कायदा म्हणतात. इतरांप्रमाणे शासनकर्त्यांनाही कायद्याचे पालन करावे लागते. आपल्याकडे राज्यरोहणाचे काही मंत्र व विधी आहेत. त्यामध्ये राजा गादीवर बसण्यापूर्वी सर्व लोकांना 'या व्यक्तीने राजा होणे कबूल आहे का?' हे विचारले जाते आणि त्यानंतर नियोजित राजा सिंहासनावर बसल्यावर त्याच्या डोक्यावर छडी मारून धर्मगुरू 'तुला धर्माचे पालन करावेच लागेल'

असे सुनावतात. म्हणूनच भारतातील राजे इतर देशातील राजांप्रमाणे अनिर्बंध वागले नाहीत तर ते स्वत: कायद्याचे पालन करताना दिसतील.

हे सर्व सांगण्याचे कारण म्हणजे नागपूर येथील मुख्यमंत्र्यांच्या 'रामगिरी' या बंगल्याचा वीजपुरवठा बिल न भरल्यामुळे खंडित करण्यात आला. या घटनेनंतर वीजप्रवाह बंद करणाऱ्या अधिकाऱ्याला ताबडतोब नोकरीवरून निलंबित करण्याचा निर्णय घेण्यात आला. अर्थात, याचा परिणाम महाराष्ट्र राज्य वीज मंडळाच्या इतर कर्मचाऱ्यांवर झाला आणि या घटनेबाबत निदर्शने करण्यात आली. त्यानंतर संबंधित अधिकाऱ्याचे निलंबन रद्द करण्यात आले. हा प्रसंग म्हटला तर साधा; परंतु तो राज्यकर्त्यांच्या आणि शासकीय अधिकाऱ्यांच्या विचारसरणीवर यथायोग्य प्रकाश टाकतो. सर्वसामान्य माणसांच्या पुढे प्रश्न निर्माण होतो की, ज्या लोकांकडे वीजबिलाची थकबाकी आहे, त्यांचा वीजपुरवठा बंद करण्याचा अधिकार मंडळाच्या अधिकाऱ्यांना आहे. सामान्य माणसांचा वीजपुरवठा बंद करण्यासाठी जे नियम आहेत, तेच शासकीय अधिकाऱ्यांना लागू होतात की नाही हा प्रश्न आहे. सर्वसामान्यपणे पुढारी लोक बोलतात तेव्हा त्यांच्या सूचना किंवा नियम हे लाऊडस्पीकरच्या पलीकडे असणाऱ्या लोकांसाठी असतात अशी सर्वसामान्य समजूत असते. त्यामुळे कायदेपालन वगैरे काम फक्त जनतेचे आहे. पुढाऱ्यांचे किंवा राज्यकर्त्यांचे नाही. खुद्द राज्यकर्त्यांची अशीच गैरसमजूत झालेली दिसते. त्यामुळे कायद्याचे नियम पाळताना त्यात भेदभाव करण्याची प्रवृत्ती कायद्याची अंमलबजावणी करणाऱ्या लोकांमध्ये दिसून येते. वास्तविक पाहता, कायदे करणाऱ्या लोकांनीच ते किती कडक पद्धतीने पाळावे लागतात हे आपल्या वागणुकीतून जनतेपुढे उदाहरण घालून द्यायला हवे.

इंग्लंडमध्ये राजा किंवा राणी पार्लमेंटच्या उद्‌घाटनासाठी जातात तेव्हा तेथील साधा द्वाररक्षक राजाची गाडी अडवतो व जाब विचारतो. हा विधी मोठा समारंभपूर्वक अनेक शतके केला जात आहे. वरवर हास्यापद वाटणारा हा प्रसंग तसा फार महत्त्वाचा आहे. सर्वसामान्य जनतेलाच नव्हे तर खुद्द राज्यकर्त्यांना किंवा कायद्याची अंमलबजावणी करणाऱ्या साध्या अंमलदारालासुद्धा कायद्याचे काटेकोर पालक करण्याविषयी सुचवणारे हे उदाहरण आहे. आपल्याकडे म्हण आहे की, 'यथा राजा तथा प्रजा'. राज्यकर्तेच जर कायद्याची पायमल्ली करत असतील तर जनतेबद्दल काही विचारायलाच नको. वास्तविक पाहता या प्रसंगाची साधी माहितीसुद्धा मुख्यमंत्र्यांना नसावी, हे आश्चर्यजनक आहे. वरिष्ठ अधिकाऱ्यांनी मात्र उगाच मुख्यमंत्र्यांची गैरमर्जी होऊ नये म्हणून वीजपुरवठा बंद करणाऱ्यांना निलंबित करण्याचे आदेश दिले. यावरून हे सर्व वरिष्ठ समजणारे अधिकारी कायद्याच्या अंमलबजावणीकडे लक्ष न देता वरिष्ठांच्या मर्जीकडेच लक्ष देतात, हे दिसून येते. अशा लोकांच्या मदतीने सरकार कायद्याची अंमलबजावणी कशी करू शकणार, हा मोठा प्रश्न आहे. वरिष्ठांची केवळ हाँजी

हाँजी करणारे आणि कर्तव्यात कसूर करणारे अधिकारी हा राज्यकारभार योग्य तऱ्हेने कसा चालवू शकतील हे पाहणे महत्त्वाचे आहे.

कायद्याचे पालन अधिकाऱ्यांनी किती काटेकोरपणे करावे याची आपल्याकडे अनेक उदाहरणे आहेत. महाभारतातील शंख व लिखित यांची गोष्ट यासाठी प्रसिद्ध आहे. आपल्या हातून दुसऱ्याच्या बागेतील आंब्याची चोरी झाल्याबद्दल आपल्या अंगरख्याची अर्धी बाही कापून टाकल्याची उदाहरणे आहेत. शिवाजीमहाराजांच्या कारकिर्दीत अशा अनेक घटना घडल्या. ज्यातून कायद्याच्या न्याय्य पालनाचे धडे मिळाले. जहाँगीरबद्दलसुद्धा अशीच कथा सांगितली जाते. त्याच्या पत्नीच्या हातून एका गरीब व्यक्तीची हत्या होते. या हत्येनंतर खुद्द जहाँगीर त्या गरीब व्यक्तीच्या पत्नीसमोर जाऊन उभा राहतो आणि सांगतो 'तू मला जी शिक्षा देशील ती मला मान्य आहे.' मुसलमान अंमलामध्ये एका खातीमाच्या मुलाच्या हातून गैरकृत्य होते. त्यानंतर खातीम या गुन्ह्यासाठी इतरांना शिक्षा करतात तीच फटके मारण्याची शिक्षा सुनावतात. फटके मारणारा अधिकारी कमी जोराने फटके मारू लागताच खातीम स्वतःच्या हातात चाबूक घेऊन मुलाला फटके मारू लागतो. त्यात मुलाचा मृत्यू होतो. पण फटके शिल्लक राहतात. त्यानंतर उरलेले फटके तो मुलाच्या कबरीवर मारतो. ही कथा कायद्याची अंमलबजावणी न करणाऱ्यांच्या डोळ्यांत झणझणीत अंजन घालणारी ठरते.

अर्थात, हा प्रश्न फक्त या प्रसंगापुरताच मर्यादित नाही. कायदे करणारे लोकप्रतिनिधीसुद्धा गैरप्रकार करत असतात. मुदत संपल्यानंतर सरकारी निवासस्थाने सोडत नाहीत, विजेची आणि टेलिफोनची बिलेही त्यांनी भरलेली नसतात. आमचे प्रतिनिधी असे वागत असतील तर इतर लोक कायदे पाळतील किंवा त्यांनी पाळावेत अशी अपेक्षा करणे व्यर्थ आहे. आपण स्वतः कायद्याचे पालन करतो का हा प्रश्न लोकप्रतिनिधींनी स्वतःला विचारला पाहिजे. तसेच कित्येक न्यायाधीशसुद्धा मुदत संपल्यानंतर आपल्याकडील सरकारी जागेचा ताबा न सोडता त्या जागा बेकायदेशीरपणे वापरत असतात, असे आढळले आहे. कायद्याचे रक्षण करणारे लोक स्वतः कायदा पाळत नसल्याचे दिसते. असे लोक कितपत न्याय देऊ शकतील असा प्रश्न सामान्य माणसाच्या मनात उत्पन्न झाला तर तो चुकीचा म्हणता येत नाही. रामगिरीच्या वरील प्रसंगातून सर्वच जबाबदार व्यक्तींनी योग्य तो धडा घेऊन आपल्या आचरणातून कायदा पाळणे जरुरीचे आहे, हे दाखवून द्यावे. असे झाल्यास समाज सुधारायला फारच मोठा आधार मिळू शकेल. सर्वांनी आणि विशेषतः राज्यकर्त्यांनी नुसते मी जनतेचा सेवक आहे असे म्हणून चालणार नाही. जनतेचे सेवक म्हणून काम करतानाच कायद्याचे काटेकोरपणे पालन करण्याचे आश्वासन जनतेला देण्याची गरज आहे. तसेच त्या आश्वासनाला प्रामाणिक राहून राज्य करणे अपेक्षित आहे.

◆ ◆ ◆

८

सरकारी कर्मचाऱ्यांवर कायद्याचा बडगा

सरकारी खात्यातून कोणतेही कागदपत्र मिळवताना शुल्क भरावे लागते. देण्याघेण्याच्या स्वरूपात झालेला हा व्यवहार ग्राहक संरक्षण कायद्यात समाविष्ट होऊ शकतो, असा महत्त्वपूर्ण निकाल ग्राहक संरक्षण कायद्याच्या राष्ट्रीय मंचाने नुकताच दिला. या निर्णयामुळे सरकारी कर्मचाऱ्यांवर खटले दाखल करणे शक्य झाल्याने बेजबाबदार, कामचुकार तसेच भ्रष्टाचारी कर्मचारी आणि अधिकाऱ्यावर अंकुश ठेवणे शक्य होणार आहे.

ग्राहक संरक्षण कायद्याच्या कचाट्यातून आता सरकारी नोकरही सुटू शकणार नाहीत. याबाबतचा महत्त्वपूर्ण निकाल नुकताच ग्राहक संरक्षण कायद्याच्या राष्ट्रीय मंचाने दिला आहे. मात्र, या निकालाकडे समाजाचे विशेषत: सरकारी नोकरांचे हवे तेवढे लक्ष गेलेले दिसत नाही. सद्य:स्थितीत सरकारी अधिकारी ग्राहक संरक्षण कायद्याच्या कक्षेत येत नाहीत अशी सर्वसाधारण कल्पना आहे. किंबहुना ग्राहक संरक्षण कायदा सरकारी नोकरांना लागू पडत नाही, अशीच सर्वमान्य समजूत आहे. या गैरसमजातूनच सरकारी कर्मचाऱ्यांचे वर्तन बेजबाबदारपणाचे असल्याचे बऱ्याचदा दिसून येते; परंतु राष्ट्रीय ग्राहक मंचाने नुकत्याच दिलेल्या निकालामुळे सरकारी नोकरांचा हा भ्रम दूर होईल आणि नागरिकांनाही त्यांच्या हक्काची जाणीव होईल, अशी आशा आहे.

खरेदीदाराची फसवणूक

ग्राहक संरक्षण कायद्याच्या राष्ट्रीय मंचाने तमिळनाडूतील एक दुय्यम निबंधक विरुद्ध टी.एम.टी. मारागाथन या खटल्यासंदर्भात हा निर्णय दिला. खटल्याची थोडक्यात

पार्श्वभूमी अशी, तमिळनाडूतील मारागाथन या महिलेला एक जमीन विकत घ्यायची होती. जमिनीच्या खरेदीप्रसंगी या महिलेने तमिळनाडूच्या दुय्यम निबंधक कार्यालयात योग्य ती फी भरून अर्ज दाखल केला आणि संबंधित जमिनीवर कोणाचे बोजे आहेत किंवा कसे हे जाणून घेण्यासाठी शासकीय प्रमाणपत्र मागितले. दुय्यम निबंधक कार्यालयाकडून मिळालेल्या प्रमाणपत्रावर या जमिनीबाबत एकच खरेदीचा व्यवहार झाल्याची नोंद होती. ही जमीन मारागाथनने खरेदी केली आणि सदर जमीन काही कालावधीनंतर राजकुमार नावाच्या व्यक्तीला विकली. त्या व्यक्तीने दुय्यम निबंधकाकडे प्रमाणपत्र मिळवण्यासाठी अर्ज केला. त्यांनाही जमिनीच्या हस्तांतरणाबाबत काही व्यवहार झाल्याचे प्रमाणपत्र मिळाले. मात्र, राजकुमार हे जमिनीचा प्रत्यक्ष ताबा घेण्यासाठी गेले असता अमीर नावाच्या तिसऱ्या व्यक्तीने ही जमीन आपली असल्याचे सांगून तसे खरेदीपत्रही दाखवले. या घटनेनंतर राजकुमारने पुन्हा दुय्यम निबंधक कार्यालयात जाऊन जमिनीवरील बोजाबाबतचे प्रमाणपत्र मागितले. मात्र, यावेळच्या प्रमाणपत्रात संबंधित जमिनीवर बरेच बोजे असल्याचे दाखवले होते. ही स्थिती लक्षात आल्यावर राजकुमारने मारागाथन हिच्यावर आपली फसवणूक केल्याबद्दल दिवाणी कोर्टात दावा दाखल केला. कोर्टाच्या कटकटी मागे लावू नयेत म्हणून मारागाथन हिने प्लॉटची मूळ किंमत ८९ हजार रुपये आणि नुकसानीचे पैसे देऊन हे प्रकरण मिटवले.

या प्रकारानंतर मारागाथनच्या लक्षात आले की, दुय्यम निबंधकाने दिलेल्या चुकीच्या प्रमाणपत्रामुळे हा सर्व मनस्ताप झाला आहे तसेच आर्थिक नुकसान होऊन सामाजिक प्रतिष्ठेलाही धक्का लागला आहे. म्हणून मारागाथन हिने जिल्हा ग्राहक मंचापुढे दुय्यम निबंधकाविरुद्ध दावा दाखल केला. या दाव्यात दुय्यम निबंधकाच्या वतीने ही फिर्याद कायद्याच्या दृष्टीने टिकू शकणार नाही, असा आक्षेप घेण्यात आला; कारण दुय्यम निबंधक हा सरकारी कर्तव्य बजावत होता. जिल्हा ग्राहक मंचाने हा युक्तिवाद ग्राह्य धरून दाव्याचा निकाल दुय्यम निबंधकाच्या बाजूने दिला.

निबंधकाविरुद्ध दावा मान्य

या निकालावर मारागाथन हिने राज्य पातळीवरील ग्राहक मंचाकडे अपील दाखल केले. अपील मंजूर होऊन सुनावणी झाली. दुय्यम निबंधकाच्या हलगर्जीपणामुळे मारागाथन हिला आर्थिक आणि मानसिक नुकसान झाल्याचे ग्राहक मंचाने मान्य केले आणि दुय्यम निबंधकाने मारागाथनला नुकसानभरपाई द्यावी, असा आदेश दिला. यावर दुय्यम निबंधकाने ग्राहक संरक्षण कायद्याच्या राष्ट्रीय मंचापुढे अपील दाखल केले. या मंचाने दुय्यम निबंधकाचे अपील फेटाळून लावत राज्य पातळीवरील ग्राहक मंचाने दिलेला निकाल कायम ठेवला. हा निकाल कायम ठेवताना न्यायाधीशांनी असे नमूद

केले की, ज्या व्यक्तीच्या विरोधात फिर्याद दाखल झाली आहे, ती सरकारी नोकर आहे किंवा अन्य व्यक्ती आहे हा मुद्दा विचारात घेण्यासारखा नाही. संबंधित व्यक्तीने सरकारी सेवा केली असेल तर तिचे स्वरूप काय आहे, ती सरकारी सेवा आहे का पैसे देऊन काही सुविधा उपलब्ध करून दिली आहे, हे पाहणे महत्त्वाचे आहे. वरील खटल्यात बोजाबाबतचे प्रमाणपत्र देताना अर्जदाराकडून शुल्क घेण्यात आले होते. त्यामुळे सरकारी नोकरांनी काम केले असले तरी त्यासाठी विशिष्ट मोबदला घेतला आहे. त्यांचे हे कृत्य देवघेवीच्या व्यवहारात मोडते. अशा देवघेवीच्या संबंधावरून ग्राहक संरक्षण कायद्याअंतर्गत तक्रार दाखल करता येते. त्यामुळे या खटल्यात सरकारी नोकराने पैशाच्या मोबदल्यात सेवा दिल्याने अर्जदार ही ग्राहक ठरते. अशा परिस्थितीत विक्रेत्याला लागणाऱ्या सर्व अटी आणि बंधने सरकारी नोकरांनाही लागू पडतात.

हा निकाल देताना ग्राहक मंचाने मद्रास उच्च न्यायालयातील आर. रामचंद्रम विरुद्ध तमिळनाडू सरकार या खटल्याचा आधार घेतला होता. या खटल्याचा निकाल देताना असे नमूद करण्यात आले की, कोणतीही घटना किंवा कायद्याप्रमाणे सरकारी अधिकाऱ्यांनी हलगर्जीपणा दाखवला असेल तर त्याकडे कानाडोळा केला जात नाही. सामान्य नोकरांनी आवश्यक ती काळजी घेतली नाही तर त्यासाठी सरकारला नुकसानभरपाई द्यावी लागेल. लखनौ डेव्हलपमेंट ॲथॉरिटी विरुद्ध एम. के. गुप्ता या खटल्यामध्येही सरकारी अधिकाऱ्यांनी खोडसाळपणे किंवा द्वेषामुळे, विपरीत हेतूने एखादे कृत्य केले असेल, तर अशा सरकारी अधिकाऱ्याला कायद्याचे संरक्षण मिळणार नाही, असे नमूद केले होते.

दूरगामी परिणाम

ग्राहक मंचाने दिलेल्या विविध खटल्यांतील निकालाचे दूरगामी परिणाम होऊ शकतील. कुचराई करणारे अधिकारी तसेच लाच घेतल्याशिवाय काम न करणाऱ्या अधिकाऱ्यांना किंवा कर्मचाऱ्यांना वेसण घालता येईल. मात्र, त्यासाठी सामान्य जनतेने आपल्या हक्काबाबत जागरूक राहायला हवे. सरकारी कामाबाबत जनतेकडूनच भ्रष्टाचाराला प्रोत्साहन दिले जात असल्याचे दिसते. एखादे काम वेळेवर व्हावे यासाठी काही वेळा जनतेकडूनच कर्मचाऱ्यांना तसेच अधिकाऱ्यांना वेगवेगळी आमिषे दाखवली जातात. याच गोष्टीचा गैरफायदा घेतला जातो. आपण सरकारी कर्तव्य बजावत असल्याने आपल्यावर कोणतीही कारवाई होणार नाही अशा भ्रमात सरकारी अधिकारी राहातात; परंतु ग्राहक मंचाच्या या निकालामुळे जनतेने आपली कामे जागरूकपणे, प्रामाणिकपणे करावीत. कामांमध्ये विलंब होत असल्यास किंवा पैशाची मागणी केली जात असल्यास संबंधित अधिकाऱ्याविरुद्ध बिनदिक्कत तक्रार दाखल करावी.

सर्वसामान्य नागरिकांवर वर्षांनुवर्षे केला जाणारा अन्याय आता थांबण्याची चिन्हे दिसत आहेत. अर्थात, अन्याय करणाऱ्या लोकांइतकेच अन्याय सहन करणारेही दोषी असतात. आपल्या देशामधील ग्राहकांना अजूनही स्वत:च्या हक्काची पाहिजे तेवढी जाणीव झालेली नाही. म्हणूनच ग्राहकांची पिळवणूक फार मोठ्या प्रमाणात होत आहे. ही पिळवणूक टाळण्यासाठी तसेच खऱ्या अर्थाने न्यायाचे राज्य अमलात यावे, यासाठी अशा चुकार अधिकाऱ्यांविरुद्ध बडगा उगारावाच लागेल. ग्राहक मंचाच्या ताज्या निकालामुळे ग्राहक संरक्षण कायद्याची व्याप्ती स्पष्ट झाली आहे. याचा सर्वसामान्य व्यक्तींनी तसेच ग्राहकांनी योग्य तो वापर करावा तरच कामचुकार, भ्रष्टाचारी, आपल्या पदाचा फायदा घेऊन जनतेवर जुलूम करणाऱ्या अधिकाऱ्यांवर वचक निर्माण होईल.

◆ ◆ ◆

९

प्रसारमाध्यमे आणि व्यक्तिस्वातंत्र्य

एखाद्याच्या खाजगी जीवनात डोकावणारी प्रसारमाध्यमे व्यक्तिस्वातंत्र्यावर गदा आणू पाहत आहेत. मध्यंतरी, उदित नारायण, राखी सावंत यांच्या खाजगी जीवनाच्या बातम्यांचे प्रसारमाध्यमांनी भांडवल केले. समुद्राचे पाणी गोड, मूर्त्या दूध पितात यांसारख्या विश्वास न बसणाऱ्या बातम्यांनाही माध्यमांनी अवाजवी प्रसिद्धी दिली. त्यामुळे सामान्य जनतेची दिशाभूल करणाऱ्या या माध्यमांची निश्चित ध्येयधोरणे असायला हवीत.

पूर्वी प्रसारमाध्यमे आणि व्यक्तिस्वातंत्र्य हा प्रश्न फारसा चर्चेत नव्हता; परंतु प्रसारमाध्यमांचा व्याप आणि दृष्टिकोन लक्षात घेता हा प्रश्न नव्याने चर्चेत आला आहे. सध्याच्या प्रसारमाध्यमांचे वागणे दिशाहीन आहे, असे म्हणणे वावगे ठरणार नाही. कारण, प्रेक्षकांनी काय पाहावे, त्यातून कोणता बोध घ्यावा हे प्रेक्षकांना कळत नाहीच; शिवाय प्रसारमाध्यमांनी देशहिताच्या घटना प्रसारित कराव्यात की लोकांच्या भावना भडकतील. अशी दृश्ये दाखवावीत, याबाबतही प्रसारमाध्यमे अनभिज्ञ असल्याचे दिसते. ही मोठी दुर्दैवाची बाब आहे. बरेचदा, आपण प्रकाशझोतात राहावे, यासाठी बहुतेक व्यक्ती अनैतिक काहीतरी करतात आणि माध्यमे नेमकी याच व्यक्तींना प्रकाशझोतात आणत असतात. या व्यक्तींना प्रकाशात आणून माध्यमे गाजतात. परंतु याचा सर्वसामान्यांना काडीमात्र फायदा नसतो. समाज विचारवंत व्हावा, प्रगल्भ व्हावा, या दृष्टिकोनातून प्रसारमाध्यमांची निर्मिती झाली. लोकशिक्षण आणि माहिती पुरवणे या माध्यमांच्या प्रमुख दोन जबाबदाऱ्या आहेत. वास्तविक, या जबाबदाऱ्यांपासून प्रसारमाध्यमे भरकटल्याचे दिसते.

ब्रेकिंग न्यूजचा धुमाकूळ

पाश्चिमात्य, विशेषत: अमेरिकन विचारांचा पगडा भारतीय प्रसारमाध्यमांवर पडल्याचे जाणवते. कायद्यानुसार प्रत्येक व्यक्तीला मताचे स्वातंत्र्य आहे. खाजगी जीवनाची चर्चा होऊ न देण्याचा अधिकार आहे; पण प्रत्यक्षात प्रसारमाध्यमांना याचा विसर पडलेला दिसतो. प्रसारमाध्यमातून खाजगी जीवनाचा दिंडोरा पिटल्यामुळे आजपर्यंत कुणीही न्यायालयात धाव घेतल्याचे दिसत नाही, अशा परिस्थितीमुळेच प्रसारमाध्यमांचे जास्त फावल्याचे दिसते. सर्वसामान्यांच्या या वृत्तीमुळे सर्व न्यूज चॅनलवाले 'ब्रेकिंग न्यूज' च्या नावाखाली एखाद्याचे खाजगी जीवन चव्हाट्यावर आणतात. अनिर्बंध अधिकार मिळाल्याच्या तोऱ्यात ही प्रसारमाध्यमे वातावरण ढवळून काढतात. स्वतंत्र देशात कोणत्याही सामाजिक घटकाला अर्मयाद अधिकार आहेत, असे समजून चालणार नाही. किंबहुना, एखादा समाजघटक अमर्याद अधिकाराच्या बळावर प्रसारमाध्यमांद्वारे एखादी बाब प्रसिद्ध करत असेल तर ती त्याची आतंकवादी दृष्टी म्हणायला हवी. केवळ प्रसिद्धी मिळवण्यासाठी एखाद्या व्यक्तीच्या चारित्र्याचे हनन करणे म्हणजे त्याच्या अभिव्यक्ती स्वातंत्र्यावर गदा आणण्यासारखे आहे. याची माध्यमांनी जाणीव ठेवायला हवी.

प्रत्येकाला त्याचे खाजगी जीवन स्वेच्छेने जगण्याचा अधिकार आहे. मात्र, त्याने समाजाच्या अहिताची बाब घडवून आणली तर ती बाब संपूर्ण माहितीनिशी समाजासमोर आणण्याचे माध्यमांचे कर्तव्य आहे. उदित नारायणचे प्रकरण प्रकाशात आले. दोन स्त्रिया उदित नारायण आपला पती असल्याचे सांगत होत्या. पुढे हे प्रकरण न्यायालयात गेले. वास्तविक, या प्रकरणात वेळ खर्च करून प्रसारमाध्यमांनी काहीही साधले नाही आणि समाजालाही यातून काही बोध होईल, अशी ही घटनाही नव्हती. उदित नारायणसारख्या कोणत्याही व्यक्तीच्या व्यक्तिगत आयुष्यात डोकावणे, हे माध्यमांचे काम नव्हे. माध्यम केवळ बातमी सांगून थांबले असते तर एकवेळ चालू शकले असते. पण या प्रकरणांचा निकाल लागल्यानंतर न्यायालयातून बाहेर पडणाऱ्या या स्त्रियांना चित्रविचित्र प्रश्न विचारून पुन्हा हा वाद उफाळून आणण्यात माध्यमेच जबाबदार ठरत होती. या प्रकरणात प्रसारमाध्यमांनी राईचा पर्वत केला, असे सांगणारा एकही जबाबदार नागरिक वा संस्था पुढे आली नाही.

भावना भडकवणारे

जी गोष्ट उदित नारायणबाबत घडली तीच राखी सावंत प्रकरणाद्वारेही समोर आली होती. मिका मेंहदीने राखीचे चुंबन घेतले ही घटना बातमीपर्यंत ठीक होती. प्रत्यक्षात माध्यमांनी तिचा अवाजवी ऊहापोह तर केलाच, शिवाय चुंबनाचा प्रसंग,

वारंवार दाखवून आपल्या अश्लाघ्य प्रकाराचे दर्शन घडवले. हा प्रसंग वारंवार दाखवून लोकांच्या कोणत्या भावना भडकवण्याचा प्रसारमाध्यमांचा उद्देश होता, याबाबत जाब विचारायला हवा. वास्तविक, ज्या घटकाचा समाजाचे आरोग्य टिकवण्यासाठी कुठलाही संबंध नाही, अशा बाबी समोर आणून माध्यमे आपले कुठले कर्तव्य साध्य करत आहेत, हा मोठा प्रश्न निर्माण होतो.

आज एकाही संघटित शक्तीद्वारे प्रसारमाध्यमांवर नियंत्रण आणले जात नाही. त्यामुळेच ही माध्यमे अनियंत्रित झाली आहेत. ही परिस्थिती अशीच राहिली तर समाजावर मोठे दुष्परिणाम होतील. मध्यंतरी, देवदेवतांच्या मूर्ती दूध पितात, चमत्कारामुळे समुद्राचे पाणी गोड झाले, यांसारख्या अफवा पसरल्या आणि अनेक लोक समुद्राकडे, गणपती मंदिरांकडे धाव घेऊ लागले. अशावेळी माध्यमांनी या प्रकाराचे खंडन करून नेमके शास्त्रीय कारण समोर आणणे अपेक्षित होते; पण माध्यमांनी 'ब्रेकिंग न्यूज'च्या नावाखाली या दोन्ही घटनांचा वापर केला आणि या अफवेचे पेव आणखी पसरवण्यात भर टाकली. अफवांसोबत बातमीच्या नावाखाली एखादे अश्लील दृश्य दाखवण्यातही प्रसारमाध्यमांची सरशी झालेली आहे. हे धोरण साफ चुकीचे असूनही याबाबत माध्यमांना कसलेही भान राहिलेले नाही. एखादी सनसनाटी बातमी द्यायच्या नावाखाली एखादे सनसनाटी नाट्य घडवले जाते. पण अशा सनसनाटी वर्तुळामुळे एखाद्याचे खाजगी जीवन उद्ध्वस्त होण्याची शक्यता असते, अशा बातम्या प्रदर्शित करून माध्यमे कुठल्या थराला जातील याचा अंदाज बांधणे कठीण आहे.

माणुसकीचा विसर

मध्यंतरी, उत्तर प्रदेशमध्ये एक घटना घडली. वडिलांच्या सेवानिवृत्तीनंतर मिळणारे पैसे देण्यास सरकारने टाळाटाळ केल्यामुळे मुलाने स्वत:ला पेटवून घेतले. प्रसारमाध्यमांनी हे दृश्य 'लाईव्ह' प्रदर्शित केले; मात्र त्याला वाचवण्यासाठी कोणीही पुढे गेले नाही. लोकशाहीचा चौथा स्तंभ अशी बिरुदावली मिरवणाऱ्या प्रसारमाध्यमांची अशी अमानुष वृत्ती पाहून अनेकांचे हृदय हेलावले. या घटनेमुळे प्रसारमाध्यमांची कर्तव्ये आणि त्यांची धोरणे जनतेसमोर यायला हवीत याची नितांत गरज वाटते. आत्मदहनाचा हा प्रकार कॅमेऱ्याच्या अगदी जवळ झाला; परंतु हा प्रकार केवळ कॅमेऱ्यात चित्रबद्ध करणे हेच आपले कर्तव्य आहे, असा माध्यमांचा गैरसमज झाला असावा. जळणारी व्यक्ती ही सर्वसामान्य होती. त्या व्यक्तीऐवजी पुढारी अथवा वलयांकित व्यक्ती असती तर त्या व्यक्तीला माध्यमातील कार्यकर्त्यांनी मदत केली असतीच शिवाय या मदतीच्या दृश्यांचे भांडवलही केले असते. आपल्यासमोर एखादी व्यक्ती पेटवून घेते आहे आणि त्याचे आपण चित्रीकरण करत आहोत, ही मोठी घृणास्पद बाब आहे. या घटनेदरम्यान

प्रसारमाध्यमांचा सहभाग पाहता माध्यमे आणि माणुसकी यामध्ये मोठी दरी पडली आहे की काय, असा प्रश्न उद्भवतो.

एखादा माणूस आपल्यासमोर मृत्यूशी झुंज देतोय आणि त्याच्या या मरणाच्या दृश्याचा माध्यमे धंदेवाईक हिशेब करतात ही मोठी दुर्दैवाची बाब आहे. दुसऱ्याच्या होळीवर स्वतःची पोळी भाजण्याची स्वार्थांध कृती थांबवायला हवी, यासंदर्भात न्यायालयाने काही अंकुश ठेवायला हवेत. केवळ एवढेच नव्हे, तर सर्वसामान्यांनीही जागृत होऊन प्रसारमाध्यमांच्या अशा अमानुष कृत्यांचा विरोध करायला हवा. प्रत्येकाने स्वतःचे व्यक्तिस्वातंत्र्य अबाधित ठेवायला हवे. याची जाणीव झाली तरच माध्यमांची धंदेवाईक वृत्ती बंद होईल. व्यवसायाबरोबर माणुसकीही महत्त्वाची आहे, याची माध्यमांनी जाण ठेवायला हवी.

एकंदरीत, प्रसारमाध्यमांचा विस्तार आणि त्यांची धोरणे ध्यानात घेता यांना वेळीच वेसण घालण्याची वेळ आली आहे. केवळ कायदा करून उपयोग नसतो, तर त्या कायद्याची अंमलबजावणीही व्हायला हवी. कायद्याने माध्यमांवर काही बंधने लादली आहेत. परंतु माध्यमांनी ही बंधने झुगारल्याचे दिसते. त्यामुळे आता सर्वसामान्यांनीच या माध्यमांवर बंधने लादायला हवीत. तरच लोकशाहीचा चौथा स्तंभ म्हणवणारी प्रसारमाध्यमे समाजहिताची कृती करतील.

भारतीय राज्यघटनेने व्यक्तिस्वातंत्र्याला फार मोठी किंमत दिली आहे. परंतु प्रसारमाध्यमांना ह्या व्यक्तिस्वातंत्र्यावर घाला घालता येईल का हा नुसता कायदेशीरच नव्हे तर नैतिक प्रश्न आहे.

◆ ◆ ◆

विभाग ५

भ्रष्टाचार ही समाजाला लागलेली नुसती कीडच नव्हे तर दहशतवादाच्या धोक्याइतकाच प्रचंड धोका आहे. न्याययंत्रणा, सैन्य व शिक्षणसंस्था ह्यातला भ्रष्टाचार तर कॅन्सरइतका महाभयंकर रोग आहे. त्याला बाहेरून इलाज करून चालणार नाही. माणसाला कोणाकडूनही अन्याय झाला तर त्याला एक विश्वास वाटतो की न्यायालयात त्याला नक्कीच न्याय मिळेल. पण ही सुद्धा त्याची आशा नष्ट झाली व न्यायालयावरचाच त्याचा विश्वास उडाला तर सुखाने जगण्याची त्याची आशाच नाहीशी होईल किंवा तो वैफल्यस्थितीत कायदा हातात घेऊन गुन्हे करेल किंवा सारे आयुष्य घोर निराशेत घालवेल. न्यायदानास विलंब लागणे हे न्याय न मिळण्याइतकेच वाईट आहे. अंती न्याय मिळतो हे खरे पण तोपर्यंत न्याय मागणाऱ्याचाच अंत होत नाही ना, याचाही न्याययंत्रणेने विचार करणे जरूर आहे. कायद्याचे लक्ष्य हे सर्वसामान्य माणसाच्या सुखदुःखात आशा आकांक्षात सहभागी होऊन त्याला योग्य ती मदत करून विकसनाचे मार्गावर नेण्याचे असले पाहिजे. कायद्याला किंवा न्यायाला सामान्य माणसाचे अश्रू पुसता आले तरच त्यांचे सार्थक.

१

भ्रष्टाचारमुक्त
समाजनिर्मितीसाठी

लोकप्रतिनिधी तसेच शासनातील उच्च अधिकारी यांच्यावर खटला दाखल करण्यास सरकारच्या परवानगीची आवश्यकता नसल्याचा महत्त्वपूर्ण निर्णय सर्वोच्च न्यायालयाने नुकताच दिला. यामुळे भ्रष्टाचार करणाऱ्यांना चांगलीच चपराक मिळाली. कायदा सर्वांसाठी समान आहे, हे तत्त्व पुन्हा एकदा सिद्ध झाले. या निर्णयाची प्रभावी अंमलबजावणी झाल्यास भ्रष्टाचाराला आळा बसेल; मात्र त्यासाठी जनतेनेही जागरूक राहणे आवश्यक आहे.

सर्वोच्च न्यायालयाने उच्च पदावरील व्यक्ती तसेच लोकप्रतिनिधींच्या संदर्भात नुकताच एक निर्णय जाहीर केला. हा निर्णय समाज सुधारण्याच्या दृष्टीने टाकलेले एक महत्त्वाचे पाऊल आहे. 'शासकीय खात्यातील कोणत्याही व्यक्तीने भ्रष्टाचार केल्यास त्याच्यावर खटला भरण्यास शासनाच्या पूर्वपरवानगीची आवश्यकता राहणार नाही. तसेच लोकप्रतिनिधींवर खटला दाखल करण्यासाठी शासनाच्या परवानगीची आवश्यकता नाही' अशा प्रकारचा निर्णय सर्वोच्च न्यायालयाने दिला आहे. या निर्णयाचे महत्त्व समजून घेण्यासाठी यापूर्वी अशा प्रकारच्या संमतीची आवश्यकता का निर्माण झाली होती याचा विचार करायला हवा. कोणतीही व्यक्ती शासकीय खात्यात किंवा न्यायालयामध्ये काम करत असताना तिच्या हातून काही चुका होण्याचा संभव असतो. हे गृहीत धरले गेले आहे. असे काम करत असताना चूक झाल्यास, आपल्यावर कायदेशीर कारवाई होईल अशी भीती संबंधित कर्मचाऱ्याच्या मनात निर्माण होते. परिणामी, निर्भयपणे काम करणे त्याला शक्य होत नाही.

कर्मचाऱ्यांना निर्भयपणे काम करता यावे म्हणून त्यांच्या संरक्षणासाठी खास कायदेशीर तरतूद करण्याची आवश्यकता होती. त्यामुळेच सरकारी खात्यातील कर्मचारी

किंवा लोकप्रतिनिधींवर खटले दाखल करण्यासाठी वेगळ्या परवानगीची आवश्यकता होती. मात्र, या तरतुदीचा गैरफायदा घेण्याची शक्यता लक्षात घेऊन सर्वोच्च न्यायालयाने हा नवा निर्णय दिला आहे.

सरकारी काम करणाऱ्या व्यक्तींबरोबरच स्वत:ला लोकप्रतिनिधी म्हणवणाऱ्या व्यक्तीकडूनही आपमतलबीपणाच्या किंवा पदाचा गैरफायदा घेणाऱ्या गोष्टी घडू शकतात. अशा गोष्टी घडल्यास संबंधित व्यक्ती कायद्याच्या कक्षेबाहेर राहू नये, याची खबरदारी घेणे आवश्यक होते. सरकारमध्येच असलेले मंत्र्यांसारखे उच्च अधिकारी किंवा लोकप्रतिनिधींनी पदाचा गैरफायदा घेऊन काही गुन्हे केले तर अशा मंडळीना कायदा काही करू शकत नाही. अशी भावना संबंधित व्यक्तीच्या आणि जनतेच्या मनात निर्माण होत होती. या संरक्षणरूपी कवचाचा आतापर्यंत गैरफायदाच घेतल्याचे न्यायालयाच्या निदर्शनास आले.

चारा घोटाळ्यासारख्या करोडो रुपयाच्या भ्रष्टाचाराच्या प्रकरणी किंवा तशाच मोठ्या पदावरील व्यक्तींनी अनैतिक मार्गाने बरीच संपत्ती जमवल्याचे निदर्शनास आल्यावरही संबंधितांविरूद्ध खटला भरण्यास शासनाच्या मंजुरीची कायदेशीर आवश्यकता होती. ही मंजुरी सहसा मिळत नसे किंवा ती देण्यात दिरंगाई होत असे. बरेचदा ही दिरंगाई इतकी वाढते की,अशी परवानगी न दिल्यासारखीच परिस्थिती निर्माण होई. अशी परवानगी मागणे म्हणजे एखाद्याने चोरी केल्यानंतर 'तुझ्यावर खटला भरण्यास तुझीच परवानगी आहे का' असे विचारण्यासारखे आहे. वास्तविक, कायद्यामध्ये हे परवानगीचे कलम समाविष्ट करताना अशी परवानगी देणाऱ्या व्यक्ती नि:पक्षपाती काम करतील अशी अपेक्षा होती; परंतु दुर्दैवाने विविध राजकीय पक्षातील सध्याची परिस्थिती लक्षात घेता तसेच त्यांच्या घोडेबाजाराच्या प्रथा लक्षात घेता अशी परवानगी देणाऱ्या व्यक्तींच्या प्रामाणिकपणाबद्दल संशय निर्माण होऊ लागला आहे. म्हणूनच सर्वोच्च न्यायालयाच्या निर्णयाने कायद्याच्या प्रक्रियेतील महत्त्वाचा अडसर दूर केला आहे. कायद्याचे राज्य खऱ्या अर्थाने प्रस्थापित होण्यास या निर्णयाची फार मोठी मदत होणार आहे.

आपल्या घटनेने समानतेचे तत्त्व मान्य केलेले आहे. सर्व नागरिकांना सारख्याच पद्धतीने वागवले जाईल, या तत्त्वाचा पुनरूच्चार केला गेला आहे. या निर्णयाचे सर्व जनतेकडून तसेच लोकप्रतिनिधींकडूनही स्वागत व्हायला हवे; परंतु असे स्वागत झाल्याचे दिसत नाही. बहुतेक राजकीय पक्ष सध्या स्वार्थाने आणि भ्रष्टाचाराने बरबटल्यामुळे अशा निर्णयाचे स्वागत करण्याऐवजी त्याला विरोधाचे सूर लावले जाण्याची शक्यता आहे. देशात सध्या भ्रष्टाचाराने थैमान घातले आहे. यापासून मुक्ती मिळवायची असल्यास कोणत्याही स्थानावर असणाऱ्या भ्रष्टाचारी तसेच अनीतीमान व्यक्तीस जनहितविरोधी मानून योग्य शासन दिले जायला हवे. आपल्याकडे एक म्हण आहे,

'यथा राजा, तथा प्रजा' राजे किंवा लोकप्रतिनिधी जसे असतील तसाच समाज असतो. आपले लोकप्रतिनिधी भ्रष्ट असतील तर समाज भ्रष्टाचारविरोधी आहे, असे म्हणता येणार नाही. या निकोप दृष्टिकोनातूनच सर्वोच्च न्यायालयाने दिलेल्या निर्णयाचे स्वागत व्हायला हवे.

आपल्याकडे माहिती अधिकाराचा कायदा केला जावा यासाठी आंदोलन करावे लागते. तसेच उपोषणाचा मार्ग अवलंबावा लागतो. भ्रष्टाचारी अधिकारी किंवा लोकप्रतिनिधींविरूद्ध कारवाई करण्यात येणारे अडथळे दूर करावेत म्हणून निदर्शने किंवा उपोषणे या मार्गांचा अवलंब करण्यापर्यंत वेळ आली नाही. त्याआधीच सर्वोच्च न्यायालयाने जनतेच्या हातामध्ये एक नवे हत्यार दिले आहे. आपणास कोणीच काही करू शकत नाही. असा बेधुंदपणा भ्रष्टाचारी लोकांच्या मनामध्ये निर्माण झाला आहे. भ्रष्टाचारी लोकांमधील ही वृत्ती कमी करण्यासाठी सर्वोच्च न्यायालयाच्या निर्णयाचा उपयोग होईल असे वाटते. अर्थात, या निर्णयानंतर त्याची अंमलबजावणी होते की नाही आणि झाल्यास ती कशी होते, याकडेही जनतेने डोळ्यात तेल घालून लक्ष दिले पाहिजे. नाही तर सर्वोच्च न्यायालयाने दिलेला निर्णय केवळ कागदावरच राहील.

हे राज्य समानतेच्या तत्त्वावर चालावे अशी सर्वांचीच इच्छा आहे; परंतु राजकीय वरदहस्त आणि कायद्यातील त्रुटी यामुळे अशी समानता प्रत्यक्षात दिसून येत नाही. सर्वांना समान कायदा, हे तत्त्व प्रत्यक्षात येण्यासाठी सर्वोच्च न्यायालयाने या निर्णयाच्या रूपाने एक चेतना दिली आहे. लोकप्रतिनिधींवर खटला दाखल करण्याची वेळ येणे योग्य नाही. मुळात असे लोकप्रतिनिधी निवडून न येणे हेच महत्त्वाचे आहे. जनतेने अशा चारित्र्यहीन व्यक्ती निवडणुकीतून बाजूला काढल्या पाहिजेत. समाजहिताचे भान राखणाऱ्या, स्वच्छ चारित्र्याच्या व्यक्तींची लोकप्रतिनिधीपदी निवड होणे गरजेचे आहे. देशाची प्रगती खऱ्या अर्थाने व्हायची असेल तर अशा चारित्र्यवान लोकप्रतिनिधींच्या हाती देशाची सत्ता सोपवायला हवी. खोट्या आमिषांना बळी न पडता निर्भयपणे मतदान करून योग्य व्यक्तीची निवड केली जायला हवी. जनतेनेही स्वत:चा स्वार्थ बाजूला ठेवून समाजाचा विचार केला पाहिजे; तसेच दूरदृष्टी ठेवून योग्य व्यक्तींच्या हाती कारभार सोपवला पाहीजे. भ्रष्टाचाराचा राक्षस पूर्णपणे गाडून टाकण्यास वेळ लागणार आहे. हे अल्प कालावधीत होणारे काम नाही; परंतु भ्रष्टाचाराने संपूर्ण देशच गिळंकृत होण्यापूर्वी या प्रक्रियेची सुरूवात होणे आवश्यक आहे. सर्वोच्च न्यायालयाच्या निर्णयाने या प्रक्रियेची सुरुवात झाली आहे, असे म्हणता येईल. मात्र, या निर्णयाची योग्य आणि प्रभावी अंमलबजावणी होईल याकडे लक्ष दिले पाहीजे, तसेच कोणत्याही दबावामुळे या निर्णयाची काटेकोर अंमलबजावणी करण्यात अडथळे येता कामा नयेत, याकडेही लक्ष द्यावे लागेल. सर्वोच्च न्यायालयाच्या निर्णयाची योग्य अंमलबजावणी झाल्यास भ्रष्टाचार, अनैतिकतेला आपोआप आळा बसेल.

◆ ◆ ◆

२

न्याययंत्रणेतील भ्रष्टाचार घातकच

इतर कोणतीही खाती भ्रष्टाचारी असल्यास फारसे बिघडत नाही, परंतु सर्वसामान्यांना न्याय देणारी खाती यापासून अलिप्त असावीत, अशी जनतेची इच्छा असते. पोलीस खाते, शिक्षण खाते या महत्त्वाच्या खात्यांमध्ये आपल्याला प्रामाणिकपणे न्याय मिळायचा असेल तर ती भ्रष्टाचारमुक्त असावीत, अशी अपेक्षा बाळगली जाते; मात्र प्रत्यक्षात अशी वस्तुस्थिती दिसत नाही. आपल्याला केव्हा तरी न्याय मिळेल म्हणून अनेकजण अन्यायाविरूद्ध पाठपुरावा करतात, परंतु ही यंत्रणाच भ्रष्ट असेल तर त्यांचा अनेक वर्षांचा प्रयत्न अपयशी ठरतो.

सध्या सर्वच शासकीय खात्यांमध्ये भ्रष्टाचार बोकाळल्याचे दिसत आहे. भ्रष्टाचाराची जणू लाटच आली आहे. अर्थात पोलीस यंत्रणाही यापासून दूर राहिलेली नाही. या यंत्रणेतही मोठ्या प्रमाणावर भ्रष्टाचार आढळून येत आहे. अर्थात, इतर सर्व शासकीय खात्यांमध्येच भ्रष्टाचार सुरू असल्याने फक्त पोलीस खात्यातच तो आहे, असे म्हणून भागणार नाही. काही खात्यातील भ्रष्टाचार हा फारसा उघड होत नाही किंवा तो संमतीने आणि परस्परांना समजून घेऊन केला जातो; परंतु काही खात्यात मात्र भ्रष्टाचारासाठी दबावाचा अवलंब केला जातो. अशा वेळी त्या भ्रष्टाचाराची सर्वत्र ओरड होते. गावातील तलाठ्यापासून कस्टम ऑफिसरपर्यंत अनेक पातळ्यांवर भ्रष्टाचार सुरूच असतो. असे असले तरी अलीकडच्या काळात फक्त पोलीस खात्यातील भ्रष्टाचाराचीच चर्चा होऊ लागली आहे. अर्थात, त्याला काही कारणे आहेत.

इतर कोणतीही खाती भ्रष्टाचारी असल्यास फारसे बिघडत नाही, परंतु सर्वसामान्यांना न्याय देणारी खाती यापासून अलिप्त असावीत, अशी जनतेची इच्छा

असते. पोलीस खाते, शिक्षण खाते या महत्त्वाच्या खात्यांमध्ये आपल्याला प्रामाणिकपणे न्याय मिळायचा असेल तर ती भ्रष्टाचारमुक्त असावीत, अशी अपेक्षा बाळगली जाते; मात्र प्रत्यक्षात अशी वस्तुस्थिती दिसत नाही. आपल्याला केव्हा तरी न्याय मिळेल म्हणून अनेकजण अन्यायाविरूद्ध पाठपुरावा करतात, परंतु ही यंत्रणाच भ्रष्ट असेल तर त्यांचा अनेक वर्षांचा प्रयत्न अपयशी ठरतो. उरलीसुरली आशाही नाहीशी होते. परिणामी, अशा व्यक्तीची प्रामाणिकतेवरील,न्यायावरील श्रद्धाच नाहीशी होण्याची शक्यता असते. याचा दुसरा परिणाम असा होतो की, समाज न्याय मिळवण्यासाठी इतर मार्गांचा अवलंब करतो. हे मार्ग अन्याय्य पद्धतीचेही असू शकतात. यासंदर्भात एका कुख्यात गुन्हेगाराशी बोलण्याची वेळ आली तेव्हा तो म्हणाला, 'न्याययंत्रणेकडून न्याय मिळण्यासाठी प्रचंड वेळ आणि पैसा लागतो. सामान्य व्यक्तीजवळ या दोन्हीही गोष्टी नसतात. त्यामुळे वेगळ्या मार्गाने न्याय मिळवून घेण्यासाठी ते आमच्याकडे येतात.आम्ही संबंधित व्यक्तीला त्वरित न्याय मिळवून देतो. त्यामुळेच समाजाला आमची आवश्यकता भासते, त्याच्या या उद्‌गारावरून न्याययंत्रणेची एकूण परिस्थिती आणि सर्वसामान्यांची मानसिकता लक्षात येते.

अनेक निवृत्त पोलीस अधिकाऱ्यांचे मतही याबाबत महत्त्वाचे ठरते. एक निवृत्त पोलीस अधिकारी म्हणाले, पोलीस खात्यातील भ्रष्टाचार आमच्या वेळीही होता. त्यावेळी आमचे खाते धुतल्या तांदळ्यासारखे स्वच्छ होते असे नाही. असे असले तरी आम्ही नीतीमूल्ये पाळत असू. त्यावेळी आरोपीला जामिनावर सोडण्यासाठी पैसे घेतले जात असले तरी बलात्काराच्या खटल्यातील किंवा खून प्रकरणातील आरोपीकडून कधीही पैसे घेतले जात नसत. सध्या मात्र दोन्ही बाजूंकडून पैसे घेण्याचे प्रकार घडत आहेत. पैसे घेऊनही आरोपीच्या किंवा फिर्यादीच्या बाजूने योग्य पुरावा सादर केला जात नाही. कित्येक वेळा आरोपींना अटक करण्यापूर्वी फिर्यादीकडून पैसे घेतले असल्यास आरोपीकडूनही पैसे घेऊन त्याला ॲन्टिसिपेटरी बेल (जामीन) घेण्याचा सल्ला दिला जातो. यामुळे फिर्यादी आणि आरोपी दोघेही खूश होतात; परंतु यामध्ये समाजाला मात्र फार मोठा धोका असतो. त्यांच्या स्वातंत्र्यावर गदा आणत पैसे घेऊन निरपराधी व्यक्तींवर खटले भरण्यात येतात. अशा प्रकारे खटले भरण्यासाठी संबंधितांना प्रसंगी आमिष दाखवून प्रवृत्त केले जाते.

एखाद्या व्यक्तीला खटल्यात गोवून मानसिक, शारीरिक आणि आर्थिक त्रासही दिला जातो. याबाबत एका खटल्याचे उदाहरण देता येईल. एका सुप्रसिद्ध लेखकाने प्रकाशकाला आपली पुस्तके छापण्याची परवानगी दिली. संबंधित लेखक प्रसिद्ध असल्याने त्यांच्या पुस्तकांना चांगलीच मागणी होती. याचाच फायदा घेत प्रकाशकाने लाखो रुपये मिळवले. संबंधित लेखकाच्या मृत्यूनंतर त्याच्या वारसांना मात्र एक पैसाही दिला नाही. हे लक्षात आल्यावर या पुस्तकाच्या पुढील आवृत्त्या लेखकाच्या वारसानी

दुसऱ्या प्रकाशकाकडून छापून घेतल्या. हे समजताच त्या प्रकाशकाने पोलिसात तक्रार दाखल केली आणि 'यांनी आमच्या कंपनीचा कॉपीराईट असताना बेकायदेशीररीत्या दुसरीकडे पुस्तके छापली असल्याने त्यांना अटक करून सगळी पुस्तके जप्त करावीत.' अशी मागणी केली. याबरोबरच यासंदर्भात जिल्हा न्यायालयाचा निकालही आपल्या बाजूने लागला आहे, असे सांगितले. त्यांच्या म्हणण्यावर विश्वास ठेवून पोलिसांनी दुसऱ्या प्रकाशकाला भर बाजारपेठेत अटक केली आणि सर्व पुस्तके जप्त केली. वास्तविक, जिल्हा न्यायालयातील निकाल पहिल्या प्रकाशकाच्या विरुद्ध लागलेला होता. असे असूनही नंतरच्या प्रकाशकाला न्यायालयीन कारवाईला सामोरे जावे लागले. या खटल्यात फिर्यादीला दहा वेळा समन्स बजावूनही पाच वर्षात तो एकदाही हजर झाला नाही. प्रकाशकाला मात्र अनेकदा न्यायालयात हेलपाटे घालावे लागले. आपल्या अधिकाराचा दुरुपयोग करून निरपराधी माणसाला छळण्याचे हे उदाहरण या यंत्रणेबाबत विचार करण्यास पुरेसे आहे.

या सर्व उदाहरणांवरून निरपराध लोकांवर कायद्याचा धाक दाखवत कशा प्रकारे अत्याचार केला जातो, हे लक्षात येते. हे प्रकार टाळण्यासाठी एखाद्या व्यक्तीवर खटला दाखल झाल्यानंतर कायद्याचे परिपूर्ण ज्ञान असलेला सरकारी वकील किंवा तत्सम अधिकाऱ्याचे नियंत्रण असले पाहिजे. एखाद्या केसबाबत सरकारी वकिलांनी मत दिल्यानंतर न्यायाधीशांनी त्यांच्याविरुद्ध मत दिल्यास या विसंगतीचे स्पष्टीकरण मागवण्यात यावे. निरपराध लोकांवर होणाऱ्या अत्याचाराबाबत संबंधित अधिकाऱ्यांबरोबरच त्यांना सल्ला देणाऱ्यांनाही दोषी धरण्यात यावे. कायद्यामध्ये याबाबत योग्य ती तरतूद करण्यात यावी. गंभीर गुन्ह्यातील एखादा आरोपी निर्दोष सुटल्यास त्या निकालाचे विश्लेषण करून तपासयंत्रणेत नेमका कोणता दोष होता, याचा अभ्यास करण्यात यावा आणि तपासयंत्रणेत त्रुटी राहिल्या असतील तर त्यासंबंधात जबाबदार अधिकाऱ्यांवर कारवाई केली जावी. अर्थात, ही सर्व प्रक्रिया प्रामाणिकपणे पार पाडण्यासाठी कायद्यात तरतूद हवीच, शिवाय तशी मानसिकता असणारे अधिकारीही असायला हवेत.

अशा प्रकारची पुनरावृत्ती होऊ नये म्हणून निरपराध व्यक्तीला विनाकारण छळणाऱ्या शासकीय अधिकाऱ्यांवरही योग्य ती कारवाई होणे गरजेचे आहे. कोणत्याही गुन्ह्यातील आरोपीला त्याने खरोखरच गुन्हा केला असेल तर शिक्षा व्हायला हवी. अशी शिक्षा होण्यासाठी संबंधित तपासयंत्रणेने बारकाईने तसेच अनेक पुराव्यांसह आरोपपत्र तयार करायला हवे. तरच संबंधित व्यक्तीला खऱ्या अर्थाने न्याय मिळेल. त्याबरोबरच निरपराध व्यक्तीला खऱ्या अर्थाने स्वातंत्र्याचा उपभोग घेऊन जगता येईल.

◆ ◆ ◆

३

तपासयंत्रणेतील भ्रष्टाचार

जेसिका लाल हत्याप्रकरणातील मुख्य आरोपी मनू शर्माला दिल्ली उच्च न्यायालयाने दोषी ठरवले. या निकालामुळे सर्वसामान्यांच्या न्याय व्यवस्थेवरील विश्वासाचे पुनरुज्जीवन झाले. देशातल्या न्याययंत्रणेची प्रतिष्ठा अबाधित राखायची तर तपासयंत्रणेला भ्रष्टाचार आणि उच्चपदस्थांच्या दबावापासून दूर ठेवायला हवे. तसे झाल्यास प्रकरणांचा योग्य तपास होऊन सर्वसामान्यांना न्याय मिळेल. अन्यथा देशात जंगलाचा कायदा अस्तित्वात आल्याशिवाय राहणार नाही.

जेसिका लालच्या खून प्रकरणी मुख्य आरोपी मनू शर्मा याला दिल्लीच्या उच्च न्यायालयाने दोषी ठरवले. न्यायालयाच्या या निकालानंतर देशवासियांच्या न्याययंत्रणेवरील ढासळत्या विश्वासाचे पुनरुज्जीवन झाले आहे. असे म्हणतात की, 'भगवान के घर देर है, लेकीन अंधेर नही है।' न्यायालयाच्या बाबतही असेच घडल्याचे दिसते. उशिराने का होईना पण, जेसिका लालच्या खटल्याचा योग्य निकाल लागल्याने देशांतर्गत न्यायव्यवस्थेची प्रकृती अद्याप सदृढ असल्याचे चित्र निर्माण झाले. यापूर्वी जेसिका लालचा दिवसाढवळ्या झालेला खून म्हणजे समाजव्यवस्थेवर मोठा घाला असल्याचे लोकांचे मत झाले होते. अर्थात असे मत निर्माण होणे साहजिकच होते. एखादी व्यक्ती चारचौघादेखत एखाद्या स्त्रीची हत्या करते आणि राजकीय पुढाऱ्यांशी लागेबांधे असल्याने न्यायालयात निर्दोष सुटते. असे आढळल्याने सर्वसामान्यांचा न्यायव्यवस्थेवरील विश्वासच ढळला होता.

जेसिका लालच्या प्रकरणात कनिष्ठ न्यायालयाने दिलेल्या निर्णयामुळे मोठा जनक्षोम उसळला होता. अर्थात हा राग प्रातिनिधिक स्वरूपाचा होता. जनतेचा

न्यायव्यवस्थेवरचा विश्वास खचला तर ती न्याय मिळवण्यासाठी कायदा हातात घेण्याचा विचार करू लागते. अशा परिस्थितीत अराजक माजण्याची शक्यता असते. लोकांमध्ये आपापसात लढूनच न्याय मिळवला पाहिजे, अशी भावना निर्माण होते आणि जंगलचा कायदा अस्तित्वात येतो. जंगलामध्ये जास्त बलशाली पक्षाचा विजय होत असतो. वास्तविक सध्याचे न्यायसंस्थेचे स्वरूप हे तर्कावर अधिष्ठित आहे. अगदी इंग्लंडमधील वादी प्रतिवादीदेखील सतराव्या शतकापर्यंत एकमेकांशी लढूनच विजय मिळवत असत. एखाद्याची दुसऱ्या व्यक्तीविरुद्ध तक्रार असेल तर तो त्या व्यक्तीला द्वंद्वयुद्धाचे आव्हान देई. त्यानंतर उपस्थित जनसमुदायापुढे त्यांचे द्वंद्वयुद्ध चाले आणि या युद्धात प्रतिस्पर्धाला पराभूत करणारी व्यक्ती विजयी ठरत असे. अशा विजयी व्यक्तीच्या बाजूनेच निकाल होत असते. इ.स. १८१८ पर्यंत ही प्रथा अस्तित्वात होती. पुढे ही पद्धत अत्यंत जंगली, अन्यायकारक अशी ठरवण्यात येऊन ती कायद्याने बंद करण्यात आली.

आज भारतामध्ये तलवारीऐवजी राजकीय सत्ता किंवा धन याद्वारेच प्रतिस्पर्ध्याला पराभूत केले जात आहे. अशा परिस्थितीत योग्य न्याय मिळण्याची आशा करणे व्यर्थ आहे. कायदा अस्तित्वात आल्यानंतर त्यात अनेक बदल झाले. कायद्यात झालेल्या बदलाचे सखोल चिंतन करून पुराव्याचा नवा कायदा अस्तित्वात आला. त्यामुळे प्रत्येक गोष्ट पुराव्याच्या निकषावर घासून स्वीकारली जाऊ लागली. अशा पुराव्याद्वारे आरोप सिद्ध झाल्यास आरोपींना दोषी धरण्यात येऊ लागले. ही न्यायप्रणाली समाजाच्या हिताची आणि लोकांचे समर्थन करणारी आहे. म्हणूनच लोकांचा न्यायसंस्थेवर विश्वास बसतो, परंतु अनेक प्रकरणात पुरावे गोळा करणारी यंत्रणाच कार्यक्षम नसल्याने न्यायदान पद्धतीला काही अर्थच उरत नाही. उदा. –

१. नानावटी खटला – १९५९ मध्ये नौदल ऑफिसर कावस नानावटी यांनी प्रेम अहुजा या व्यक्तीचा खून केला. पत्नी सिल्व्हियाचे आणि अहुजाचे प्रेमप्रकरण समजल्यानंतर क्रोधामध्ये त्यांनी हा खून केला. जनतेची त्यांना सहानुभूती मिळाली. मुंबई उच्च न्यायालयाने नानावटी यांना जन्मठेपेची शिक्षा सुनावली. काही वर्षांनी त्यांची शिक्षा माफ झाली.

२. इंदिरा गांधी खटला – या खटल्याने इतिहासच रचला. जून १९७५ मध्ये अलाहाबाद उच्च न्यायालयाला पंतप्रधान इंदिरा गांधींनी सरकारी नोकरांना पक्षाच्या आणि निवडणुकीच्या कामासाठी वापरले, असे निदर्शनास आले. कोर्टाने त्यांचा विजय ग्राह्य धरला नाही आणि ६ वर्षांसाठी त्यांच्यावर बंदी घातली. त्याच वेळी इंदिरा गांधींनी आणीबाणी जाहीर केली. सुप्रीम कोर्टही निर्णयाच्या बाजूनेच होते. परंतु त्यावेळी आणीबाणी सुरूच राहिली.

३. बेस्ट बेकरी खटला – या खटल्यात प्रमुख साक्षीदार झहिरा शेखने

'फिरल्या'नंतर सत्र न्यायालयाने २१ आरोपींना निर्दोष ठरवले. मात्र सर्वोच्च न्यायालयाने हा निकाल बदलून त्यापैकी नऊ जणांना जन्मठेपेची शिक्षा सुनावली.

४. तानसी जमिनीचा खटला - तानसी जमिनीच्या गैरव्यवहाराबद्दल तामिळनाडूच्या मुख्यमंत्री जयललिता २००१ मध्ये पदच्युत झाल्या. चेन्नई कोर्टाने त्यांना जमिनीच्या खरेदीस गैरव्यवहार केल्याबद्दल दोषी ठरवले.

५. प्रियदर्शिनी मटू खटला - संतोष सिंगने १९९६ मध्ये २२ वर्षीय प्रियदर्शिनीवर बलात्कार करून तिचा खून केला. सत्र न्यायालयाने पुराव्याअभावी संतोष सिंगला निर्दोष मानले. परंतु दिल्ली उच्च न्यायालयाने त्याला फाशीची शिक्षा दिली.

६. नवज्योतसिंग सिद्धू खटला - १९९९ मध्ये नवज्योतसिंग सिद्धूने ६५वर्षीय गुरनामसिंगला मारल्यामुळे त्याचा मृत्यू झाला. सत्र न्यायालयाने सिद्धूला निर्दोष मानले. परंतु उच्च न्यायालयाने मात्र दोषी ठरवले.

जेसिका लाल खटल्यामध्ये नेमके हेच झाले. किंबहुना अनेक राजकीय पुढाऱ्यांच्या, त्यांचे नातेवाईक, हितसंबंधी यांच्या बाबतीतील खटल्यांमध्ये असे प्रकार झाले आहेत. अशा खटल्यांमध्ये पुरावे गोळा करणारी यंत्रणा अयोग्य प्रकारे काम करत असल्याने किंवा तो भ्रष्टाचारी असल्यामुळे कोर्टापुढे पुरावेच आणले जात नाहीत. अशा घटना घडल्या की, सामान्य माणसाच्या मनात आरोपीचे वरपर्यंत लागेबांधे असल्याची किंवा आरोपीने पैशाच्या बळावर न्याययंत्रणेला झुकवल्याची शंका येते. अशा परिस्थितीत त्या व्यक्तीवरील गुन्हा सिद्ध होणेही कठीण होऊन बसते.

अन्याय झालेल्या व्यक्तीला योग्य न्याय मिळत नसल्याची मनोवेदना प्रत्येक भारतीयाला डाचत असते. परंतु न्यायालयासमोर पुरावे व्यवस्थितपणे सादर झाल्यास आणि न्यायसंस्थेने प्रकरणात योग्य प्रकारे लक्ष घातल्यास अपेक्षित निवाडा होणे शक्य होते, तसेच तपास करणाऱ्या यंत्रणेच्या भ्रष्टाचाराला आळा बसू शकतो. अर्थात जेसिका लाल प्रकरणातील निकालामुळे उद्‌भवलेल्या प्रश्नावर विचार करून उपाययोजना केली जाणे आवश्यक आहे. आजही समाजामध्ये न्यायाच्या प्रतीक्षेत असलेल्या अनेक जेसिका लाल आहेत. त्यांना कधीही न्याय मिळणार नाही, अशी परिस्थिती आहे. ही परिस्थिती का निर्माण होते, याचाही विचार करणे आवश्यक आहे.

योग्य प्रकारे तपास न झाल्यास अपेक्षित न्याय मिळत नाही. आणि यासाठी तपासयंत्रणेतील विविध घटकांचे दुर्लक्ष किंवा आरोपींशी लागेबांधे कारणीभूत होतात. तपासयंत्रणेच्या अहवालावरच आरोपीवरील गुन्हा सिद्ध होण्यास मदत होते, पण या यंत्रणेतील व्यक्ती भ्रष्ट झाल्यास अहवाल न्यायालयासमोर योग्य प्रकारे मांडला जात नाही. अशा भ्रष्टाचारामागील कारणे शोधून ती दूर केली पाहिजेत. तपास करणाऱ्यांवर राजकीय व्यक्तींचा दबाव पडणार नाही, याची काळजी घ्यायला पाहिजे. एखाद्या

प्रकरणाचा तपास सीबीआयने केला पाहिजे, अशी मागणी प्रत्येक वेळी करण्यात येते. अशी मागणी का करावी लागते? इतर तपासयंत्रणा सीबीआयच्या तोलामोलाच्या नाहीत का? त्या तपासकामात कोठे कमी पडतात? यासारख्या प्रश्नांची कारणे शोधून ती दूर करायला हवीत. असे न झाल्यास जनतेमध्ये असंतोष पसरेल. याबाबत राजकीय पक्ष वेळोवेळी आश्वासने देत असतात. पण प्रत्यक्ष सत्तेवर आल्यानंतर तपासयंत्रणा राजकीय दबावापासून पूर्णपणे दूर ठेवण्याचा प्रयत्न कोणीही केला नाही. उलट हीच यंत्रणा स्वत:च्या स्वार्थासाठी तसेच विरोधकांची मुस्कटदाबी करण्यासाठी कशी वापरता येईल, हेच पाहिले जाते. त्यामुळे ही तपासयंत्रणा जनतेची सेवा न करता किंवा स्वत:ला जनतेचे सेवक न समजता आपली निष्ठा राजकीय पुढाऱ्यांच्या पायी वाहण्यातच धन्यता मानते. परिणामी समाजामधील दोषी व्यक्ती सहजपणे निर्दोषी ठरवली जाते. कालांतराने अशा व्यक्ती समाजामध्ये उजळमाथ्याने वावरू लागतात.

सर्वात महत्त्वाचे म्हणजे स्वातंत्र्यपूर्व काळात ब्रिटिशांची सत्ता उलथून टाकण्यासाठी तत्कालीन नेत्यांनी कायदेभंगाची शिकवण दिली. त्यामुळे आपण कायदे मोडण्यास शिकलो आहोत. पूर्वी कायदे मोडणाऱ्या व्यक्तींना देशभक्त म्हणूनही गौरवले जात असे. त्यामुळे आपल्याला काटेकोरपणे कायदे पाळण्याची शिकवण मिळाली नाही. कायदेपालनाची सुरुवात वरिष्ठ नेत्यापासून व्हायला हवी. कारण सर्वसामान्य कार्यकर्ते हे प्रत्येक बाबतीत नेत्यांचे अनुकरण करत असतात. त्यामुळे नेत्याने कायदेपालन केल्यास कार्यकर्ते आपोआपच या गोष्टीसाठी प्रवृत्त होतात. एखादी गुन्हेगार व्यक्ती स्वत:ला वाचवण्यासाठी नेत्यांकडे गेली असता त्याला 'तू गुन्हा केलेला आहेस, तुला मदत केली जाणार नाही.' असे सांगण्याचे धैर्य नेत्यांमध्ये असायला हवे.

जेसिका लाल प्रकरणामुळे कायद्याच्या संदर्भातील सर्व गोष्टी नव्याने अभ्यासणे आवश्यक बनले. जनतेने जागरूक राहून राजकीय पुढारी तसेच तपासयंत्रणेला कायद्याप्रमाणे काम करण्यास प्रवृत्त करणे आवश्यक आहे. स्वातंत्र्य मिळवणे अवघड असते, पण ते टिकवणे त्याहूनही अवघड असते. असमर्थ व्यक्तींना स्वातंत्र्य टिकवता येत नाही. अशा व्यक्ती गुलामच राहतात. तेव्हा खऱ्या अर्थाने स्वातंत्र्याचा उपभोग घ्यायचा असेल तर त्याआड येणाऱ्या सर्व गोष्टींबद्दल जनतेत जागृती झाली पाहिजे. कायद्याचे पालन न करणारे भ्रष्ट पुढारी किंवा तपासणी अधिकारी यांना खड्ड्यासारखे दूर केले तरच भारतीयांना खऱ्या अर्थाने स्वातंत्र्याचा उपभोग घेता येईल आणि हा समाज सुखी, संपन्न आणि वैभवशाली होईल. असे न झाल्यास इंग्रज या देशातून जाऊनही जनता स्वतंत्र झाली, असे म्हणता येणार नाही.

◆ ◆ ◆

४

न्यायासनावरची श्रद्धा ढळू नये!

माहितीच्या अधिकाराचा कायदा आता उच्च न्यायालयासह राज्यातील इतर न्यायालयांनाही लागू होत आहे. राष्ट्रीय न्याय परिषदेचा प्रस्तावही संमत झाला आहे. यामुळे न्याययंत्रणेत पारदर्शकता येत असली तरी काही नवे वाद उत्पन्न होण्याची शक्यता आहे. मुळात न्याययंत्रणेने न्यायदानात चुका होऊ शकतात हे गृहीत धरून निर्णयाविरुद्ध अपिल करण्याची तरतूद केली आहे. असे असूनही कायद्यात ही नवी सुधारणा करण्यात आली आहे. या घोषणेचा न्यायव्यवस्था आणि न्यायाधीशांच्या निर्णयस्वातंत्र्यावर काय परिणाम होईल ?

केंद्र सरकारने वर्षभरापूर्वी केलेला माहितीच्या अधिकाराचा कायदा आता उच्च न्यायालयासह इतर न्यायलयांनाही लागू झाला आहे. येत्या काही दिवसात त्याची अंमलबजावणीही सुरू होईल. संजीव चिंबुलकर यांनी दाखल केलेल्या जनहित याचिकेवर बरेच विचारमंथन होऊन न्यायालयीन कामकाजाविषयी माहिती मिळवण्याचा नागरिकांचा मार्ग खुला झाला आहे. तसेच नुकताच राष्ट्रीय न्याय परिषदेचा प्रस्तावही संमत झाला आहे.

बदलाचे वारे

सध्या देशातील विविध यंत्रणांमध्ये आमूलाग्र सुधारणा होत आहेत. त्यामुळे न्यायव्यवस्था सुधारण्याकडेही राज्यकर्त्यांचे लक्ष गेलेले दिसते. वास्तविक राष्ट्रापुढे अनेक समस्या आहेत. त्यातही सुधारणा करण्याची आवश्यकता आहे; मात्र राज्यकर्ते प्रशासन, न्यायव्यवस्था यात सुधारणा करण्याच्या घोषणा करत आहेत. अशा घोषणा करून जनतेचे

लक्ष विचलित करण्याचा तर त्यांचा प्रयत्न नाही ना, अशी शंका येते. न्यायालयांना माहितीच्या अधिकाराचा कायदा लागू करण्यामागचा हेतू नि:संशय स्तुत्य आहे. त्यात शंका घेण्याजोगे काही नाही. न्यायदानात पारदर्शकता असावी याबद्दल कोणाचेही दुमत नसावे, परंतु खुद्द न्यायदानात चुका होण्याची शक्यता गृहीत धरून कायद्यात अपिल किंवा रिव्हिजन म्हणजेच पुनर्वादासाठी खटला नव्याने दाखल करण्याची सोय केलेली आहे. त्यामुळे न्यायाधीशाने चुकीचा निकाल दिला तर वरच्या कोर्टात प्रकरणाची फेरतपासणी करण्याची सोय आहे. ही तरतूद अपुरी आहे असे वाटत नाही.

सध्याच्या यंत्रणेत त्रुटी नाहीत

सध्या न्याययंत्रणेत असलेल्या तरतुदींमध्ये काही कमतरता असल्याचे आढळत नाही. त्यामुळे न्यायालयाच्या संदिग्ध निर्णयांबद्दल यासारखे मोठे पाऊल एकदम उचलण्याची आवश्यकता नव्हती. जगातील प्रत्येक माणूस, अगदी शास्त्रज्ञही चुकण्याची शक्यता असते असे गृहीतच धरले जाते. माणसे चुका करून शकतात आणि त्यात सुधारणाही करू शकतात. या विश्वासावरच न्यायसंस्थाही अवलंबून आहे. न्यायदानादरम्यान झालेल्या चुका प्रामाणिक आहेत की अप्रामाणिक इतकेच पाहणे महत्त्वाचे. या चुका अप्रामाणिक असतील तर त्यावर योग्य ती उपाययोजना करणे आवश्यक ठरते. त्या दृष्टीने तरतुदी कराव्याच लागतात. माझ्या माहितीतल्या एका न्यायाधीशाने तर आपल्या हातून चुकीचे निर्णय दिले जाऊन त्यावर टीका होऊ नये यासाठी बरेच दिवस खटल्यांचे निकालच जाहीर केले नाहीत.न्यायाधीशांनी निर्भयपणे न्यायदान करावे असे अभिप्रेत असल्यास त्यांना त्यांच्या प्रामाणिक चुकांबद्दल दोषी ठरवले जाणार नाही अशी हमी मिळायला हवी.

न्यायाधीशांनी दिलेले निकाल चुकीचे असू शकतात म्हणूनच फेरतपासणीसाठी आलेली प्रकरणे सर्वोच्च न्यायालयांपर्यंत वेगवेगळ्या न्यायालयाच्या नजरेखालून जात असतात. न्यायाधीश जितके निर्भय राहतील तितके ते न्यायसंस्थेचे भूषण ठरू शकतात. पेशव्यांच्या काळात रामशास्त्री राज्यकर्त्यांनाही देहान्त प्रायश्चित्तासारखी शिक्षा ठोठावू शकले कारण त्यांची निर्भयता जोपासली गेली होती. अशी स्थिती असल्यानंतर नवीन काही सुधारणा कराव्यात असे निदान न्यायसंस्थेतील लोकांना आणि सर्वसामान्यांनाही वाटणार नाही.

न्यायाधीशांच्या वर्तनाची चौकशी

एखादा कायदा संमत करायच्या उत्साहात त्याचे कोणते घातक परिणाम होतील हे तपासले नाही तर तो कायदा समाजविघातक ठरू शकतो. अशा वेळी 'रोग परवडला

पण वैद्य आवरा' असे म्हणायची वेळ येते. दुसरा प्रश्न न्यायाधीशांच्या वर्तनाबद्दल आक्षेप घेण्याचा. वास्तविक या गैरवर्तनाबद्दल सध्याची यंत्रणा जबाबदार आहे काय, ती कुठे आणि कशी अपुरी पडते याबाबत विचार होणे आवश्यक आहे. वरकरणी सर्वसामान्य जनतेला कायद्यातील अशा तरतुदींमध्ये काही अयोग्य किंवा चूक आहे असे वाटणार नाही; परंतु अशा तऱ्हेने न्यायाधीशांच्या वर्तनाची चौकशी करणाऱ्या व्यक्ती कोणतेही पूर्वग्रह न बाळगता प्रकरणाची चौकशी करतील याची काय हमी? त्या पूर्वग्रहांशिवाय निर्णय देऊ शकतील अशी समाजाची सद्यस्थिती आहे काय? दुर्दैवाने या प्रश्नाला 'नाही' असे उत्तर द्यावे लागते. कारण अशी मंडळी निर्णयप्रक्रियेत राजकारण किंवा जातकारण आणण्याची बरीच शक्यता असते. त्यामुळे याबाबत नि:पक्षपाती निर्णय दिला जाईल अशी वस्तुस्थिती नाही.

जनतेचे हित न्यायाधीशांचे काय?

जनहिताच्या अधिकाराचा कायदा लागू झाल्यानंतर एखाद्या न्यायाधीशाच्या चौकशीची सुरुवात होऊन तिचा निकाल लागेपर्यंत त्या न्यायाधीशाची मन:स्थिती संतुलित आणि स्वास्थ्यपूर्ण राहील का याचाही विचार व्हायला हवा. आपल्या निर्णयांबद्दल चौकशी सुरू आहे ही साधी बाबही काही न्यायाधीशांचे जीवन उद्ध्वस्त करणारी ठरू शकते. या नव्या धोरणाची अंमलबजावणी सुरू झाल्यानंतर त्यात काही निरपराधी न्यायाधीशही भरडले जाण्याची शक्यता आहे. त्यामुळे न्यायालयांमध्ये माहितीच्या अधिकाराचा कायदा लागू केल्याने जनतेच्या हातात कोलीत तर मिळणार नाही अशी शंका येते.

स्वातंत्र्यावर गदा नको

इथे एक-दोन धोक्याच्या सूचना लक्षात घ्यायला हव्या. भारतातील न्यायाधीशांकडे पूर्ण निर्णयस्वातंत्र्य असते अशी जगभर चर्चा आहे. त्याबद्दल भारताकडे अभिमानाने पाहिले जाते. एकदा या स्वातंत्र्यावर या ना त्या कारणाने गदा आली तर सर्वसामान्यांचा न्यायव्यवस्थेवरचा उरला-सुरला विश्वासही नाहीसा होईल आणि समाजात बजबजपुरी माजेल, ती आवरणे कठीण होईल. मुळात काटेकोरपणे कार्य करणारी कोणतीही संस्था उभारणे अवघड असते. पण तशी संस्था उभारण्यात भारताला यश आले आहे. ती मुळापासून उखडून टाकली तर तिच्या जागी पर्यायी संस्था निर्माण होण्याची शक्यता अगदीच कमी आहे. अर्थात न्यायसंस्थेतील कर्मचारी आणि अधिकारीवर्ग यांचे वर्तन अजिबात आक्षेपार्ह नाहीच असे म्हणता येत नाही. त्यात नि:संशयपणे काही आक्षेपार्ह भाग आहे. परंतु यासंबंधी काही पावले उचलायची तर ती

न्यायसंस्थेतील वरिष्ठ आणि जाणकरांकडून उचलली जावीत. तरच त्यातील बरेचसे दोष कमी होऊ शकतील.

काही दुर्लक्षित मुद्दे

शासनाने न्याययंत्रणेत केलेल्या सुधारणाचे स्वागतच आहे. परंतु त्या करताना काही मुद्दे दुर्लक्षित राहिले आहेत. पहिली बाब न्यायदानाच्या पद्धतीत सुधारणा घडवून आणण्याची मागणी वरिष्ठ किंवा सर्वोच्च न्यायालयातील जाणकारांनी केली आहे का, याचा विचार करावा लागेल. महत्त्वाचे म्हणजे एकाच खटल्यामध्ये एकापेक्षा जास्त न्यायाधीश असतील तर त्यांच्यातही मतभिन्नता असू शकते. काही अत्यंत महत्त्वाचे निकालही केवळ एका न्यायाधीशाच्या मताने बदललेले आढळतात. उदाहरणार्थ, एका खटल्यात पाच न्यायाधीश असतील आणि त्यातील दोघांचे म्हणणे एक असेल आणि दुसऱ्या दोघांचे म्हणणे विरुद्ध असेल तर पाचव्या न्यायाधीशाच्या मताप्रमाणे निर्णय होऊन अंमलबजावणी होते. हे स्वातंत्र्य न्यायाधीशांकडून हिरावून घेतले जाऊ नये अशी अपेक्षा असते.

अखेरीत अत्यंत कळकळीने सांगायचे ते एकच की, सर्वसामान्य जनता आपल्याला केवळ न्यायालयातच न्याय मिळेल या आशेवर जगत असते. समाजाचे स्वाथ्य त्यावर अवलंबून असते. न्याययंत्रणेच्या संदर्भात कोणतीही कृती करताना समाजाची न्याययंत्रणेवरील श्रद्धा ढळणार नाही. त्याच्या आशेला धक्का लागणार नाही याचा विचार करायला हवा.

◆ ◆ ◆

८

सद्यस्थिती आणि अपेक्षा

मध्यंतरी जेसिका लाल खून प्रकरण गाजले. त्या खटल्यादरम्यान साक्षी-पुरावे सादर करण्याचे काम सुरू असतानाच आरोपींची उलटतपासणी घेतली असती तर समाजापुढे तथ्य आले असते. या महत्त्वाच्या सुधारणांकडे आपले दुर्लक्ष झाले आहे. काही पोलीस अधिकारी चिकाटीने तपास करून महत्त्वपूर्ण पुरावे गोळा करतात. आपण त्यांच्यावर का विश्वास ठेवत नाही? त्यांनी सादर केलेला पुरावा ग्राह्य का मानत नाही? पोलीस दलातील सगळे अधिकारी खोटेच बोलणार आहेत असा समज का आहे?

स्वातंत्र्योतर काळात ब्रिटिश न्यायव्यवस्था परिपूर्ण नसूनही भारतीय नेत्यांनी ती घाईघाईने आत्मसात केली. त्यामुळे सध्याच्या न्यायव्यवस्थेतही काही त्रुटी राहून गेल्याचे जाणवते. या त्रुटींचा फायदा घेऊन आरोपी मुक्त झाल्यास समाजात चुकीचा संदेश जातो. त्यामुळे प्रचलित न्याययंत्रणेत अनेक बदल करणे आवश्यक ठरत आहे. भारतीय न्याययंत्रणेची सद्यस्थिती आणि तिच्याकडून असलेल्या अपेक्षांची चर्चा.

भारताला अत्यंत उत्क्रांत अवस्थेतील न्यायसंस्था मिळाली आहे. तिला सध्याचे स्वरूप प्राप्त होण्यासाठी समाजाने अनेक शतके प्रयोग केले आहे. स्वातंत्र्योतर काळात ब्रिटिशांची न्यायव्यवस्था उत्कृष्ट असल्याचा समज असल्याने आपण ही न्यायसंस्था ब्रिटिशांकडून स्वीकारली. मात्र ब्रिटिश न्यायव्यवस्था परिपूर्ण नसल्याचे अनेक दाखले देता येतील. त्यावेळी जगात इतरत्रही न्यायसंस्था कार्यरत होत्या. पण त्यांचा विचार न करता भारतीयांनी घाईघाईने ब्रिटिश न्यायव्यवस्था आत्मसात केली. ही व्यवस्था भारतात लागू होईल का याचाही त्यावेळी फारसा विचार आला नाही. केवळ इंग्लंडमध्ये

लोकशाही आहे त्यामुळे भारतातील लोकशाहीसाठी त्यांची न्यायव्यवस्था लागू करता येईल एवढाच निष्कर्ष काढून ती इथे राबवण्याची सुरूवात झाली. ब्रिटिशांची न्यायव्यवस्था टाकावू नाही. पण तिच्यात निश्चितच काही त्रुटी आहेत.

भारताने आत्मसात केलेल्या ब्रिटिश न्यायव्यवस्थेविषयी विचार करायचा झाल्यास तिचा पूर्वतिहास तपासणे गरजेचे आहे. ती अस्तित्वात येण्यापूर्वी चर्चतर्फे न्यायदानाचे कार्य पार पाडले जात असे. न्यायदानाची ही पद्धत सोपी होती. यात फिर्यादी त्याची तक्रार घेऊन चर्चपुढे आल्यास आरोपीलाही तेथे बोलावून घेतले जात असे. त्याकाळी कोणतेही स्वतंत्र कायदे किंवा मार्गदर्शक सूत्रे नसल्यामुळे चर्चचे पाद्री फिर्यादी आणि आरोपी यांना एकमेकांशी लढण्याचा आदेश देत. या द्वंद्वयुद्धात विजयी होणाऱ्या व्यक्तीला परमेश्वराने कौल दिला असे समजून त्याच्या बाजूने निकाल दिला जात असे. मात्र अशा खटल्यांमध्ये महिला किंवा चर्चच्या अधिकाऱ्याचा समावेश असेल तर त्यांच्या वतीने एखादी द्वंद्वयुद्धात प्रवीण असलेली व्यक्ती नेमली जात असे. त्या काळात वकीलपत्रे घेऊन अशिलांतर्फे लढणारे अनेक योद्धे होऊन गेले. त्यापैकी 'विल्यम-द-ग्लॅडिएटर' हा ताकदवान लढवय्या विशेष प्रसिद्ध होता.

ही न्यायव्यवस्था सुमारे ६०० वर्षे अस्तित्वात होती. अठराव्या शतकाच्या सुरूवातीला ही न्यायव्यवस्था निकालात काढण्यात आली. दिवसाढवळ्या खून करणाऱ्या एका आरोपीने त्याच्यातर्फे लढण्यासाठी एका ताकदवान लढवय्याची नेमणूक केली आणि तो जिंकला. तेव्हा सगळ्यांनाच या पद्धतीतला फोलपणा जाणवला आणि साक्ष यांना महत्त्व येऊ लागले. त्यावेळी आरोपी शपथ घेऊन त्याची बाजू मांडत असे. त्याच्या साक्षीलाही विशेष महत्त्व असे. तसेच आरोपीने एखाद्या वरिष्ठ अधिकाऱ्यासोबत कबुलीजबाब दिला तर तो ग्राह्य मानला जात असे. आपण ब्रिटिशांकडून त्यांची न्यायव्यवस्था स्वीकारताना या गोष्टी गाळल्या.

अहं सत्यम जगन्मिथ्या

आपल्याकडे खटला सुरू असताना आरोपीच्यावतीने वकील त्याची बाजू मांडेल अशी पद्धत रूढ झाली. खटला संपल्यानंतर आरोपीच्या विरूद्ध परिस्थितीजन्य पुरावा असला तरच आरोपीला बोलण्याची परवानगी दिली जात असे. पण ही अट आरोपीवर बंधनकारक नव्हती. खटला संपल्यानंतर केवळ औपचारिकता पार पाडायची म्हणून आरोपीला बोलण्याची संधी दिली जात असे. यावेळी आरोपीने धादांत खोटे वक्तव्य केले तरी चालत असे. आपण या पद्धतीतील त्रुटींचा विचार केला नाही. फ्रान्समध्ये प्रत्येक साक्षीदाराने साक्ष दिल्यानंतर आरोपीला विचारून या साक्षीची शहानिशा केली जात असे. भारतात मात्र खटला संपल्यानंतर आरोपीला बोलण्याची संधी देण्यात येते.

त्यामुळे सज्जड पुरावे असले, साक्षीदारांनी व्यवस्थित साक्षी दिल्या असल्या तरी शेवटी विचारणा झाल्याने आरोपी 'अहं सत्यम जगन्मिथ्या' अशी भूमिका घेतो. आरोपी स्वत: असे म्हणत नसला तरी त्याच्यातर्फे वकिलाने असे म्हणायला हरकत नसते.

मध्यंतरी जेसिका लाल खून प्रकरण गाजले. त्या खटल्यादरम्यान साक्षी-पुरावे सादर करण्याचे काम सुरू असतानाच आरोपीची उलटतपासणी घेतली असती तर समाजापुढे तथ्य आले असते. या महत्त्वाच्या सुधारणांकडे आपले दुर्लक्ष झाले आहे. काही पोलीस अधिकारी चिकाटीने तपास करून महत्त्वपूर्ण पुरावे गोळा करतात. आपण त्यांच्यावर का विश्वास ठेवत नाही? त्यांनी सादर केलेला पुरावा ग्राह्य का मानत नाही? पोलीस दलातील सगळे अधिकारी खोटेच बोलणार आहेत असा समज का आहे? या अनुत्तरीत प्रश्नांची उत्तरे आजही मिळत नाहीत. या दृष्टिकोनामुळे भरभक्कम पुरावे असूनही आरोपी जामीनावर सुटतो पैसे कोठून आलेत अथवा त्याला किरकोळ शिक्षेला सामोरे जावे लागते. याचा अर्थातच पोलिसांच्या मनोधैर्यावर परिणाम होतो.

मध्यंतरी अबू सालेमने पोलिसांपुढे नोंदवलेला कबुली जबाब पुढे फिरवला. पोलिसांनी मारहाण करून धाक दाखवून कबुलीजबाब घेतला असे त्याने त्याच्या बचावात म्हटले. वास्तविक आरोपीने एकदा गुन्हा कबूल केल्यानंतर त्याला शिक्षा होणे गरजेचे असते. त्यानंतर काही वर्षांपूर्वी उजेडात आलेल्या चारा घोटाळा प्रकरणाचा उल्लेख करावा लागेल. या प्रकरणात रकमेचा गैरवापर करणाऱ्या आरोपींना त्याबाबत काहीही विचारणा करण्यात आली नाही. त्यांच्याकडे एवढ्या मोठ्या प्रमाणात पैसे कोठून आले? त्यांचा विनियोग कशाप्रकारे झाला? याबाबत काहीही विचारले गेले नाही. त्यांच्या मदतीशिवाय पोलिसांनी रकमेचा गैरवापर झालाय हे कसे शोधून काढायचे? कोणत्याही गुन्ह्यात आरोपीला ताब्यात घेतल्यानंतर पोलिसांना पुढील तपासासाठी १४ दिवसांचा कालावधी मिळतो. याला 'कस्टडी' असे म्हणतात. या कालावधीत आरोपीने गुन्हा कबुल न केल्यास किंवा त्याच्या विरुद्ध पुरावे न मिळाल्यास आरोपीला जामीनावर सोडले जाते किंवा पुराव्याअभावी आरोपींची निर्दोष मुक्तता होते. त्यांच्यावर या संदर्भात पुन्हा कधीही खटला दाखल केला जात नाही. अशी प्रकरणे आहेत. वरिष्ठ अधिकाऱ्यांना त्यांच्या अन्य कामगिरीमुळे तपासकामाला वेळ देता येत नाही. संप, मोर्चे, मंत्र्यांची सुरक्षा, दंगलींचे नियंत्रण ही कामे पार पाडताना अधिकाऱ्यांची धावपळ होते आणि तपासकाम मागे पडते. अखेरीस पुराव्याअभावी आरोपी बाहेर पडतात. पोलीस तपासातील हे अडथळे दूर करण्याचा प्रयत्नच केला जात नाही. वास्तविक त्यासाठी वेगळे कायदे अस्तित्वात आणण्याची गरज आहे.

त्यानंतर प्रत्यक्ष खटला सुरू असताना येणाऱ्या अडचणींचाही विचार करणे

गरजेचे आहे. न्यायाधिशांसमोर पुरावा येतो त्यावर न्याय अवलंबून असतो. साक्षीदाराने सत्य बोलावे अशी अपेक्षा असते. पण कोर्टात सत्य सांगितले जातेच असे नाही. या प्रक्रियेतून आरोपी सुटला तर सर्वसाधारण व्यक्तीच्या मनात खोटे बोलल्याने सुटका होते हा समज तयार होतो. त्यामुळे कोर्टात खरं बोलायचं नाही असा समज पसरू लागला आहे.अलीकडचे वकिलही अशिलाला खरे बोलण्याचा सल्ला देऊ शकत नाहीत. आपल्याकडे ९९ गुन्हेगार सुटले तरी चालेल मात्र, एकाही निरपराध व्यक्तीला शिक्षा होऊ नये हे तत्त्व आहे. ते फार ताणले जाऊन त्याचा विपर्यास होत आहे. त्यामुळे 'संशयाचा फायदा' नावाचे नवे तत्त्व उदयाला येऊ पाहत आहे. संशयाचा फायदा देऊन आरोपीला मुक्त केल्यास प्रचलित समाजात त्याचा दोन प्रकारे अर्थ घेतला जातो. एक तर न्यायाधीशांच्या विश्वासार्हतेबद्दल शंका घेतली जाते तर दुसरा अर्थ म्हणजे भारतीय कायदे किंवा न्यायव्यवस्था गुन्हेगाराला शासन करण्यात असमर्थ आहे.

सध्याची न्यायव्यवस्था

सध्याच्या न्याययंत्रणेत योग्य न्याय मिळाला की नाही याची पुन्हा तपासणीच होत नाही. तुरुंगात शिक्षा भोगत असलेल्या कैद्यांची मुलाखत घेतली जाते तेव्हा ते सहसा खोटे सांगत नाहीत. त्यापैकी बहुतेक कैदी त्यांची चूक नसल्याचे किंवा त्यांच्या चुकीच्या तुलनेत शिक्षेचे प्रमाण जास्त असल्याचे सांगतात. अनेक गुन्ह्यांना एक ते पंधरा वर्षे कालावधीपर्यंत शिक्षा असते. न्यायाधीश गुन्ह्याचे स्वरूप लक्षात घेऊन शिक्षा फर्मावतात. पण त्यामागे न्यायाधीशांची इच्छा काय आहे आणि ती फलद्रुप झाली की नाही हे तपासणारी यंत्रणाच नाही. मुख्य म्हणजे किती वर्षांसाठी शिक्षा करायची हे ठरवण्याबाबत कोणतेही निश्चित निकष नाहीत.

सद्यस्थितीत पोलीस यंत्रणेवर राजकारणी व्यक्तींचा दबाव आहे. पोलिसांच्या बदल्या, पदोन्नती या बाबी राजकारणी व्यक्तींच्या हाती असतात. त्यामुळे विशिष्ट पक्षाचे राज्य आले की त्या पक्षातील मातब्बर गुन्हेगारांवर पोलीस कारवाई करू शकत नाहीत. पूर्वी मोघल राजवटींमध्ये हिंदू व्यक्तीने दुसऱ्या हिंदू व्यक्तीचा खून केल्यास त्याला शिक्षा फर्मावली जात असे. मात्र एखाद्या मुस्लिम व्यक्तीने हिंदू व्यक्तीला ठार केल्यास त्याच्यावर काहीही कारवाई केली जात नसे. त्याच्या बचावासाठी त्याने एका 'काफरा'ला ठार केले आहे असा बचाव केला जात असे. त्यामुळे पूर्वीच्या मोघल राजवटी आणि सद्यस्थिती यात काहीच बदल झालेला नाही असे चित्र तयार होऊ पाहत आहे.

◆ ◆ ◆

६

न्यायाच्या प्रतीक्षेत आणखी किती काळ?

आपल्याकडे न्यायाची प्रतीक्षा करत तुरुंगात खितपत पडलेल्या कैद्यांची संख्या हजारोंच्या घरात आहे. प्रलंबित खटल्यांच्या संख्येत वाढ होत असतानाच दुसरीकडे केसची सुनावणी न झाल्यामुळे कच्च्या कैदेत दिवस कंठणाऱ्या गुन्हेगारांची संख्याही वाढत आहे. या प्रकारामुळे गुन्हेगारांवरील कायद्याचा वचक कमी होण्याची शक्यता आहे. समाजातील शांतता आणि सुव्यवस्थेसाठी आवश्यक असणाऱ्या न्यायप्रक्रियेतील खटल्यांचे निकाल लवकर लागणे महत्त्वाचे आहे.

न्यायाला विलंब लागणे ही एक लाजीरवाणी गोष्ट आहे; परंतु दुर्दैव असे की, आपल्या देशात न्यायाला विलंब लागणाऱ्या घटना मोठ्या प्रमाणात घडत आहेत. एखादे राष्ट्र प्रगतशील आहे की नाही हे ठरवण्यासाठी त्या राष्ट्रातील कायदा आणि सुव्यवस्था स्थिती कशी आहे हे पाहिले जाते. ही पाहणी करताना न्यायाकरता खितपत पडलेले आणि न्यायापासून वंचित झालेले किती लोक आहेत हे पाहिले जाते. बेबंदशाही, अंदाधुंदी, हुकूमशाही राष्ट्रामध्ये विनाचौकशी आणि न्यायाची वाट पाहणारे अनेक लोक खितपत पडतात. स्वातंत्र्यपूर्व काळात अशा घटना घडत होत्या; परंतु दुर्दैव असे, की स्वातंत्र्यानंतरही न्यायाची वाट पाहणारे असंख्य लोक तुरुंगात खितपत पडलेले आढळतात. भारतातील कायदा आणि सुव्यवस्था स्थिती कशी आहे हे खालील बाबींवरून दिसून येईल.

सुनावणीशिवाय ३० वर्षे तुरूंगात

सुनावणीची वाट पहात असलेल्या देशातील अनेक तुरुंगातील कैद्यांचा विषय नुकताच ऐरणीवर आला आहे. या देशातील सुनावणीची वाट पाहणाऱ्या कैद्यांची

संख्या हजारोंच्या घरात आहे. त्यापैकी काही कैदी गंभीर गुन्ह्यातील आहेत. अशा गुन्ह्यासाठी जास्तीत जास्त शिक्षा दिली जाते. परंतु, त्या शिक्षेच्या मुदतीपेक्षाही जास्त दिवस सुनावणीची वाट पाहत तुरुंगात खितपत पडावे लागल्याची उदाहरणे आहेत. बिहारमधील एक कैदी त्याच्यावरील खटल्याच्या सुनावणीची वाट पहात ३० वर्षे कैदेतच आयुष्य कंठत होता, तर मनोरुग्ण समजला गेलेला दुसरा एक कैदी ५१ वर्षे तुरुंगातच होता. या कैद्याची जामिनावर मुक्तता झाल्यानंतर तो आपल्या गावाकडे परतला. परंतु, आश्चर्याची गोष्ट अशी, की त्याला गावातीलच नव्हे तर घरच्या लोकांनाही ओळखता आले नाही. अशी अनेक धक्कादायक प्रकरणे न्यायालयाच्या निदर्शनास आली आहेत.

तुंबलेले खटले

दहा वर्षांपूर्वी सर्वोच्च न्यायालयाच्या एका न्यायाधीशांनी जाहीरपणे सांगितले होते की, 'आजपासून एकही नवा खटला सर्वोच्च न्यायालयात दाखल झाला नाही आणि न्यायालयातील केवळ प्रलंबित खटल्यांचा निपटारा करायचा ठरवल्यास सर्वोच्च न्यायालयाला ४५ वर्षे लागतील.' यावरून न्यायालयात पडून असलेल्या खटल्यांची थोडीफार कल्पना येईल. या परिस्थितीकडे शासन अजूनही गांभीर्यपूर्वक पाहत असल्याचे दिसत नाही. या परिस्थितीबाबत कनिष्ठ न्यायालयाचे तसेच उच्च न्यायालयाचे न्यायमूर्ती बरेच वेळा सांगत असतात. त्याची दखल अजूनही घेतली जात नाही.सर्वोच्च न्यायालयाच्या मुख्य न्यायाधीशांनी त्यांच्या निवृत्तीच्या वेळी खंत बोलून दाखवली की, 'एका न्यायाधीशावरच गोळी झाडल्याचा खटलाही अनेक वर्षे रेंगाळला असून त्याची सुनावणी अजूनही पूर्ण झालेली नाही.' यासारख्या घटना घडत असल्यामुळे सामान्य व्यक्तीचा न्यायालयाकडे पाहण्याचा दृष्टिकोन फारसा आशावादी राहिलेला नाही. वास्तविक पाहता इतर कोठूनही अन्याय झाला तरी आपण न्यायालयाकडे धाव घेऊन त्याचे निराकरण करू अशी सर्वसामान्य माणसाला आशा असते. या कारणामुळेच समाजाचे स्वास्थ्य टिकून राहिलेले असते. परंतु अशा खटल्याबाबत विलंब होत असल्यास आपल्या हक्कांचे किंवा स्वातंत्र्याचे न्यायालयाकडून संरक्षण केले जाईल अशी आशा मावळत जाते. अशा प्रकारे निराश झालेले लोक गरीब किंवा अल्प उत्पन्न गटातील असतात. त्यांच्याकडे वकील देऊन जामीन मिळवण्याकरता लागणारा पैसाही उपलब्ध नसतो. श्रीमंत लोक मात्र मोठे वकील देऊन आपली प्रकरणे न्यायालयातून लवकरात लवकर निपटारा करून घेताना दिसतात. असे विषम चित्र समोर आल्यामुळे सामान्य व्यक्तीचा कोर्टावरील विश्वास उडतो; मग तो गुंडांच्या नादी लागून अन्य मार्गाने न्याय मिळवता येईल का याचा आधार शोधतो. त्यातूनच गुंडगिरीला, दादागिरीला प्रोत्साहन मिळते. या सर्व अनिष्ट गोष्टी टाळायच्या असतील

तर न्यायालयामधील खटले फार काळ प्रलंबित ठेवणे योग्य होणार नाही. याबाबत एक म्हण प्रचलित आहे. 'न्यायाला विलंब म्हणजे न्याय नाकारणे होय.' ही म्हण अक्षरश: खरी आहे.

काही सामान्य व्यक्तीच्या हिताकरता सर्वोच्च न्यायालयाने चांगले निकाल दिले आहेत. परंतु, ते केवळ कागदावरच राहिले आहेत. प्रत्येकाला जगण्याचा मूलभूत हक्क आहे, हे घटनेने मान्य केले आहे. जगण्याचा हक्क याचा अर्थ उपजीविका करण्याचा किंवा सन्मानाने जगण्याचा हक्क असे न्यायालयाने म्हटले आहे. परंतु, दुर्दैवाची गोष्ट अशी की त्यांच्या या हक्काची पायमल्ली पोलीस ठाण्यातच होते असे नाही तर खटला लवकरात लवकर सुनावणीला न घेणाऱ्या न्यायालयाकडूनही तो केला जातो, हे तितकेच सत्य आहे. अजूनही आपण समाजामध्ये खऱ्याखुऱ्या अर्थाने कायदा आणि सुव्यवस्थेचे राज्य निर्माण करू शकतो आणि न्यायालयीन प्रक्रियेला होणारा वेळ इतर विकसनशील देशाप्रमाणे टाळू शकतो, याची जाणीवच राहिलेली दिसतच नाही.

न्यायाधीशांची अपुरी संख्या

देशाचे अर्थमंत्री प्रत्येकवेळी अंदाजपत्रक सादर करताना 'आपणास गरिबीचा कळवळा आहे, अर्थसंकल्पांमधील सर्व तरतुदी गरीब जनता हा मध्यबिंदू कल्पून केल्या जातात.' असे सांगत असतात. पण दुर्दैवाने गरीब जनतेला योग्य वेळात न्याय मिळवून देण्यासाठी अंदाजपत्रकात भरीव तरतूद केलेली आढळत नाही. मागील अंदाजपत्रकात गरीब जनतेच्या न्यायासाठी केलेली तरतूद ही एकूण उत्पन्नाच्या ०.८ टक्के इतकी होती. वास्तविक पाहता न्यायासाठीच्या निर्णयप्रक्रियेकरता ७,२०० कोटी रुपयांची गरज आहे. इतकी भक्कम तरतूद केल्यासच आपण इतर विकसनशील देशांप्रमाणे न्यायप्रणाली राखू शकतो. नुकत्याच करण्यात आलेल्या संशोधनात असे आढळून आले आहे की, आपल्याकडील कनिष्ठ न्यायालये ही त्यांच्या न्यायालयात एका वर्षात दाखल होणाऱ्या ८८ टक्के इतक्या खटल्यांचा निपटारा करतात. त्याचप्रमाणे न्यायाधीशांच्या नेमून दिलेल्या जागांच्या संख्येपैकी २२ टक्के जागा अद्यापही रिकाम्या आहेत. त्यातील निम्म्या जागांवर न्यायाधीशांची नेमणूक झाल्यास एका वर्षात दाखल होणाऱ्या संपूर्ण खटल्यांचा निकाल लावणे सोपे जाईल. असे असूनही आपल्याकडील न्यायाधीश हे इतर देशातील न्यायाधीशांपेक्षा पाचपट जास्त काम करतात. ही उल्लेखनीय बाबही लक्षात घेणे आवश्यक आहे.

अर्थात यामध्ये न्यायाधीशांच्या बुद्धिमत्तेचा किंवा बौद्धिक दर्जाचा विचार केला नाही. बुद्धिमान न्यायाधीशांची नेमणूक केल्यास अपिलांची संख्या बऱ्याच प्रमाणात कमी होईल. अमेरिकेतील फौजदारी न्यायालयात 'प्ली बार्गेनिंग' नावाचे एक तंत्र

अवलंबले जाते. एखाद्या गुन्हेगाराने गुन्हा कबूल केल्यास त्याला किती वर्षांची शिक्षा होईल यासंबंधीचा विचार–विनिमय या तंत्रात केला जातो. त्यामुळे तेथे दाखल होणाऱ्या खटल्यांपैकी जवळजवळ ९० टक्के खटले कोर्टाबाहेरच मिटले जातात. कोर्टात चालणाऱ्या खटल्यातील जवळजवळ ९० टक्के खटल्यांमध्ये गुन्हा शाबीत होऊन आरोपीला शिक्षा सुनावली जाते. आपल्याकडे हे प्रमाण केवळ २५ टक्के आहे. किंबहुना, त्यापेक्षाही खाली आहे. खटल्यांचा लवकर निपटारा करणाऱ्या इतर देशातील तरतुदींचा आपण अभ्यास करून त्या तरतुदी जाणीवपूर्वक अंमलात आणल्यास प्रलंबित खटल्यांचा निपटारा लवकरात लवकर केला जाईल. असे झाल्यास सामान्य व्यक्तीला वेळेत न्याय मिळाल्याने समाधान प्राप्त होईल आणि समाजात शांतता आणि सुव्यवस्था नांदेल.

७

न्याययंत्रणेबाबतची वक्तव्ये
किती व्यवहार्य?

वास्तविक पाहता न्यायसंस्था ही सर्वच जनतेच्या हिताची रात्रंदिवस काळजी करत असते. न्यायसंस्थेने आतापर्यंत दिलेल्या निकालावरून ही बाब स्पष्ट झाली आहे. न्यायसंस्थेच्या एखाद्या निर्णयावर काही वादंग उठले तरी सर्वसामान्य व्यक्तींनी न्यायसंस्थेवरील विश्वासार्हतेबद्दल शंका घेता कामा नये. न्यायाधीशांचे म्हणणे नीट ऐकून आणि समजून घेतले पाहिजे. दुर्दैवाने न्यायाधीशांनी आपले निर्णय समाजाला समजावून सांगण्याची कोणतीही सोय नाही.

सध्या न्यायसंस्थेला एकंदरीतच चांगले दिवस नसावेत, अशी शंका येत आहे. पाकिस्तानप्रमाणे भारतातील न्यायसंस्थेलाही प्रचंड दिव्यातून जावे लागत आहे. अर्थात भारतात तेवढी गंभीर परिस्थिती निर्माण होणार नाही. परंतु अधूनमधून न्यायसंस्थेबद्दल संशय व्यक्त व्हावा किंवा न्यायसंस्थेची जनमानसातील प्रतिमा मलिन व्हावी म्हणून सरकारचे मुख्य अधिकारी आणि लोकसभेचे अधिकारी काहीबाही वक्तव्ये करत असतात.

देशाची लोकसभा सार्वभौम असल्यामुळे सभापती करतील तो न्याय योग्य, असे मानले जात आहे आणि त्यांच्या निर्णयात न्यायसंस्थेने लुडबुड करण्याचे काही कारण नाही, असेही सांगितले जात आहे. अर्थात, न्यायव्यवस्था, कायदेमंडळ आणि अंमलबजावणी खाते या सर्वांचा विचार हा घटनेच्या सापेक्षतेतूनच केला पाहिजे. त्यामुळे एखाद्या घटकाची मर्यादा भंग होत आहे, असे दुसऱ्याला वाटल्यास त्याची ही कृती घटनेला धरून आहे की नाही हे पाहावे लागेल. कायदेमंडळ, अंमलबजावणी खाते (म्हणजे सरकार) आणि न्यायखाते या तिघांचेही ध्येय आणि कार्य वेगळे आहे, हे

लक्षात ठेवले पाहिजे. उदाहरणार्थ, अफझलला फाशी देण्याचा प्रश्न सरकारच्या मते त्रासदायक असल्यामुळे जेवढा लांबणीवर टाकता येईल, तेवढे बरे अशी शासनाची भूमिका आहे.

न्यायालये ही फक्त न्याय आणि अन्याय एवढेच तपासणार असल्यामुळे सर्वांना समान दर्जा दिला जातो की नाही हे पाहणे त्यांचे काम आहे. अर्थात, अफझलला फाशी देण्यास काही वर्षांचा कालावधी लागला, तर इतरही आरोपी त्याच प्रकारची सवलत मागण्याची शक्यता नाकारता येत नाही. अशावेळी न्यायसंस्थेला अफझलबाबतची परिस्थिती किंवा कायदा वेगळे होते, तुझ्याबाबत वेगळे आहेत, असे म्हणता येणार नाही. याबाबत कायदेमंडळाला मात्र काहीच वक्तव्य करणे प्रशस्त वाटत नाही. प्रश्न असा आहे की, सरकारला स्वत:चे अस्तित्व टिकविण्यासाठीच अनेक अडचणी येत असतील तर इतरांचे काय? विशेषत: सरकार हे अनेक घटक पक्षांचे मिळून बनलेले असते. तेव्हा या अडचणी अधिक प्रमाणात समोर येतात. अशावेळी प्रत्येक घटक पक्षाची मर्जी राखूनच पंतप्रधानांना पावले टाकावी लागतात. अनेकदा मनाविरुद्धही निर्णय द्यावे लागतात. इतर घटक पक्षांच्या रेट्यापुढे त्यांचे काही चालत नाही. त्यामुळे न्याय, नीती वगैरे गोष्टी राज्यकर्त्यांना गुंडाळून ठेवाव्या लागतात, असे सर्वसामान्य व्यक्तीचे मत आहे. स्वत:ची सत्ता टिकविणे हेच राज्यकर्त्यांचे ध्येय असते. त्यामुळे नीतीप्रमाणे वागणे त्यांना शक्य होत नाही.

'सत्यमेव जयते' हे न्यायसंस्थेचे बोधवाक्य असले तरी त्याची फारशी कुणी पर्वा केली असे दिसत नाही. न्यायसंस्थेबद्दल विचार करता एक गोष्ट लक्षात येईल की, सरकार पक्षातील लोकांना जनतेचा पाठिंबा असतो किंवा ते पाठिंब्याचा आधार घेऊ शकतात. त्यांना जनतेला रुचणाऱ्या गोष्टी करण्याचे बंधन असते. मात्र असे कोणतेही बंधन न्यायपालिका स्वत:वर घालून घेऊ शकत नाही. कित्येक प्रसंगी लोकांना न पटणारे पण न्याय्य असे निर्णय न्यायसंस्थेला घ्यावे लागतात. कारण त्यांचा निर्णय हा पुढील पिढीसाठी आधारभूत असतो. त्याचप्रमाणे त्यांचा निर्णय कायद्याचे इतर अभ्यासक कायद्याच्या निकषावर तपासत असतात. उदाहरणार्थ, सर्वोच्च न्यायालयाने दिलेल्या हिंदू कायद्यांतील अनेक निर्णयांची तपासणी इंग्लंडमधील कायदेतज्ज्ञ डंकन टॅरेट हे करत असतात. त्यांनी या कायद्यासंबंधीचे कित्येक निर्णय हे कायद्याच्या निकषावर योग्य नाहीत, असे सांगितले आहे.

सरकारी पातळीवरील निर्णयांची तपासणी बऱ्याच वेळा होत नसल्याचे आढळते. सरकारने घेतलेले निर्णय त्यावेळची परिस्थिती किंवा कायदा आणि सुव्यवस्था राखण्यासाठी जरुरीचे होते, असे सांगून राज्यकर्ते हात झटकून रिकामे होतात. त्यामुळे सामान्य व्यक्तीचा आणि न्यायसंस्थेचा, राजकारण्यांच्या आणि जनतेच्या

जवळीकीइतका संबंध असत नाही. इतर अनेक गोष्टींप्रमाणे न्यायाधीशांनी सवंग लोकप्रियतेच्या नादी लागता येत नाही किंवा आपल्या निर्णयामुळे स्वतःची जनमानसातील लोकप्रियता कमी होईल, याकडेही लक्ष देऊन चालत नाही. न्यायालयाने नुकत्याच दिलेल्या आरक्षणाबाबतच्या निकालाकडे या दृष्टिकोनातून पाहता येईल. आरक्षणावर बंदी घातली एवढेच सर्वसामान्य व्यक्तींना कळते आणि त्यानंतर एकदम मोर्चे, निदर्शने आदी प्रकार सुरू होतात. परंतु, या निर्णयातून न्यायाधीशांना नेमके काय म्हणायचे आहे, त्यासाठी त्यांनी कोणता आधार घेतला आहे, हे समजून घेण्याचा कोणीही प्रयत्न करत नाही. तसेच या गोष्टी जनतेला समजून सांगण्याचेही प्रयत्न होत नाहीत.

वास्तविक पाहता न्यायसंस्था ही सर्वच जनतेच्या हिताची रात्रंदिवस काळजी करत असते. न्यायसंस्थेने आतापर्यंत दिलेल्या निकालावरून ही बाब स्पष्ट झाली आहे. न्यायसंस्थेच्या एखाद्या निर्णयावर काही वादंग उठले तरी सर्वसामान्य व्यक्तींनी न्यायसंस्थेवरील विश्वासार्हतेबद्दल शंका घेता कामा नये. न्यायाधीशांचे म्हणणे नीट ऐकून आणि समजून घेतले पाहिजे. दुर्दैवाने न्यायाधीशांनी आपले निर्णय समाजाला समजावून सांगण्याची कोणतीही सोय नाही आणि असे समजावून सांगणे हे न्यायाधीशांचे कामही नाही. या गोष्टी व्यक्तीच्या मनात स्पष्ट झाल्या म्हणजे न्यायसंस्थेबद्दल गैरसमज निर्माण करून लोकांच्या भावना भडकविण्याचे प्रयत्न सुरू होतात. अशा प्रयत्नांना पायबंद घालून सर्वसामान्य व्यक्तींना विचारी बनवण्याचे काम केले जाणे आवश्यक आहे.

या दृष्टिकोनातून मनमोहनसिंगांच्या 'न्यायाधीशांनी आपल्या मर्यादा ओळखाव्यात तसेच दुसऱ्याच्या अधिकारावर अतिक्रमण करू नये' या वक्तव्याबद्दल गांभीर्याने विचार करावा लागेल. अर्थात, पंतप्रधानांनी याबाबत कोणत्याही ठोस गोष्टी पुढे न आणल्यामुळे तसेच सर्वसाधारण विधान केल्यामुळे त्यातून सर्वसामान्य व्यक्तीच्या विचाराला चालना मिळू शकत नाही. न्यायाधीश एखादा निर्णय देतात. तेव्हा दोन्ही पक्षाचा युक्तिवाद विचारात घेतला जातो. एखादा युक्तिवाद ग्राह्य धरल्यास, तो का ग्राह्य धरला किंवा नाकारल्यास तो का नाकारला याची कारणे दिली जातात आणि असे करत असताना ही बाब आपल्या अखत्यारीत आहे की नाही, हे निश्चितपणे पाहिले जाते. अर्थात, पुढील काळात एखाद्या न्यायालयीन निर्णयावर काही टीका करायची असल्यास प्रथमतः त्या न्यायाधीशांचे म्हणणे काय आहे, याची माहिती घेतली आणि त्यानंतरच संबंधितांनी मत बनविले तर ते लोकशाहीच्या दृष्टीने उपयुक्त ठरेल. असे न झाल्यास भारतामध्येही पाकिस्तानसारखेच तंटे निर्माण होण्याची शक्यता आहे, हे ध्यानात घेतले पाहिजे.

◆ ◆ ◆

८

'आमआदमी' दुर्लक्षित!

भारताची घटना तयार झाली त्यावेळी घटनेबाबत विचार करण्यास सर्वसामान्यांना फारसा वेळ मिळाला नाही. त्यामुळे हे लोक नंतरच्या अनेक प्रक्रियांपासून दूर राहिले. सध्याच्या स्वार्थी राजकारणामध्ये तर त्यांचे हितही दुर्लक्षिले जाते. देशाच्या राष्ट्रपतिपदासारख्या सर्वोच्च पदाच्या निवडणुकीबाबतही सर्वसामान्यांचे मत विचारात घेतले जात नाही. त्यासंबंधी कायद्यातही तरतूद करण्यात आलेली नाही.

भारतीय घटनेसंबंधी विचार करण्यासाठी पाहिजे तेवढा वेळ भारतीयांना मिळाला नाही असे वाटते. त्याचे प्रमुख कारण असे की, घटना बनवताना देशामध्ये भविष्यकाळात जे काही वाद किंवा प्रश्न निर्माण होतील ते सर्वच सोडवण्याची उत्तरे घटनेमध्ये असावयास हवी होती. असे न झाल्यास घटनेमध्ये वारंवार बदल करावे लागून त्याचीही अवस्था इतर कायद्यांप्रमाणे होईल, असे सांगितले गेले. सध्या देशात नेमकी हीच स्थिती निर्माण झाल्याचे दिसत आहे.

पूर्वी आपल्याकडे राजेप्रधान संस्कृती अस्तित्वात होती. इतर देशांची राजेशाही आणि आपल्या देशातील राजेशाही यात फारच तफावत होती. इतर देशांप्रमाणे आपले राजे कधी अनिर्बंध वागले नाहीत किंवा त्यांच्या संपत्तीबाबत कधीही संघर्ष निर्माण झालेला नाही. कारण, राजा हा विष्णूचा एक अंश असल्याची भारतीयांची धारणा होती. त्यामुळे आपणही राजांना देव मानत असू. मात्र राजे लोकांनाही धर्माची किंवा नीतीची काही तत्त्वे पाळावी लागत. धर्मबाह्य किंवा नीतीबाह्य वागल्यास त्यांना प्रजेच्या रोषास पात्र होऊन सत्तेवरून पायउतार व्हावे लागे. वाल्मीकी रामायणात

उल्लेखिल्याप्रमाणे प्रभुरामचंद्रांनी त्यांच्या आईशी बोलताना ही गोष्ट स्पष्टपणे सांगितली होती आणि अशा तऱ्हेने सत्ताभ्रष्ट झालेल्या राजांची उदाहरणे दिली होती.

आपल्या देशाची ही परंपरा नंतरच्या लोकशाहीप्रधान संस्कृतीमुळे लोप पावली. आज मात्र लोकशाही मार्गाने निवडून आलेले लोकप्रतिनिधी कोणत्याच धर्माचे किंवा नीतीचे बंधन पाळत नसल्याचे दिसते. ते स्वतःच्या किंवा पक्षाच्या नावे जनतेवर अनिर्बंध सत्ता लादू शकतात, असे चित्र निर्माण झाले आहे.

पूर्वीच्या राजेशाही पद्धतीत लोकांच्या अपवादात्मक तक्रारींचाही विचार केला जात असे आणि जनतेचे मत राजांना हेरामार्फत किंवा इतरेजनांमार्फत समजून घ्यावे लागत असे. लोकापवाद किंवा लोकांचे मत ही एक महत्त्वाची शक्ती राज्यकर्ते मानत असत. प्रभु रामचंद्रांनी रावणाचा वध करून परत आल्यानंतर आपल्या हेराला जनतेचे मत विचारण्यास सांगितले. तेव्हा 'रावणाच्या घरी अनेक दिवस राहिलेल्या सीतेला रामाने स्वीकारलेच कसे?' अशी कुजबूज जनतेत सुरू असल्याचे हेराने सांगितले. हे वृत्त कळताच प्रभु रामचंद्रांनी लोकांच्या मताचा आदर करून तसेच सीता ही लोकांच्या अपेक्षेप्रमाणे राहिलेली नाही, हे लक्षात घेऊन सीतेचा त्याग केला. जनतेची कुजबूज लक्षात घेऊन स्वतःच्या पत्नीचा त्याग करणाऱ्या राजाचे उदाहरण इतर कोणत्याही देशात दिसत नाही. अशा प्रकारचे राज्यकर्ते आपल्याकडे होते म्हणूनच जनता देवाप्रमाणे राजाचेही दर्शन घेत असे. राजासाठी आपला जीवदेखील ओवाळून टाकणारी माणसे त्या काळात होऊन गेली. या पार्श्वभूमीवर सध्याची राजकीय परिस्थिती मात्र विपरीत असल्याचे दिसते. स्वातंत्र्यपूर्व काळात किंवा स्वातंत्र्यानंतरच्या पहिल्या काही वर्षांत जनतेने नेत्यांच्या शब्दांना तेवढीच किंमत दिली. नेत्यांनीही जनतेच्या हिताच्या योजना राबवण्याचा प्रयत्न केला. जनतेच्या सुख-दुःखांशी समरस होण्यात ते आघाडीवर होते.

हे सर्व लक्षात घेता सध्या लोकप्रतिनिधी म्हणून मिरवणाऱ्या अनेकांबाबत विचार करता येईल. त्यांची जनमानसात काय प्रतिमा आहे, याचाही विचार करणे भाग पडते.सध्याची एकूणच परिस्थिती लक्षात घेता, लोकशाहीच्या नावाने अध:पतन सुरू असल्याचे दिसते. असे अध:पतन होऊ नये आणि कथित नेतेमंडळींवर अंकुश असावा यासाठी घटनेमध्ये काही तरतूद असावयास हवी होती, परंतु तसे झाल्याचे दिसत नाही. लोकसभेत प्रश्न विचारण्यासाठी लाच घेणाऱ्या लोकप्रतिनिकधींवर नुकतीच कारवाई करण्यात आली. परंतु त्यांच्यावरील गुन्ह्याची सुनावणी मात्र अजूनही न्यायालयात सुरू आहे. भविष्यात असे प्रकार टाळायचे असतील तर संशयास्पद चारित्र्य असणाऱ्या व्यक्तींना कोणत्याही निवडणुकीस उभे राहता येणार नाही, अशी घटनेत तरतूद असावयास हवी. शिवाय तिची अंमलबजावणीही कठोरपणे व्हायला हवी.

जनमानसातील लोकप्रियतेचे उत्तम उदाहरण म्हणून राष्ट्रपती ए.पी.जे. अब्दुल कलाम यांच्याकडे पाहता येईल. त्यांना राष्ट्रपतीपदाच्या निवडणुकीस पुन्हा उभे राहण्याची

संधी मिळावयास हवी होती. वास्तविक पाहता, डॉ. कलामांसारखा विद्वान शास्त्रज्ञ, सहृदय आणि भारताची शान उंचावणारा राष्ट्रपती आपल्याला लाभला, हे भाग्यच होय. राष्ट्रपतीपदाच्या निवडणुकीबाबत जनमान्यांचा कौल घेण्यात आला. तेव्हा कलामांनाच पुन्हा राष्ट्रपती करावे, अशी बहुसंख्य जनतेची इच्छा असल्याचे लक्षात आले. ही बाब सर्वेक्षण अहवालातून समोर आली असली तरी इतर पक्षांनी कोणत्या व्यापक दृष्टिकोनातून त्यांना पुन्हा उमेदवारी देण्याचे नाकारले. ही गोष्टही सामान्य जनतेच्या समोर यावयास हवी. अर्थात याचे नेमके उत्तर देण्यास राजकीय पक्षांची टाळाटाळ सुरू आहे. या प्रक्रियेमध्ये शिवसेनेचा विरोध समूजन घेता येतो; परंतु इतर पक्षांचा विरोध नेमका कोणत्या कारणाने आहे, हे समजत नाही. राज्यकर्त्यांना जनतेच्या मताची किती पर्वा आहे, हेच यावरून दिसून येते. पक्षातील एखादी व्यक्ती लादेल तोच राष्ट्रपती आपण स्वीकारायला हवा, अशी भावना आहे. वास्तविक पाहता, न्यायसंस्था किंवा विधिमंडळ, मंत्रिमंडळ याचप्रमाणे राष्ट्रपतिपदसुद्धा एक स्वतंत्र शक्तिस्थान म्हणून ओळखले जावे. असे झाल्यास त्यांचा सर्वच संस्थांवर अंकुश राहू शकतो; परंतु आपण सध्या राष्ट्रपतिपद अगदीच नामधारी करून ठेवलेले आहे. किंबहुना राष्ट्रपतिपद हे पंतप्रधानांच्या हातचे बाहुले असल्याची जाणीव निर्माण झाली आहे. इंदिरा गांधी यांनी देशात आणीबाणी पुकारल्यानंतर ही जाणीव अधिकच तीव्रतेने निर्माण झाली.

राष्ट्रपतीपदाची निवडणूक ही सामान्य जनमानसाच्या मतातून झाली तर जनतेमध्ये राष्ट्रपतीपदाशी आपला थेट संबंध आहे, अशी जाणीव निर्माण होईल. राष्ट्रपतींनासुद्धा आपण थेट जनतेला जबाबदार आहोत, याची जाणीव राहील. ही परस्परपूरक भावना देशाचे भले करण्यास सहाय्यभूत ठरेल. तसेच देशहिताच्या दृष्टीने प्रसंगी कठोर निर्णय घेणे राष्ट्रपतींना शक्य होईल.

भारतात खऱ्या अर्थाने लोकशाही नांदायची असेल तर अमेरिकेप्रमाणे जनतेच्या थेट मतावर राष्ट्रपतींची निवडणूक अशा पद्धतीने होण्यासाठी घटनेमध्ये योग्य ती दुरूस्ती केली जावी. अर्थात यासाठी अनेक अडथळे येण्याची शक्यता नाकारता येत नाही. परंतु तरीही जनतेच्या हिताला सर्वोच्च प्राधान्य देऊन ही दुरुस्ती करण्यात यावी. या महत्त्वपूर्ण निवडणुकीत जनतेच्या मताला दिली गेलेली किंमत देशहिताच्या दृष्टीने महत्त्वपूर्ण आहे. अशा प्रकारची प्रक्रिया पार पाडल्यास सध्याच्या राज्यव्यवस्थेतील असलेले दोष बऱ्याच अंशी कमी होतील आणि प्रबळ लोकशाही निर्माण होईल; मात्र हे होण्यासाठी घटनेतील मूलभूत बदल आवश्यक आहे. त्या संबंधीची पाऊले त्वरेने उचलली गेल्यास भारताची वाटचाल समर्थ लोकशाहीकडे सुरू झाली आहे, असे समजता येईल.

◆ ◆ ◆

विभाग ६

समाज जर सुस्थिर व्हावयाचा असेल व त्याचा विकास व्हायचा असेल तर त्याला योग्य असा कायदा हवा. कायदा व समाज यांचा संबंध माणूस आणि त्याचे कपडे असा असतो. वाढ झाल्याबरोबर कपडे बदलले पाहिजेत. सध्याच्या कायद्यान्वये जर आपल्या प्रश्नांना नीट उत्तरे मिळत नसतील तर आपल्याला निश्चितपणे कायदा बदलाचा विचार करावा लागेल. मुंबईवर अतिरेक्यांच्या झालेल्या हल्ल्यानंतर विशेषतः अशा कायद्याची जरूर लागू लागली की त्यातील कुठेही पळवाट न राहून अतिरेक्यांसारखे घातक गुन्हेगार निसटून जाऊ नयेत. त्याचप्रमाणे आपल्याला स्वसंरक्षणार्थ दिलेल्या हक्काचाही सामान्य नागरिकाने नीट विचार करून स्वतःचे व दुसऱ्याचे रक्षण केले पाहिजे. कायदा म्हटला की त्याचा पाया हा नीतिमत्ताच असायला हवा. कायद्याची जरब असल्याशिवाय लोक कायदा पाळणार नाहीत. कायदा घाईघाईने विचार न करता संमत केल्यास त्याचे दुष्परिणामही होतात व मूळ हेतू सफल होत नाही.

१

अतिरेक, कायदा न बदलण्याचा!

बॉम्बस्फोटातील संशयितांच्या धरपकडीचे सत्र सुरू झाल्यानंतर कायद्यातील त्रुटीवर नव्याने विचार करण्याची गरज निर्माण झाली आहे. त्यातच काही वरिष्ठ नेत्यांनी बेजबाबदार विधाने केल्याने या प्रकरणातील गुंता वाढून जनसामान्यांमध्ये संभ्रमाचे वातावरण आहे. अतिरेक्यांना शिक्षा होऊन जरब बसावी या दृष्टीने नेमकी कोणती पावले उचलावी याचा आढावा.

११ जुलै रोजी मुंबईत झालेल्या बॉम्बस्फोटानंतर पोलीस दलाने निरनिराळ्या ठिकाणी छापे घालून संशयितांची धरपकड सुरू केली. आरोपी म्हणून घोषित केलेल्या बुरखाधारी संशयितांना पोलीस न्यायालयासमोर नेत असल्याची दृश्ये सर्रास दिसू लागली. अर्थात अशा दृश्यांमध्ये अतिरेक्याऐवजी पोलीसांचेच चेहरे दर्शकांना पहावे लागतात. दृश्यासोबत झळकणाऱ्या बातम्यांमध्ये संशयिताच्या घरात एके रायफल, काडतुसे अथवा बॉम्ब तयार करण्यासाठी लागणारी सामग्री सापडल्याचे उल्लेख असतात. मात्र, हा व्यतिरिक्त कोणतीही माहिती सर्वसामान्यांपुढे येत नाही. जणू बातमीच्या या तुकड्याव्यतिरिक्त सामान्य माणसांच्या जिज्ञासेला फारसा वाव मिळू नये अशीच पोलिसांची धारणा असावी.

अलीकडे, अशी दृश्ये दररोज झळकत आहेत. अशी दृश्ये पाहताना सर्वसामान्यांच्या मनात काही प्रश्न उभे राहतात. त्यातील पहिला प्रश्न म्हणजे पोलिसांच्या ताब्यातील व्यक्ती खरोखरीच अतिरेकी आहेत की नाहीत? या व्यक्ती अतिरेकी असल्यास त्यांच्याविरुद्ध पोलिसांनी नेमका कोणता पुरावा गोळा केला आहे हा दुसरा

प्रश्न आणि तिसरा प्रश्न म्हणजे या पुराव्याच्या आधारे आरोपींना शिक्षा होईल की नाही? या निमित्ताने भारतीय कायद्यातील त्रुटी आणि त्यातील सुधारणेची गरज हा मुद्दा ऐरणीवर आला आहे. आरोपीला अटक करणे इतकेच पोलीस दलाचे काम नसते तर या गुन्हा सिद्ध होईल इतका सबळ पुरावाही त्यांना गोळा करावा लागतो. तपासात काही कच्चे दुवे असल्यास आरोपीची निर्दोष सुटका होते आणि सर्वसामान्य जनता न्यायाधीश आणि न्याययंत्रणेवर खापर फोडते. हा प्रकार सुरू असताना आपल्या विधीमंडळातील लोकप्रतिनिधी विश्वामित्री पावित्रा घेऊन कायद्यातील सुधारण्याकडे दुर्लक्ष करत आहेत. अर्थात ते असे गप्प तसेच मतपेटीवर डोळा ठेऊन आततायी स्वरूपाची निवेदने करत आहेत. त्यामुळे पोलिसांच्या कार्याबद्दल जनतेच्या मनात संदेश निर्माण होत आहे.

मध्यंतरी, एका वरिष्ठ नेत्याने बॉम्बस्फोटानंतर झालेल्या तपासात विशिष्ट जातीच्या किंवा धर्माच्या लोकांना लक्ष्य केले जाते आहे, असे जाहीररित्या सांगितले. जनतेचे प्रतिनिधित्व करणाऱ्या लोकांनी असे वक्तव्य करणे म्हणजे पोलिसांच्या तपासकार्यावर ठपका ठेवणे किंवा पोलिसांना गर्भित धमकी देण्यासारखी आहे. अशा बुचकाळ्यात टाकणाऱ्या वक्तव्यांमुळे सर्वसामान्यांमध्ये संभ्रमावस्था आहे. पोलीस दल खरोखरच विशिष्ट धर्माच्या किंवा जमातीच्या व्यक्तींना लक्ष्य करून तपास करत आहे का? या लोकांना लक्ष्य करण्याचा हुकुमवजा संदेश तर त्यांना मिळालेला नाही ना, असे प्रश्न सर्वसामान्यांना पडल्याचे आढळते. वास्तविक, यामागील कारणमीमांसा समूजन घेण्याचा जनतेला हक्क आहे, हे बेजबाबदार विधाने करणाऱ्या नेत्यांना ठाऊक नसावे. या संदर्भात जनतेनेच वरिष्ठ नेत्यांना जाब विचारावा अशी परिस्थिती निर्माण झाली आहे. हे नेते कोणत्या पुराव्याच्या आधारे असे वक्तव्य करत आहेत? पोलीस यंत्रणा विशिष्ट लोकांना लक्ष्य करत आहे, असा आरोप करण्यामागे या नेत्यांचा कोणता उद्देश आहे, हे देखील जनतेने तपसायला हवे. असे वक्तव्य करण्यामागील हेतू जनतेला समाजवून सांगणे हे आपले कर्तव्य आहे असे नेत्यांना का वाटत नाही?

अतिरेक्यांना शिक्षा व्हावी असे या नेत्यांना वाटत असेल तर त्यांनी तातडीने कायद्यात सुधारणा करावी. असे करण्याचा त्यांना अधिकार आहे. तपासात अडथळे ठरणारे कायदे दूर करणे अथवा त्यात सुधारणा करणे हे कायदे करणाऱ्यांचे मुख्य लक्ष्य असायला हवे. पाश्चात्त्य देशातही संशयित अतिरेकी सापडल्यानंतर पोलीस तपास सुकर व्हावा, म्हणून काही तरतुदी केल्या जातात. त्याही तपासून पाहणे संयुक्तिक ठरेल. भारतीय न्याययंत्रणेमध्ये आरोपीला केवळ १४ दिवसांची पोलीस कस्टडी देण्याची

तरतूद आहे. या काळात गुन्ह्यावर प्रकाश टाकणारे पुरावे आढळल्यास पोलीस कस्टडीची मुदत वाढवून दिली जाते. वास्तविक, बॉम्बस्फोटासारख्या अत्यंत गुंतागुंतीच्या गुन्ह्याची चौकशी करण्यासाठी हा कालावधी पुरेसा नाही. मला स्वत:ला अशी अनेक प्रकरणे माहीत आहेत की, त्या प्रकरणांचा तपास करताना पोलीस दलातील अधिकाऱ्यांपुढे इतर अनेक कामे येऊन त्यांना आरोपीकडे लक्ष देण्यास फुरसतही मिळाली नाही. अंतिमत: सबळ पुराव्यांअभावी आरोपीची निर्दोष मुक्तता झाली.

या परिस्थितीत आजही फारसा बदल झालेला नाही. सणासुदीतील बंदोबस्त, महत्त्वाच्या व्यक्तींना सुरक्षा पुरवणे, आंदोलने हाताळणे यात पोलिसांचा बराच वेळ मोडतो. असेच दिवस वाया जातात आणि गुन्ह्यांचा योग्य दिशेने तपास होत नाही. तेव्हा प्रथमत: निदान अशा महत्त्वाच्या खटल्यांसाठी तरी या संदर्भातला कायदा बदलायला हवा. त्यासाठी इतर देशांनी त्यांच्या कायद्यात केलेल्या तरतुदींचा आधार घ्यायला हरकत नाही. व्यक्ती स्वातंत्र्याच्या अवास्तव कल्पना बाळगून आरोपीला झुकते माप दिल्यास पोलिसांच्या तपासात अडथळे निर्माण होतील. इंग्लंडमध्ये आरोपीने वरिष्ठ पोलीस अधिकाऱ्यासमोर दिलेला कबुलीजबाब ग्राह्य मानला जातो. खटला सुरू असताना या जबाबाचा आरोपीविरुद्ध वापर केला जातो. भारतातही अशा प्रकारची तरतूद असणे आवश्यक आहे. महत्त्वाचे म्हणजे खटल्यातील एक महत्त्वाचा घटक म्हणून आरोपीची ही उलट तपासणी व्हायला हवी. भारतीय कायदे प्रणाली इंग्लंडच्या कायदेप्रणालीवर आधारलेली आहे. इंग्लंडमधील कायद्यात अशी तरतूद आहे आणि त्यामुळे आरोपीचे नुकसान होते अथवा न्यायदानाच्या प्रक्रियेत अडथळा येतो असे कोणाचेही म्हणणे नाही असे असूनही भारतीय कायद्यात अशी तरतूद नाही.

बॉम्बस्फोटातील आरोपी निर्दोष सुटले तर भारतीय जनतेने पोलीस यंत्रणा किंवा न्यायाधीश यांच्यावर नाराजी व्यक्त न करता गुन्हेगारांना शासन होण्याच्या दृष्टीने कायद्यात सुधारणा का केली गेली नाही याचा लोकप्रतिनिधींना जाब विचारायला हवा. जनतेने जाब विचारला नाही तर या देशाला दुर्दैवाचे दशावतार पहावे लागतील. ते पाहण्यास स्वातंत्र्यसैनिक हयात नाहीत, हे बरेच आहे; अन्यथा त्यांना यासाठीच आपण स्वातंत्र्य मिळवले का अशा प्रश्न पडला असता.

◆ ◆ ◆

२

कायदा हवाच; नीतिमत्ताही हवी

समाजात शांतता, सुव्यवस्था आणि स्थैर्य राखण्यासाठी कायद्याचा आधार घेतला जातो. त्यासाठी एक-दोन नव्हे तर अनेक कायदे करण्यात आले आहेत. असे असले तरी निव्वळ कायद्याच्या धाकाने समाजात शांतता नांदेल असे मानणे योग्य नाही. समाज खऱ्या अर्थाने एकसंघ व्हायचा असेल तर कायद्याबरोबरच नीतिमत्ताही महत्त्वाची आहे. समाजाची योग्य नीतीमत्ताच देशाला वैभवाप्रत नेऊ शकते.

एखादे राष्ट्र प्रगतीपथावर जाण्यासाठी स्थैर्य, शांतता आणि सुव्यवस्थेची गरज असते. किंबहुना या गोष्टींशिवाय कोणत्याही राष्ट्राचा खऱ्या अर्थाने विकास होणेच शक्य नाही; परंतु केवळ कायदा करून स्थैर्य आणि शांती राखता येईल का, असा प्रश्न निर्माण होतो. दुर्दैवाने, आपल्याकडे कायदे करणाऱ्यांच्या विचारसरणीत अजूनही या बाबींचा समावेश झालेला नाही. कारण शांतता आणि सुव्यवस्थेच्या नावावर सातत्याने नवनवीन कायदे करणे सुरू आहे. असे कायदे केले की, समाजामध्ये शांतता आणि सुव्यवस्था नांदेल अशी त्यांची समूजत आहे. त्यामुळेच आजपर्यंत अनेक कायदे निर्माण होऊनही समाजात शांतता आणि सुव्यवस्था निर्माण झाल्याचे दिसत नाही. उलट सद्यस्थितीत समाज अराजकतेकडे जातो की काय असे वाटण्याइतपत वाईट परिस्थिती आहे. याबाबत एक बाब प्रामुख्याने लक्षात घेतली पाहिजे. ती म्हणजे समाजात शांतता आणि सुव्यवस्था ही फक्त कायद्याच्या आधारेच निर्माण होऊ शकत नाही तर त्यासाठी नीतिमत्ता निर्माण होणेही गरजेचे आहे. ही नीतिमत्ताच समाजाला एकसंघ ठेवून सर्वांगीण

प्रगतीच्या दिशेने नेऊ शकते. आपल्याकडे स्वतःचे कायदे असणारे समाज आहेत; परंतु कमी प्रमाणात कायदे असूनही नीतीवान असणाऱ्या समाजामध्येच खऱ्या अर्थाने स्थैर्य आणि शांतता नांदत आहे.

आदर्श राज्याची संकल्पना स्पष्ट करायची झाल्यास आपल्याला रामराज्याचे उदाहरण समोर ठेवावे लागते. रामराज्य हे एक आदर्श राज्य होते; परंतु राम राजा होता म्हणून ते आदर्श होते असे नाही तर त्यावेळचा बहुतेक सर्व समाज हा नीतिबंधने पाळत होता. म्हणूनच रामराज्याचे वर्णन 'न दंडी: न दंडीत:'असे केले जाते. याचा अर्थ कोणीच अपराध केला नाही तर त्याला शिक्षा द्यायला कोणाची आवश्यकता भासणार नाही.

समाजाची वाटचाल या अवस्थेकडे झाल्यास राष्ट्र खऱ्या अर्थाने सुखी आणि संपन्न होते. दुर्दैवाने अजूनही आपल्याकडे समाजाची नीती सुधारण्यासाठी फार मोठ्या प्रमाणात प्रयत्न होताना दिसत नाहीत. राज्यकर्तेही त्यासाठी भक्कम प्रयत्न करत नसल्याचे दिसते. किंबहुना हल्लीचे पक्षीय राजकारण पाहिले की, सर्वसामान्य व्यक्तींच्या मनामध्ये नीतीपालनाबद्दलच शंका निर्माण होते. अर्थात समाज नीतिवान बनवण्यासाठी राज्यकर्त्यांप्रमाणेच समाजधुरिणांनी प्रयत्न करणे गरजेचे आहे. पूर्वीच्या काळी कथा, कीर्तने, प्रवचने, धर्मोपदेश वगैरे नावाखाली समाजाला नीतिवान करण्याचा प्रयत्न केला जात असे. तसेच प्रत्येक व्यक्तीने रोजच्या जीवनात नीतिनियमांचे पालन करावे यासाठीही प्रयत्न होत. हल्लीही असे प्रयत्न होत आहेत; परंतु त्याचे प्रमाण अल्प आहे. पूर्वीच्या या प्रयत्नांमधूनच थोरामोठ्यांविषयी आदर, त्यांच्या मताला मान देणे आदी प्रथा रुढ झाल्या. ज्या समाजात आपण जन्मलो, वाढलो, त्या समाजाचे आपण ऋणी असले पाहिजे, अशा तऱ्हेची शिकवणूक दिली जात असे. जेवतानासुद्धा ताटातील काही भाग पक्षी, कीटक, मुंग्या यांच्यासाठी बाजूला काढून ठेवला जाई.

समाजातील सर्वांप्रती आदरभाव बाळगावा, इतरांची वस्तू हिसकावून घेऊ नये. तसे करणे वाईट असते अशी शिकवणूक दिली जायची. इस्लाममध्ये स्वतःच्या घामाने मिळवलेल्या पैशाचाच उपभोग घ्यावा असे सांगितले जाते. त्यालाच 'हलाल की कमाई' असे म्हणतात. अनिष्ट मार्गांनी मिळवलेल्या पैशाला 'हराम की कमाई' मानले जाते. सर्वच धर्मामध्ये आपल्या उत्पन्नाचा काही भाग समाजासाठी दिला पाहिजे याची जाणीव होती. त्याला जकात किंवा समाजऋण म्हणत. थोडक्यात म्हणजे समाजावर नीतीच्या बंधनांचा जबरदस्त पगडा होता. महाभारतातील शंख आणि त्याच्या भावाचे उदाहरण लोकांच्या मनावर ठसवले जाई. आपल्या भावाच्या बागेतील झाडाचे फळ चोरणाऱ्या धाकट्या भावाने स्वतःला चोर मानले. चोरीच्या गुन्ह्याबद्दल शिक्षा करावी अशी

त्याने मागणी केली; मात्र थोरल्या भावाने हे प्रकरण माफीवरच संपवले. तरीसुद्धा त्या भावाने स्वतःला शिक्षा करून घेतली होती.

आजकाल स्त्रियांवरील अत्याचारांमध्ये वाढ झाल्याचे दिसत आहे. अशावेळी स्त्री ही मातेसमान असते हे तत्त्व पुन्हा एकदा समाजाच्या मनावर बिंबवणे गरजेचे आहे. तरच नीतिमत्ता निर्माण होईल. नीतिमत्ता निर्माण होण्यासाठी आतापर्यंत फारसे प्रयत्न झाल्याचे दिसत नाही. कायदा शक्यतो नीतिनियमांना अनुसरूनच असायला हवा. तो तसा नसेल तर समाज बिघडायला वेळ लागत नाही. चोरी करणे हा गुन्हा मानला जातो. त्यामुळे अशी गोष्ट माणसाने करू नये, यासाठी त्याला नैतिकतेची शिकवण देऊन परावृत्त केले जाते. कायदा चोरी करू नये असे शिकवत नाही तर चोरी करून पुराव्यानिशी अडकलेल्या व्यक्तीस शिक्षा करतो. त्यामुळे गुन्ह्यात सबळ पुरावा समोर येणार नाही यासाठी गुन्हेगार प्रयत्न करतात. हे प्रयत्न यशस्वी झाल्यास कायदा आपल्याला काही करू शकणार नाही अशी विचारसरणी गुन्हेगारी वृत्तीच्या व्यक्तींमध्ये निर्माण होईल. गुन्ह्याचा तपास करताना किंवा गुन्ह्याबाबत माहिती देताना ती सत्य प्रतिज्ञेवर देणे अपेक्षित असते आणि माणसाने नेहमी खरे बोलावे ही बाब नीतिमत्ताच त्याच्या मनावर बिंबवते.

असे असले तरी कायदे करताना समाजाची मानसिक स्थिती, नीतिमान समाजासाठी करावयाचे प्रयत्न या बाबी लक्षात घेणे अपेक्षित असते. आपल्याकडे अनेक कायदे निर्माण झाले आहेत; परंतु ते निर्माण करतानाही स्वार्थी दृष्टिकोन समोर ठेवण्यात आला. एखाद्या घटनेतून समाजाच्या नीतिमत्तेला धोका निर्माण होत असेल तर त्याकडे दुर्लक्ष करत त्यातून आपल्याला काय मिळेल याचाच विचार केला जातो. यामध्ये काही राज्यकर्ते आघाडीवर असतात. कूळ कायदा, भाडे नियंत्रण कायदा अशा स्वरूपाच्या कायद्यातून स्वार्थी वृत्तीच दिसते. समाजातील एखाद्या व्यक्तीने दुसऱ्या व्यक्तीला विश्वासाने आपली मिळकत देऊ केली आणि ती व्यक्ती संबंधित मिळकत प्रामाणिकपणे परत देईल, असा विश्वास ठेवला तरी कायदे या विश्वासास तडे देणारी भूमिका बजावत आहेत. अर्थात समाजामध्ये फक्त नीतिमत्ताच असून चालणार नाही हेही खरे आहे. कारण समाजामधील कित्येक गोष्टींमध्ये नीतिमत्तेचा फारसा वापर करता येत नाही. याबाबत वाहतुकीच्या नियमांचे उदाहरण देता येईल. हे नियम मोडणाऱ्यांसाठी नीतिमत्तेपेक्षा कायदाच प्रभावी ठरतो.

एकूणच सुखी आणि संपन्न समाजासाठी नीतिमत्ता वाढवायची असेल तर त्याची सुरुवात राजकीय नेतृत्वापासूनच करावी लागेल. पूर्वीच्या सर्वच राजकीय पुढाऱ्यांचे वर्तन नीतिमान होते. त्यांनी समाजासाठी स्वार्थत्याग केला होता. कोणत्याही सामाजिक

कार्यात स्वार्थ ठेवणे हा समाजाशी केलेला द्रोह आहे. याची त्यांना कल्पना होती. म्हणूनच त्यांनी केलेल्या चुकांकडेही समाजाने कानाडोळा केला. अशा चुका करूनही त्यांच्याबद्दलचा समाजातील आदर कमी झाला नाही. 'यथा राजा तथा प्रजा' ही संकल्पना त्यावेळी अस्तित्वात होती; परंतु सध्याचे चित्र फार वेगळे आहे. त्याबाबत अंतर्मुख होऊन विचार करावा लागेल. अर्थात अजूनही वेळ गेलेली नाही. जनतेने अंतर्मुख होऊन नीतीचा अंगीकार केल्यास समाजात खऱ्या अर्थाने शांतता आणि सुव्यवस्था नांदू शकेल.

◆ ◆ ◆

३

जरबेशिवाय कायदा म्हणजे लगामाशिवाय घोडा

अतिरेकी आणि नक्षलवादी यांच्याकडून होणाऱ्या कारवाया थांबवण्यासाठी प्रचलित कायद्यात बदल करणे आवश्यक आहे. त्याचप्रमाणे तपासयंत्रणेलाही जादा अधिकार द्यायला हवेत. कायद्यात सुधारणा करण्याबरोबरच कायदा मोडणाऱ्यांवरही जरब बसायला हवी तरच, गुन्हेगारांना धाक बसेल. कायद्याची कडक अंमलबजावणी करताना तपासयंत्रणा आणि नागरिकांमध्ये समन्वय निर्माण झाल्यास अतिरेक्यांच्या छुप्या कारवायांना वेळीच प्रतिबंध करता येईल.

भारताच्या दृष्टीने अतिरेकी कारवाया ही अत्यंत जटील समस्या आहे. एडस्सारखाच हा भयानक रोग आहे. कायद्याची आणि न्यायाची सध्याची अवस्था पाहता, अतिरेक्यांच्या कारवायांपुढे या दोन्ही संस्था हतबल झाल्यासारख्या दिसतात. न्यायालयाच्या दृष्टीने अतिरेकी कारवायांचे निरनिराळे भाग पाडता येतील. त्यातील प्रमुख म्हणजे आंतरराष्ट्रीयसंबंधातून घडणाऱ्या अतिरेकी कारवाया, दुसरा म्हणजे नक्षलवादी संघटनांकडून होणाऱ्या कारवाया आणि तिसरा म्हणजे परदेशातील गुंडांमार्फत इथे होणारे टोळ्यांचे हल्ले. या तिन्ही कारवाया या अतिरेकी कारवायाच मानल्या पाहिजेत; मात्र त्यांच्यावर नियंत्रण ठेवण्यासाठी एकत्र कायदा अस्तित्वात आणणे औचित्याचे नाही तर अतिरेकी कारवायांच्या मुळाशी जाऊन त्या समूळ नाहीशा करता येतील अशा दृष्टीनेच कायदे व्हायला हवेत. त्याचप्रमाणे या कायद्याची अंमलबजावणी वेगवेगळ्या प्रकारे व्हायला हवी. नक्षलवादी संघटनेच्या अतिरेकी कारवायांना पायबंद घालण्यास उपयोगी पडेल. असा कायदा करणे आवश्यक आहे.

धर्मांधांच्या कारवाया

धार्मिक कारणांचा आधार घेत परदेशातून इथे चालवलेल्या अतिरेकी उद्योगांना पायबंद घालू शकणारा कायदा अस्तित्वात येणे आवश्यक आहे. त्याचप्रमाणे टोळीयुद्धाच्या अतिरेकी कृत्यासाठी वेगळी कारवाई व्हायला हवी. शिवाय केवळ या अतिरेकी कृत्यांना पायबंद घालायचा एवढाच कायद्याचा उद्देश असता कामा नये तर, त्यांची कारणीमीमांसा करून इलाज केला पाहिजे. आंतरराष्ट्रीय स्वरूपाचे अतिरेकी हे बहुतांश मुसमानधर्मीय धर्मांध असतात. त्यांनी घडवलेली घातपाती कृत्ये सलग पाहायला मिळतात. त्याला शेजारच्या राष्ट्राची सर्वतोपरी मदत कारणीभूत आहे हे अनेक वेळा सिद्ध झाले आहे. या अतिरेकी कारवायांचे स्वरूप नक्षलवादी मानल्या जाणाऱ्या कारवायांपेक्षा भिन्न आहे. याचे प्रमुख कारण म्हणजे नक्षलवादी हे आपले भारतीय बांधव आहेत. त्यांच्या गरिबीचा फायदा घेऊन दहशतवादी कृत्ये करण्यास आणि पूरक तत्त्वज्ञान पुरवण्यास काही पक्ष आणि संघटना जबाबदार आहेत.

अतिरेकी कारवायांचा उद्देशच मुळी निरपराध लोकांना अत्यंत क्रूर हिंसा करून सामान्यजनांमध्ये भीतीचे वातावरण निर्माण करणे हा असतो, हेही लक्षात ठेवले पाहिजे. १९६७ च्या सुमारास नक्षलवादी कारवाया सुरू झाल्या. नक्षलवाद्यांनी पश्चिम बंगालमध्ये पोलीस स्टेशनवर हल्ला करून कारवायांना सुरुवात केली आणि हळूहळू त्याचे लोण ईशान्य भारतापासून आंध्र प्रदेशपर्यंत सहसा जंगलाच्या आश्रयाने पसरले. नक्षलवादी चळवळीतील बहुतेक लोक हे जंगलात राहणारे, आदिवासी, चारितार्थाचे साधन नसलेले आहेत. अशा लोकांच्या मनामध्ये भारताविरूद्ध किल्मीष पसरवून दहशतवाद निर्माण करण्याची संधी असते. अशा अतिरेकी कारवायांचा विचार करता ही कृत्ये करणाऱ्या लोकांवर इलाज करून फारसे काही साध्य होणार नाही. या दहशतवादी संघटनांकडे ओढले जाणारे तरुण या कृत्यांपासून परावृत्त कसे होतील यासाठी प्रयत्न करणे आवश्यक आहे, असे प्रयत्न राजकीय, सामाजिक, आर्थिक, शैक्षणिक स्तरांवर करावयास हवेत. सर्वसामान्य जनतेला विश्वासात घेऊन या प्रयत्नांची मांडणी व्हायला हवी. जनतेच्या सहकार्याशिवाय काहीही साध्य होणार नाही, हा विश्वास निर्माण करावयास हवा.

दहशतवादी संघटनांना होणारा शस्त्रपुरवठा कोणत्या ठिकाणापासून होतो याचा बारकाईने शोध घेऊन अशी ठिकाणे उद्ध्वस्त करावयास हवीत. मात्र त्यासाठी सक्षम हेरखातेही कार्यरत असायला हवे. समाजाच्या मुख्य प्रवाहात सामील होऊ इच्छिणारे नक्षलवादी तसेच अतिरेक्यांना आवश्यक त्या गोष्टी उपलब्ध करून दिल्या पाहिजेत. अतिरेक्यांविषयी कायदे करताना या व्यक्तीला सुधारण्याची संधी मिळण्यासाठी कायद्यात तरतूद करायला हवी. अतिरेक्यांच्या कारवायांचा कडक बंदोबस्त करण्याची जबाबदारी

फक्त सरकारचीच आहे असे वाटू न देता समाजातील प्रत्येक घटकाची विशेषत: प्रसिद्धीमाध्यमे, सक्रिय कार्य करणाऱ्या निरनिराळ्या संघटना यांनाही सहभागी करून घ्यावयास हवे. नक्षलवादी किंवा अतिरेकी व्यक्तींना त्यांच्या कारवायांपासून मुख्य समाजप्रवाहात आणले असता त्यांचा जाहीर सत्कार किंवा प्रशंसा व्हायला हवी.

संघटित मोहीम हवी

नक्षलवादी तसेच अतिरेक्यांविरूद्ध सर्वत्र एकाच पद्धतीने कारवाई करण्यात यावी. धार्मिक कारणांसाठी परराष्ट्रीय पाठिंब्यावर जिहाद किंवा तत्सम हिंसक कारणांसाठी प्रवृत्त झालेल्या व्यक्तींवरही अशाच स्वरूपाची कारवाई करण्यात यावी. सर्वसामान्य गुंडांना प्रतिबंध करणारा कायदा आणि धार्मिक कारणांसाठी करण्यात आलेली अतिरेकी कारवाई या दोन्ही गोष्टींसाठी अत्यंत कठोर असा कायदा करण्याची आवश्यकता आहे. याबाबत संशयीत आरोपींना पकडण्यासाठी, पोलीस कस्टडी देण्यासाठी किंवा त्यांच्या तपासयंत्रणेमध्ये आधुनिक साधनांचा वापर करण्यासाठी वेगळी कार्यपद्धती अवलंबावी लागेल. त्यासाठी वेगळा कायदा करून त्यांची कार्ययंत्रणाही वेगळीच ठेवावी लागेल. उदा. आरोपीला अटक केल्यानंतर २४ तासांच्या आत न्यायालयात हजर करावे लागते. तसेच अशा प्रसंगी आरोपींना जास्तीत जास्त चौदा दिवसांची पोलीस कस्टडी मिळते. या दोन्ही गोष्टींसाठी प्रचलित असलेली मुदत पुरेशी नाही. त्याचप्रमाणे तपासाची कार्यपद्धतीही पूर्वीप्रमाणेच सुरू आहे, ती बदलायला हवी.

तपासणी अधिकाऱ्याला आधुनिक शस्त्राच्या चाचण्या घेण्यासाठी ती शस्त्रे उपलब्ध करून द्यावीत. अशा चाचण्यांसाठी प्रत्येक वेळी न्यायाधीशांच्या समोर जाण्याची सक्ती नसावी. अतिरेक्यांना अटक केल्यानंतर तपासणी अधिकाऱ्याच्या ताब्यात देण्यासाठी अथवा तत्सम चाचण्या घेण्यासाठी न्यायाधीशांऐवजी फक्त राज्यपाल किंवा त्यांनी नेमलेले जबाबदार अधिकारी यांच्या संमतीची तरतूद हवी. म्हणजे अशा तऱ्हेच्या गुन्ह्याच्या तपासासाठी अधिकाऱ्याला कायद्याचे विनाकारण बंधन नको. हा सर्व तपास जबाबदार वरिष्ठ अधिकाऱ्याच्या मार्गदर्शनाखाली होणे आवश्यक आहे. कोणत्याही कायद्याची कडक अंमलबजावणी करणे हे महत्त्वाचे आहे. केवळ कायदा केल्याने कोणी सुधारत नाही. कायदा मोडल्यास जरब बसेल अशी शिक्षा करावयास हवी. जरबेशिवाय कायदा म्हणजे लगामाशिवाय घोडा हे नेहमीच लक्षात ठेवायला हवे.

वाहतुकीचा कायदा

सध्या अस्तित्वात असलेल्या वाहतुकीच्या कायद्याबद्दल सामान्य माणसाच्या

मनात जरब नाही. म्हणूनच असे कायदे अस्तित्वात आहेत का नाहीत अशी शंका निर्माण होते. कायद्याचे कठोर पालन करताना चुकून काही अन्याय होण्याचीही शक्यता असते. मात्र असे अन्याय कमी व्हावेत यासाठी प्रामाणिक प्रयत्न होणे गरजेचे आहे. स्वातंत्र्यानंतर आपण कायदेभंगालाच जास्त किंमत दिली. आरोपीचे अधिकार मात्र जास्त जपले जातात. ही सर्वसामान्य धारणा बदलणे गरजेचे आहे. सर्वस्तरीय प्रयत्नांनी हे शक्य होईल. धार्मिक अतिरेक्यांच्या कृत्यांसाठी कडक स्वरूपाचे कायदे आणि त्याची प्रामाणिक अंमलबजावणी या आवश्यक गोष्टी आहेत. एखाद्या परकीय नागरिकाने जागा विकत किंवा भाड्याने घेतली असता त्या व्यक्तीची माहिती देताना योग्य ती काळजी घेतली जात नाही. संबंधित घरमालक, शेजाऱ्यांवर ही जबाबदारी आहे. त्यांनी ही जबाबदारी सक्षमपणे पार पाडल्यास अतिरेकी कारवाया करणाऱ्यांना भारतात सहजपणे राहणे दुरापास्त होईल. त्यांना शिधापत्रिका, पासपोर्ट देणाऱ्या अधिकाऱ्यासही कायद्याच्या चौकटीत आणावे लागेल.

अतिरेक्यांबरोबरच परदेशातील गुंडांच्या भारतातील टोळ्या चालवणाऱ्या व्यक्तींसाठी स्वतंत्र कायदा हवा. पूर्वीच्या काळी अशा गुन्हेगारांना 'कायदाबाह्य' म्हणून घोषित करण्यात येत असे. त्यामुळे त्यांना कायद्याचे संरक्षण मिळणे दुरापास्त होई. सध्या ही जबाबदारी पोलीस एन्काऊंटरपुरतीच मर्यादित आहे. कायदा न पाळणाऱ्याला संरक्षण न देता कोणतीही व्यक्ती त्याला कठोर शिक्षा करू शकते याची भीती भाडोत्री गुंडांमध्ये निर्माण व्हावयास हवी. अशा गुंडांना संरक्षण देणाऱ्या आणि मदत करणाऱ्या व्यक्तीही तितक्याच जबाबदार धरून योग्य ती कारवाई करण्यास यायला हवी.

कायद्याचा विचार करताना अतिरेक्यांना पायबंद घालणे एवढीच अपेक्षा डोळ्यापुढे ठेवता येणार नाही. कारण गुन्हेगारांची संघटना तुरुंगातच बांधली जाते. अशा संघटना बांधल्या जाऊ नयेत आणि एखादा गुंड तुरुंगातून अट्टल गुन्हेगार म्हणून बाहेर पडू नये यासाठी कठोर उपाययोजना करणे आवश्यक आहे. काळानुरूप कायद्यात आवश्यक ते बदल केल्यास आणि जनतेच्या सहकार्याने ते अंमलात आणल्यास अतिरेकी कारवायांना आळा घालणे शक्य होणार आहे.

◆ ◆ ◆

४

राजधानीतल्या घटनेचा अन्वयार्थ

दिल्लीतील बेकायदेशीर बांधकामांवर उच्च न्यायालयाने सिलिंग आणल्यामुळे राजधानीत एकच गदारोळ माजला आहे. यासारख्या घटना कायदा अस्तित्वात येण्यापूर्वीच त्याच्या विविध पैलूंवर चर्चा होण्याची गरज अधोरेखित करतात. कायदा अस्तित्वात येण्यापूर्वी त्यावर चर्चा घडवून आणायची तर समाज आणि त्याच्या प्रतिनिधींनी अधिक जागरूक असायला हवे. अन्यथा कायदा संमत होऊन कालांतराने त्यातील त्रुटी जगजाहीर होतात आणि असंतोषाचा भडका उडतो.

सध्या राजधानातील बेकायदा बांधकामांना 'सिंलिग' ठोकण्याच्या मुद्यावरून एकच गदारोळ माजला आहे. या आदेशाला व्यापाऱ्यांचा विरोध असूनही कारवाई करण्याचे आदेश सर्वोच्च न्यायालयाने दिले आहेत. यामुळे सरकार न्यायालय आणि आंदोलकांच्या कात्रीत सापडले आहे. वास्तविक, बेकायदा बांधकामे उभी राहू नयेत यासाठी शासनाने प्रतिबंध करणे आवश्यक होते. त्यातून बेकायदेशीर बांधकामे उभी राहिली तरी त्यावर सिलिंग आणण्यापूर्वी स्थानिक जनता आणि लोकप्रतिनिधींना संबंधितांनी विश्वासात घेणे गरजेचे होते. तसे घडले नाही आणि आता या मुद्यावरून सुरू असलेला गदारोळ निरनिराळ्या वाहिन्यांमार्फत नजरेस पडत आहे. या आणि अशा अनेक घटनांमुळे कायद्यातील तरतुदी आणि त्यांच्या अंमलबजावणीचा प्रश्न ऐरणीवर येत असतो. काही दिवसांपूर्वी कौटुंबिक हिंसाचाराला प्रतिबंध करणारा कायदाही संमत झाला. यामुळे स्त्रियांना शारीरिक अथवा मानसिक त्रास झाल्यास पोलिसांत दाद मागण्याची सोय झाली. अशा प्रकरणात स्त्रियांनी तक्रार केलेल्या व्यक्तीवर फौजदारी केस दाखल करून तिला अटक करून तिच्यावर खटलाही भरणे पोलिसांना शक्य झाले. या कायद्याचे अनेक सेवाभावी संघटनांनी जोराने स्वागत केले.

परंतु समाजाच्या स्थैर्याच्या दृष्टीने विचार करता हा कायदा करण्यापूर्वी त्यातील बारीक-सारीक मुद्यांवर आवश्यक तो विचार झाला नसावा असे वाटते.

वास्तविक, अधिक कायदे करावे लागणे हे समाज अनियंत्रित होत चालल्याचे लक्षण आहे. समाज कोणतीही बंधने पाळायला तयार नसतो तेव्हाच कायद्यांची संख्या वाढू लागते. भारतात एकेकाळी रामराज्य अस्तित्वात होते असे म्हणतात. रामराज्याचे वर्णन 'न दंडी:,न दंडीत:' म्हणजेच न्यायाधीश नाहीत आणि गुन्हेगारही नाहीत असे केले जात असे. एखादा कायदा संमत झाल्यावर त्या कायद्याचा अपेक्षित परिणाम साधला गेला आहे की नाही, हे पाहणारी यंत्रणाच आपल्याकडे अस्तित्वात नाही. वैद्यकीय क्षेत्रात मृत्यूचे कारण शोधायचे झाल्यास पोस्टमार्टेम (शवविच्छेदन) केले जाते. तसे कायद्यांच्या परिणामांचेही पोस्टमार्टेम होणे गरजेचे आहे.

लोकप्रतिनिधींनी केलेला कायदा समाजाच्या पचनी पडला आहे की नाही, त्यावर समाजाची प्रतिक्रिया काय आहे आणि या कायद्यामुळे समाजाचा खरोखरच किती विकास झाला आहे, या तीन मुद्यांचा अभ्यास होणे गरजेचे आहे. दुर्दैवाने तसा अभ्यास होत नाही. बरेचदा कायदा करताना मतपेट्यांवर डोळा ठेवून तो संमत केला जातो. हा कायदेशीररित्या केलेला अन्याय होय. लोकशाहीमध्ये ५१ टक्के लोकांनी ४९ टक्के लोकांना चिरडणे किंवा ते सतत दुखावले जातील असे वर्तन करणे कायदेशीर असले तरी नीतीमत्तेत बसत नाही. कायद्याला नीतीमत्तेची चौकट नसेल तर त्याला नैतिक पाठिंबा मिळत नाही. पूर्वी घरमालकांवर अन्याय करणारा एक कायदा संमत झाला होता. या कायद्यान्वये भाडेकरूंना ते १९३९ मध्ये देत असलेले भाडेच देणे बंधनकारक असल्याचे ठरवण्यात आले. या कायद्याला कोणताही नैतिक पाठिंबा नाही. कारण पुढे चाळीस-पन्नासच्या दशकात महागाई वाढली. त्यामुळे घरमालकांचा घरांच्या देखभालीचा खर्चही वाढला. मात्र भाडेकरू त्यांची ऐपत असूनही १९३९ मध्ये ठरवण्यात आलेले भाडेच देत असत. यासंदर्भात वाईच्या न्यायालयात एक गंमतीदार खटला दाखल होता. वाईतील काही लब्धप्रतिष्ठित व्यक्तींनी तसेच पुण्या-मुंबईत काम करणाऱ्या चाकरमान्यांनी तेथे वाडे बांधून ठेवले होते. ते मोकळे राहू नयेत, तेथे सडा-सारवण आणि दिवाबत्ती व्हावी यासाठी त्यांनी महिन्याला एक रुपया इतक्या अल्प भाड्यात भाडेकरूंना जागा दिल्या. पुढे परिस्थिती बदलली. भाडेकरूंची भरभराट झाली, मात्र घरमालकांना काही फायदा झाला नाही. त्यांची स्थिती हलाखीचीच राहिली. त्यांना दर महिन्याला केवळ एक रुपयावर समाधान मानावे लागले. कायद्यातील अशा तरतुदींचा परिणाम असा झाला की, घरमालक त्यांच्या जागा गरजूंना देईनासे झाले. एक रुपया घेण्याऐवजी जागा मोकळ्या ठेवणे त्यांनी पसंत केले. कायद्याचे असे परिणाम होऊ शकतात हे कायदे करतानाच लक्षात घ्यायला हवे.

इंग्रजीमध्ये 'सेव्ह मी फ्रॉम माय फ्रेंडस्' अशी एक म्हण आहे. तशी मला माझ्या

हिताचे समजल्या गेलेल्या कायद्यांपासून वाचवा असे म्हणण्याची वेळ येईल. बरेचदा राज्यकर्त्यांनाच एखादा कायदा अस्तित्वात आणून समाजाला खुश करायचे असते. अशा कायद्याच्या परिणामांची जबाबदारी त्यांच्या पाच वर्षांच्या कारकीर्दीत घ्यावी लागली नाही तर ते यशस्वी ठरतात. दिल्लीचा सिलिंग कायदा करतानाच संबंधितांना त्याच्या परिणामांची जाण असायला हवी होती. या कायद्याची अंमलबजावणी सुरू होताच दिल्लीतील व्यापाऱ्यांनी रस्त्यावर येऊन धुडगूस घातला. कायद्याची अंमलबजावणी करताना अडथळे येऊ लागल्याने पोलिसांनी कारवाई थांबवली. अशावेळी राज्यकर्त्यांना न्यायासनाकडूनच 'तुम्ही केलेले कायदे तुम्ही पाळले पाहिजेत, ते तुमचे कर्तव्यच आहे.' असा आदेश येतो आणि एकूण प्रकरण हास्यास्पद ठरते.

परिस्थिती अशी आहे की, समाजाने संघटित होऊन कायद्याविरूद्ध चळवळ करेपर्यंत सरकारही संमत केलेल्या कायद्यातील त्रुटींकडे बघण्यास तयार नसते. या अडचणी येऊ नयेत म्हणून कायदा तयार करतानाच संभाव्य अडचणींचा वेध घ्यायला हवा. याबाबत स्थानिक लोकप्रतिनिधींनी जागरूक असणे आवश्यक आहे. मात्र, ते कायद्याबद्दल सखोल चर्चा करताना दिसत नाहीत. त्यांच्या भाषणात केवळ अमुक कामे केली, तमुक इतक्या रकमेची कामे मार्गी लागली, इतका निधी जमवला आणि आश्वासनांचेच उल्लेख असतात. निवडून दिलेल्या प्रतिनिधीने कायदे संमत करण्यापूर्वी त्यासंदर्भात जनतेशी चर्चा करणे आवश्यक आहे. त्याला तशी चर्चा करण्यास भाग पाडणे हे मतदारांचे आद्य कर्तव्य आहे. कायदा संमत करण्यापूर्वी लोकप्रतिनिधींनी जनतेशी वैचारिक देवाण-घेवाण करणे, त्यांच्या प्रतिक्रिया मिळवणे, या संदर्भातली आपली मते प्रकट करणे गरजेचे असले तरी तसे होत नाही. अखेरीस कायदे अस्तित्वात आल्यानंतर त्यातील त्रुटी जगजाहीर होऊन असंतोषाचा भडका उडतो. दिल्लीतील सिलिंगबाबतही असेच घडताना दिसत आहे. न्यायालयाने बेकायदेशीर बांधकामे उद्ध्वस्त करण्याचा आदेश देण्यापूर्वी तेथील मतदार आणि स्थानिक लोकप्रतिनिधींना विश्वासात घेणे गरजेचे होते. या आदेशावर वैचारिक ऊहापोह झाला असता तर संघर्षाला जागाच उरली नसती. दुर्दैवाने तसे झाले नाही. एके दिवशी अचानक वीज कोसळावी तसा हा कायदा समाजावर येऊन कोसळला.

या सगळ्या घटनांमुळे कायदे तयार होण्यापूर्वी त्यावर चर्चा होणे महत्त्वाचे असल्याचे निदर्शनाला आले आहे. मुळात कायदे संमत करण्याचे महत्त्वाचे काम लोकप्रतिनिधींच्या कामाच्या यादीतच नाही किंवा असले तरी त्या कामाला गौण महत्त्व दिलेले असते. समाज आणि त्याचे लोकप्रतिनिधी कायद्यांबद्दल आणि त्यांच्या अंमलबजावणीबाबत समज होतील त्यावेळी खऱ्या अर्थाने कायद्याचे राज्य अस्तित्वात येईल.

◆ ◆ ◆

५

आता तरी कायदा बदला!

जहिरा शेख, प्रवीण महाजन आणि आता राहुल महाजन प्रकरणामुळे पुराव्याच्या कायद्यातील तरतुदींचा गांभीर्याने विचार करण्याची वेळ आली आहे. पुराव्याचा कायदा १८७२ मध्ये अंमलात आल्यानंतर गेल्या सव्वाशे वर्षात जुजबी सुधारणा वगळता त्यात फारसे बदल झाले नाहीत. आता कायद्यातील त्रुटींचा विचार करून एखाद्या प्रकरणाचा योग्य निर्णय देण्यासाठी आवश्यक असलेले कायदेशीर बदल करायची गरज निर्माण झाली आहे.

प्रवीण महाजनने प्रमोद महाजन यांच्यावर गोळ्या झाडल्यानंतर ताबडतोब पोलीस चौकी गाठून गुन्ह्याची कबुली दिली, असे म्हणतात. या प्रकरणाला प्रसारमाध्यमांनी बरीच प्रसिद्धी दिली. त्यामुळे प्रवीणला ताबडतोब शिक्षा होईल असा सर्वसाधारण जनतेचा ग्रह झाला. त्याने गुन्ह्याची कबुली दिली आहे. तेव्हा न्यायालयीन चौकशीचा फार्स कशासाठी असाही प्रश्न उपस्थित केला गेला. हा केवळ कालापव्यय आहे. या घटनेचा ताबडतोब निकाल लागायला हवा असेही मत व्यक्त करण्यात आले. वास्तविक पोलिसांपुढे कबुलीजबाब देणाऱ्या आरोपीला ताबडतोब दोषी ठरवता येत नाही. त्याला आरोपी ठरवण्यापूर्वी कायद्याच्या अनेक कलमांचा विचार केला जातो.

पुराव्याचा कायदा १८७२ मध्ये अंमलात आला. त्यानंतर गेल्या सव्वाशे वर्षात त्यात जुजबी सुधारणा वगळता फारसे बदल झाले नाहीत. लग्नानंतर सात वर्षांच्या आत बायको अपघातात मरण पावली तर ते सिद्ध करण्याची जबाबदारी पतीवर येऊन पडली. अशा स्वरूपाच्या जुजबी सुधारणा सोडल्या तर कोणत्याही महत्त्वाच्या तरतुदीचा विचारच केला गेला नाही. त्यामुळे सर्वसामान्य व्यक्तीच्या कायद्याच्या कल्पना आणि

कायद्याकडून असलेल्या अपेक्षा आणि प्रत्यक्ष कायदा यांच्यात मोठी तफावत दिसून येते. म्हणूनच कायद्याबद्दलही अनेक गैरसमज निर्माण होतात आाणि सर्वसामान्यांना कायदा कुचकामी वाटतो. त्यासोबत न्यायसंस्था आणि न्यायधीशांवरही टीका होऊ लागते.

आपण कायदेप्रणाली तयार करताना इंग्रजांनी तयार केलेल्या कायद्यांचे अनुकरण केले. परंतु असे करताना इंग्रजांचे अत्यंत योग्य स्वरूपाचे काही कायदे आत्मसात करणे राहून गेले. अर्थात न्यायप्रिय म्हणवणाऱ्या इंग्रजांनी ते भारतावर लादले नाहीत. आणि ते न लादण्याची कारणेही सांगितली नाहीत. इथेच त्यांच्या न्यायप्रियतेबाबत शंका वाटू लागते. उदाहरणार्थ इंग्लंडमधील त्यांच्या कायद्यात आरोपीची उलटतपासणीची तरतूद असून आरोपीने वरिष्ठ अधिकाऱ्यापुढे कबुलीजबाब दिला तर तो ग्राह्य मानला जातो. नेमक्या याच तरतुदी त्यांनी भारतासाठी कायदेप्रणाली तयार करताना वगळल्या आणि ते वगळण्याचे स्पष्टीकरणही दिले. लंडनमध्ये उच्च पोलीस अधिकारी अत्यंत प्रामाणिक आणि नि:स्पृह समजले जातात. मात्र त्याच दर्जाचे भारतीय पुरुष अधिकारी हे अप्रामाणिक आहेत, असे त्यांना वाटले असावे अशी शंका वाटते.

इंग्रजांच्या कायदेप्रणालीवर बेतलेली कायदेप्रणाली सदोष असली तरी आपण सुमारे सव्वाशे वर्षे त्यात सुधारणा करण्याचा विचारही केलेला नाही आणि तो करायला विविध पक्षांना किंवा पक्षाच्या खासदारांना वेळ नाही. प्रवीण महाजनसारख्या व्यक्तीने पोलिसांपुढे ताबडतोब आत्मसमर्पण करून गुन्हा कबूल केला तरी भारतीय पुराव्याच्या कायद्यातील कलम २५ मधील हा कबुलीजबाब अग्राह्य मानला जातो. त्या कलमात कोणत्याही आरोपीने पोलिसांपुढे दिलेली गुन्ह्यांची कबुली त्याच्याविरूद्ध वापरता येणार नाही असे नमूद करण्यात आले आहे. त्याहीपुढे जाऊन कलम २६ असे सांगते की, आरोपी पोलिसांच्या ताब्यात असेल तर त्याने कोणत्याही अधिकाऱ्यापुढे दिलेला कबुलीजबाब अग्राह्य मानला जावा. एकदा पोलीस आणि एक आरोपी न्यायालयात जात असताना भोजन करण्यासाठी एका हॉटेलमध्ये थांबले. त्या हॉटेलमध्ये आरोपीने आपल्या मित्रापुढे गुन्ह्याची स्वखुशीने कबुली दिली तरी त्यावेळी तो पोलिसांच्या ताब्यात असल्याने जबाब अग्राह्य मानण्यात आला.

प्रवीण महाजनासारख्या प्रकरणात आरोपीने स्वत:च्या गुन्ह्याची कबुली देण्याचा आग्रह धरला तरी त्याचा कबुलीजबाब घेण्याची आणि तो ग्राह्य धरण्याची आपल्याकडे कोणतीही तरतूद नाही. अशावेळी पोलिसांनी काय करावे? आरोपी गुन्हा कबूल करण्यासाठी पोलीस चौकीत गेला तरी त्याला पोलिसांनी तू न्यायाधीशाकडे जा आणि गुन्ह्याची कबुली दे आणि मगच आमच्याकडे ये असे सांगायचे काय? त्यातही अनेक प्रश्न उभे राहतात. पहिला प्रश्न असा की, न्यायाधीश कोणत्या आधारावर

आरोपीचा जबाब उतरून घेईल? मुळात कबुलीजबाब उतरून घेण्याचे काम न्यायाधीशांना जिकीरीचे आणि कंटाळवाणे वाटते. म्हणूनच ते कबुलीजबाब घेण्यासाठी टाळाटाळ करत असतात, असा पोलिसांचा योग्य असा आक्षेप आहे. बरे न्यायाधीशांपुढे जबाब देऊन हा आरोपी तेथून पसार झाला तर? असे अनेक प्रश्न या संदर्भात उभे राहतात. अशा स्वरूपाच्या गुन्ह्यामध्ये आरोपीला गुन्ह्याची मनापासून कोणच्याही दडपणाशिवाय कबुली द्यायची असेल व पोलिसांनाही ती हवी असेल आणि हे दोन्ही पक्षांना मान्य असेल तरीही कायद्यानुसार असा कबुलीजबाब घेतला जात नाही. मग तो ग्राह्य धरण्याची गोष्ट अलाहिदा.

आता गुन्हे कबूल करूनही तपासकामाच्या दरम्यान आरोपी संपूर्ण अदृश्य आहे, असे समजून पोलिसांनी सगळा पुरावा कसा गोळा करायचा? त्यातही आणखी एक अडचण आहे ती म्हणजे कलम२७ प्रमाणे आरोपीने पोलिसांना माहीत नसलेली एखादी गोष्ट त्यांच्या निदर्शनास आणल्यास तेवढीच बाब ग्राह्य मानली जाते. उदाहरणार्थ, मी खून केला आहे आणि लपवून ठेवलेले हत्यार काढून देतो असे आरोपीने सांगितले तरी कायद्यामध्ये 'मी हत्यार काढून देतो' एवढाच भाग ग्राह्य मानला जातो. आरोपी सर्वप्रथम पोलिसांपुढे गुन्ह्याची कबुली देतो आणि नंतर पोलीस पंचांना बोलावून त्या आरोपीच्या जबानीचे निवेदन उतरवून घेतात. अर्थात असा प्रश्न पडतो की, पोलिसांना पंच बोलावण्यापूर्वीच ही बाब माहीत होती तर त्यांनी पंचांना बोलावून हे निवेदनाचे नाटक का करावे? अगदी बारकाईने पाहता या नाटकाला फारशी किंमत उरत नाही. अशाच काही तरतुदींमुळे बरेचदा पोलिसांना घटना सत्य असूनही खोटे पंच नेमावे लागतात, असे न्यायाधीशांच्या निदर्शनास येते.

पोलीस आरोपीचा किंवा साक्षीदारांचा जबाब नोंदवतात तो या तपासातील सगळ्यात मोठा विनोद मानायला हवा. पोलीस साक्षीदारांना बोलावतात. त्यांची जुजबी माहिती घेतात आणि नंतर त्यांना चौकीत बसवून आपल्या मनाने त्यांची साक्ष लिहून काढतात. अर्थात त्यावर साक्षीदाराची सहीदेखील नसते किंवा ते योग्य प्रकारे नोंदवल्याची एखादी निशाणीही नसते. साहजिकच पोलिसांनी आपला काय जबाब उतरवून घेतला हे साक्षीदाराला जेमतेम साक्ष देताना कळत असेल तेवढेच. कित्येकदा तर तो सरकारी वकिलांना 'मी असे म्हटलेच नाही,' असे सांगतो, मात्र ते तुझ्या जबानीत आहे म्हणून तुला तसेच सांगावे लागेल असे सरकारी वकील साक्षीदाराला सांगत असतात.

अलीकडे तर उलटतपासणी करताना केवळ न्यायाधीशांपुढील जबानीत आणि पोलीस अधिकाऱ्यापुढील जबानीत तफावत दाखवून साक्षीदाराला खोटे ठरवण्याची

पद्धतच पडून गेली आहे. मुळात साक्षीदार चक्रावून जातो तो इथेच. वास्तविक पुराव्याच्या दृष्टिने पोलिसांच्या जबाबाला काहीही किंमत नाही. या जबाबाला सरकारी वकिलांना साक्षीदाराची साक्ष कोणत्या मुद्द्यावर आहे एवढीच माहिती देणारा कागद मानले गेले आहे. शिवाय जबानी नोंदवून घेण्याच्या पद्धतीही बृहन्मुंबई आणि मुंबईबाहेरच्या पोलीस चौक्यांमध्ये भिन्न आहेत. या प्रक्रियेत कधी तरी एकजिनसीपणा येणे आवश्यक आहे. जाहिरा खोटे बोलली म्हणून तिला शिक्षा झाली असे वृत्त प्रसारित झाले. मात्र या प्रकरणातील तपशील देण्याबाबत प्रसारमाध्यमे उदासीन होती. त्यामुळे सर्वसामान्यांचा असा समज होण्याची शक्यता आहे की, पोलिसांपुढील जबाबानुसार कोर्टात शपथेवर साक्ष दिली नाही तर न्यायालय आपल्याला खोटी साक्ष दिल्याबद्दल अटक करेल. या अत्यंत घातक गैरसमजामुळे न्यायालयात खरे बोलण्याचीही पंचाईत होऊ शकेल. अजून कोणत्याही वर्तमानपत्राने किंवा इलेक्ट्रॉनिक मिडियातील व्यक्तीने जाहिरा किंवा तिचे नातेवाईक यांनी नक्की कोठे आणि कोणत्या मुद्द्यावर खोटे बोलले हे जाहीर केलेले नाही. त्यामुळे जनमानसामध्ये अत्यंत चुकीचा संदेश जाण्याची शक्यता आहे.

वास्तविक पुराव्याचा कायदा 'कलम ३' प्रमाणे पोलिसांपुढील किंवा तत्सम अधिकाऱ्यांपुढील जबाब हा पुरावा होऊ शकत नाही. केवळ ज्या व्यक्तीला शपथ देण्याचा आणि जबाब नोंदवण्याचा अधिकार कायद्याने दिलेला आहे अशाच व्यक्तीने घेतलेल्या जबाबाला महत्त्व असून ते पुराव्यात ग्राह्य मानले जाते. कोणत्याही पोलीस अधिकाऱ्याला असा शपथ देण्याचा आणि जबाब नोंदवण्याचा अधिकार दिलेला नाही.

या चर्चेच्या अखेरीस एकच विनंती करावीशी वाटते की, आता तरी विधीमंडळातील लोकप्रतिनिधींनी या त्रुटीकडे दुर्लक्ष करून एखाद्या प्रकरणाचा योग्य निर्णय देण्यासाठी आवश्यक ते कायदेशीर बदल करावयास हवेत. त्याचप्रमाणे आरोपीचीही उलटतपासणी घेणे महत्त्वाचे आहे. कारण तो या घटनेचा महत्त्वाचा साक्षीदार असतो. अर्थात त्याच्या उलटतपासणीला आणि त्यातील विसंगतीला किती महत्त्व द्यायचे हे प्रश्न अलाहिदा.

अशा सुधारणा ताबडतोब अंमलात आणल्या तर न्यायदानाचे काम अधिक सुकर आणि विनाविलंब होईल. तसेच जनमानसात असलेला न्यायाधीशांबद्दलचा गैरसमजही दूर होण्यास मदत होईल. असे बदल करत असताना भारतीय घटनेतील मूलभूत हक्काच्या संदर्भातील 'कलम २०' चाही विचार करावा लागेल. कारण त्यात व्यक्तिस्वातंत्र्याच्या हक्काचा उद्घोष केला आहे.

◆ ◆ ◆

६

मध्यस्थांची महत्त्वपूर्ण भूमिका

सद्यस्थितीत विविध प्रकारच्या गुन्ह्यांमध्ये वाढ होत आहे. दररोज हजारो खटले नव्याने दाखल होत आहेत. वेळेत निपटारा केला जात नसल्याने प्रलंबित खटल्यांची संख्या वाढतच आहे. बऱ्याचशा खटल्यांबाबत दोन्ही पक्षात तडजोड घडवून आणणे शक्य होते. यासाठी समुपदेश किंवा मध्यस्थांची भूमिका महत्त्वपूर्ण ठरते. अशा मध्यस्थांना कायदेविषयक ज्ञान देण्यासाठी अभ्यासक्रमही सुरू करण्यात आले आहेत. खटल्यातील मध्यस्थांच्या भूमिकेविषयी...

सध्या छोट्या-मोठ्या गुन्हेगारीच्या तसेच हिंसक घटना मोठ्या प्रमाणावर घडत आहेत. त्यामुळे सर्वसामान्यांचे जीवन असुरक्षित बनत आहे. या पार्श्वभूमीवर अशा गुन्ह्यांमधील आरोपींना त्वरित शिक्षा होणे गरजेचे आहे; परंतु अनेक गुन्ह्यांबाबतचे खटले वर्षांनुवर्षे रेंगाळत आहेत. याचा एकूण समाजजीवनावर विपरीत परिणाम होत आहे. शिवाय गुन्हेगारांचे धैर्य वरचेवर वाढत असल्याने सर्वसामान्यांना त्याचाही फटका बसत आहे. भारतीयांचे स्वास्थ्य आणि सुबत्ता यामुळे धोक्यात येत आहे. अर्थात याबाबत राज्यकर्ते किंवा सर्वसामान्यांमध्येही पाहिजे तेवढी जागृती झालेली दिसत नाही. न्यायालयात प्रकरणे रेंगाळून असल्याने कंटाळलेले किंवा न्यायाच्या प्रतीक्षेत असलेले नागरिक संघटित नाहीत. शिवाय अशी प्रकरणे रेंगाळल्यामुळे राजकीय पक्षांवर कोणताही विपरीत परिणाम होत नाही. त्यामुळे या प्रश्नांचा सखोल अभ्यास करण्याची किंवा या संबंधात कायदेशीर सुधारणा करण्याची आवश्यकता कोणत्याच राजकीय नेत्याला वाटत नाही. याउलट हे लोक संबंधित प्रकरण न्यायप्रविष्ट असल्याचा विश्वामित्री पवित्रा घेतात. संबंधित न्यायाधीशही आमच्यावर कामाचा खूप मोठा ताण आहे, त्यातच

दिवसेंदिवस खटल्याची भर पडत आहे. त्यामुळे या खटल्यांचा वेळीच निपटारा होण्यासाठी न्यायालयात तसेच न्यायाधीशांच्या संख्येत वाढ करावी, असे सांगत असतात. त्यामुळे या महत्त्वपूर्ण प्रश्नाची कधीही उकल होत नाही. 'न्यूयॉर्क युनिव्हर्सिटी जर्नल ऑफ इंटरनॅशनल लॉ ॲण्ड पॉलिटिक्स' या शोधनिबंधात भारतीय न्यायप्रणालीवर अभ्यास करण्यात आला. या अभ्यासाद्वारे संबंधित लेखकांनी या शोधनिबंधात आपले निष्कर्ष सांगितले आहेत. त्यांच्या मतानुसार भारतात सद्यस्थितीत जितके खटले प्रलंबित आहेत, खटल्यांना जो उशीर लागत आहे तेवढा उशीर किंवा प्रलंबित खटल्यांची संख्या जगातील कोणत्याही देशात नाही. विसाव्या शतकाच्या अखेरीस दोन कोटी पन्नास लाख खटले प्रलंबित होते, असे त्यांना आढळले. अर्थात याला न्यायाधीशांची कमी संख्या कारणीभूत आहे असे वाटते.

या पार्श्वभूमीवर अमेरिकेमध्ये दहा लाख व्यक्तींमागे १०७ न्यायाधीश असतात. भारतात हेच प्रमाण दहा लाख व्यक्तींमागे फक्त १३ न्यायाधीश असे आहे. यावरून न्यायाधीशांच्या तोकड्या संख्येवर खटल्यांचा ताण पडतो हे उघड होते. त्यामुळेच अनेक खटले वर्षानुवर्षे रेंगाळत आहेत, असे असले तरी संशोधकांना मात्र भारतातील न्यायाधीश इतर देशातील न्यायाधीशांपेक्षा पाचपट जास्त काम करतात असे आढळले. त्यांच्या निष्कर्षात पुढे असेही म्हटले आहे की, प्राप्त परिस्थितीत नवीन खटले दाखल करून घेतले नाहीत आणि सर्व प्रलंबित खटल्यांचे निकाल लावायचे ठरवले तर त्यासाठी किमान ३५० वर्षे लागतील. इतकी भयानक परिस्थिती असूनही त्याकडे फारसे गांभीर्याने पाहिले जात नाही. भारतात निर्माण झालेली समांतर अर्थव्यवस्था किंवा गुंडशाही याला न्यायालयातून न्याय मिळण्यासाठी लागणारा विलंब हेच महत्त्वाचे कारण आहे. न्यायालयातून तात्काळ न्यायदान होऊ लागले तर न्याय मिळवण्यासाठी कायदा हातात घेतला जाण्याचे प्रकार होणार नाहीत. या ठिकाणी एक धक्कादायक बाब नोंदवायला हवी. मध्यंतरी, मुंबईतील एका वरिष्ठ न्यायाधीशालाच आपले पैसे वसूल करण्यासाठी एका कुख्यात गुंडाला फोन करावा लागला होता. भारतातील न्यायव्यवस्था किती ढासळली आहे, याचेच हे उदाहरण ठरावे. एकूणच न्यायव्यवस्थेसमोरील विविध प्रश्नांवर काही तोडगा निघू शकेल का? तसेच त्या तोडग्याचे स्वरूप काय असेल, याचा विचार करण्याची वेळ जनतेवर आली आहे.

काही खटल्यांमध्ये लवादाची सोय आहे. औद्योगिक कामगार-मालक यांचे तंटे तसेच इतरही काही तंटे या लवादामार्फत सोडवले जातात. घटस्फोटांच्या प्रकरणामध्ये समन्वय साधण्यासाठी समुपदेशकाची निर्मिती करण्यात आली आहे. प्रत्येक कौटुंबिक न्यायालयात समुपदेशकाचे काम चालते; परंतु किती प्रकरणे समुपदेशक या मधस्थामार्फत

मिटतात. हा महत्त्वाचा प्रश्न आहे. जपानमध्ये पती–पत्नीमधील वाद सोडवण्यासाठी विवाह संस्थांचे अधिकारी समुपदेशकाची नेमणूक करतात. हा समुपदेशक संबंधित जोडप्यांना भेटून शक्यतो तिथल्या तिथेच प्रकरणाची तडजोड करतो. त्यामुळे बरेचशी प्रकरणे न्यायालयात जाण्यापूर्वीच तडजोडीने मिटतात.

सध्या न्यायालयासमोर असलेल्या सर्व खटल्यांमध्ये एक गोष्ट समान आहे, ती म्हणजे या प्रकरणात प्रत्येक पक्षाचा अहंभाव आडवा येत आहे. एकमेकांना जखमा करण्यातच त्यांना आनंद वाटत आहे. थोडक्यात, न्यायालयाचे एखाद्या आखाड्याचे रूपांतर करण्याचे प्रयत्न केले जातात आणि प्रतिपक्षाला न्यायापासून वंचित ठेवले जाते. अर्थात प्रतिपक्षाला न्याय मिळू नये, हे एकच ध्येय त्यांच्यासमोर असते आणि कायद्यामधील तरतुदींच्या आधारे ते आपले ध्येय साध्य करू शकतात. यावर योजावयाच्या उपायांबाबत विचारविनिमय होणे गरजेचे आहे. न्यायालयीन प्रक्रिया लवकर पार पाडण्यासाठी बऱ्याचशा दिवाणी खटल्यांमध्ये मध्यस्थाची नेमणूक करता येईल. उभय पक्षकारांना एकत्र बसवून मध्यस्थामार्फत त्यांचे हक्क आणि कायद्यातील तरतुदी नीट समजावून सांगितल्या जातील. त्यातून योग्य मार्गदर्शन होईल आणि आपापसात तडजोड करणे शक्य होईल.

मुंबईच्या के.सी.लॉ कॉलेजमध्ये अशा मध्यस्थी करणाऱ्या व्यक्तीसाठी पोस्ट ग्रज्युएट डिप्लोमा सुरू करण्यात आला आहे. 'अल्टरनेट डिस्पुट रेझ्युल्युशन' असे या अभ्यासक्रमाचे नाव आहे. शिवाय तंटे सोडवण्याचा पर्यायी मार्गासाठी 'एडीआर' नावाचा सहा महिन्यांचा अभ्यासक्रमही या ठिकाणी उपलब्ध आहे. हा अभ्यासक्रम पूर्ण करणाऱ्यांना न्यायालयीन प्रकरणे सोडवण्यासाठी मध्यस्थ म्हणून नियुक्त करण्यात येते. मध्यस्थी करताना दोन्ही पक्षांमध्ये समन्वय साधणे, दोन्ही बाजू समजावून घेणे याबाबत अभ्यासक्रमातून शिक्षण दिले जाते. असे मध्यस्थ स्वत:च्या संवाद कौशल्यावर दोन्ही पक्षांना त्यांचा फायदा नीट समजावून सांगू शकतात. मध्यस्थांची भूमिका दोन्ही पक्षांना न पटल्यास त्यांना न्यायालयीन प्रक्रियेला सामोरे जाण्याचा सल्ला दिला जातो, असे असले तरी खटल्यामधील अनेकांचा कल संबंधित प्रश्न सामोपचाराने सोडवण्याकडेच असतो. अमेरिकेत १०० पैकी ९० तर इंग्लंडमध्ये ९५ खटले हे कोर्टाबाहेर मध्यस्थांमार्फत सुटतात. भारतातही असे प्रयोग करून पहायला आणि त्याला बळ मिळायला हवे; परंतु त्यासाठी आपली मानसिकता तयार होत नाही. समाजव्यवस्थेवर त्याचा विपरीत परिणाम होत आहे.

सद्यस्थितीत न्यायालयापुढील खटल्यांची संख्या, त्यात पडणारी भर, समाजातील वाढती गुन्हेगारी लक्षात घेता संबंधित खटले लवकर निकाली काढण्यासाठी मध्यस्थांचाच

मार्ग परिणामकारक वाटतो. संबंधित लोकप्रतिनिधींनी याबाबत लक्ष घालून अशा मध्यस्थांच्या नेमणुका अधिक प्रमाणात केल्यास खटल्यांची संख्या आपोआपच कमी होईल. न्यायाधीशांवरील ताणही हलका होईल. शिवाय निकाल वेळेत लागल्याने सर्वसामान्यांचा वेळ, पैसा याचीही बचत होईल. समाजस्वास्थ्यासाठी असे करणे आवश्यक आहे.

◆ ◆ ◆

७

मला दुसऱ्याला मारूनसुद्धा जगण्याचा हक्क आहे

कोणत्याही नागरिकाला हल्लेखोराला इजा करून किंवा काही प्रसंगी जीव घेऊनसुद्धा स्वतःचे संरक्षण करण्याचा पूर्ण हक्क कायद्याने मान्य केला आहे. ह्या बाबींचा विचार केला तर आपणास बऱ्याच प्रमाणात निर्भर जगणे शक्य होणार आहे.

मुंबईस झालेल्या अतिरेकी हल्ल्यानंतर सर्वसामान्य माणसांना देशाची तसेच स्वतःच्या सुरक्षिततेची काळजी वाटू लागली आहे. त्यात वर्तमानपत्रात किंवा अन्यत्र जर घरी राहणाऱ्या एकाकी किंवा वृद्धाची हत्या झाली अशी बातमी वाचली तर लगेच स्वतःच्या सुरक्षिततेची नुसतीच काळजी नव्हे तर जबरदस्त भीती वाटू लागते व भित्रे जीवनही जगणे नको वाटते. माणूस स्वतःच्या संरक्षणाचा भयचित्त होऊन विचार करू लागतो.

वास्तविक माणसाला स्वतःच्या संरक्षणाचा पूर्ण हक्क नुसता कायमचा नव्हे तर अगदी भगवत्‌गीतेच्या दुसऱ्या अध्यायातपण सविस्तरपणे सांगितला आहे. स्वतःचे जीवन हे सर्वश्रेष्ठ समजले आहे. वेळप्रसंग पडला तर दुसऱ्याला मारल्याशिवाय मला जगता येणे शक्यच नाही तर अशा वेळेला आपला कायदा असे सांगतो की दुसऱ्याला मारूनसुद्धा तू जगणे हा तुझा जन्मसिद्ध हक्क आहे व त्यात अनीतिमान असे काही नाही. भारतीय दंडविधानामध्ये कलम ९६ ते १०६ यामध्ये स्वसंरक्षणाच्या तरतूदी आहेत व त्यांचा सविस्तर सोदाहरण उहापोह केला आहे. वास्तविक सर्वच भारतीय नागरिकांना अगदी शालेय अवस्थेपासून ह्या स्वसंरक्षण कायद्याने त्यांचा मान्य केलेला हक्क व त्याच्या

मर्यादा ह्यांची माहिती हवी तरच बऱ्याच प्रमाणात हे त्यांच्यावर होणाऱ्या परकीय आक्रमणापासून आपला बचाव करू शकतील व बऱ्याच प्रमाणात निर्भयतेने जीवन जगू शकतील.

माझे स्वतःचेच शरीराचे नव्हे तर मी काही विशिष्ट प्रसंगी दुसऱ्यावर होणाऱ्या हल्ल्याचाही प्रतिकार हल्लेखोराचा जीव घेऊनसुद्धा करू शकू. दुर्दैवाने न्यायालयात फारच क्वचितप्रसंगी असा बचाव घेतला जातो. म्हणून सामान्य नागरिकांप्रमाणेच काही वकीलवर्गातही ह्या अधिकाराबद्दल योग्य चर्चा होत नसल्याचे आढळते. कित्येक प्रसंगी शिक्षा झालेल्या कैद्यांना भेट देणाऱ्या प्रसंगी त्यांची सांगितलेल्या गुन्ह्यांच्या हकीकतीनंतर काही वेळा असे वाटण्याचा प्रसंग आला की हा आत्मसंरक्षणाचा बचाव त्यांचेतर्फे घेतला गेला असता तर ते सुटूसुद्धा शकले असते.

भारतीय दंडविधानाच्या क्र. ९७ प्रमाणे कोणत्याही व्यक्तीस कलम (९९ मध्ये सरकारी नोकरांबद्दलच्या काही तरतुदींचा प्रतिबंध वगळता) त्याला स्वतःच्या व दुसऱ्याच्या शरीराबद्दल होणाऱ्या अन्यायाविरूद्ध संरक्षण म्हणून आक्रमण करणाऱ्याला इजा करण्याचा हक्क आहे. तसेच काही प्रतिबंधाचे मर्यादेचे उल्लंघन न करता मालमत्तेच्या संरक्षणाचा हक्क आहे. कलम १०० मध्ये ही इजा त्या आक्रमण करणाऱ्याचा जीव घेण्याइतकी करण्याच्या हक्काचे विवरण केले आहे. हे हक्क समजून घेण्यासाठी काही शब्दांचे अर्थ समजून घेणे जरूरीचे आहे. आपल्या किंवा दुसऱ्याच्या शरीराला जो धोका संभवणार आहे तो प्रत्यक्ष होण्याइतपत आपण त्याला प्रतिकार करण्यासाठी थांबण्याची अजिबात जरूरी नाही. मात्र त्या धोक्याची संभाव्यता (ॲप्रीहेन्शन) सकारण (रीझनेबल) असली पाहिजे. म्हणजे हा धोका केवळ काल्पनिक स्वरूपाचा नसावा. सर्वसामान्य बुद्धी असलेल्या माणसाला या प्रसंगी जीविताला धोका होईल असे वाटले असते. तेवढेच आपल्याला धोक्याच्या शक्यतेबाबत वाटले तर ते पुरेसे आहे.

हल्लेखोर आपला किंवा दुसऱ्याचा जीव घेईल असे सकारण वाटले तर त्याला ठार मारण्याचा आपल्याला हक्क आहे. इतकेच काय पण हल्लेखोर आपणास किंवा असह्य अशा दुसऱ्या कोणाला जबरी दुखापत करण्याची सबळ शक्यता असली तरीसुद्धा त्याचा जीव घेण्याचा आपला हक्क आहे. ही बाब विशेष महत्त्वाची व बरीच दुर्लक्षित झालेली आहे. गंभीर स्वरूपाची दुखापत म्हणजे कोणती तिचे सविस्तर विवेचन कलम ३२० मध्ये केले आहे. या दुखापतीमुळे लैंगिक दौर्बल्य प्राप्त होण्याची शक्यता आहे. या होणाऱ्या दुखापतीमुळे डोळ्यापैकी एकाचासुद्धा दृष्टी जाण्याचा संभव आहे किंवा कानापैकी एकाचीसुद्धा श्रवणशक्ती कायमची जाण्याचा संभव आहे किंवा एखादा

सांधा कायमचा अधू होण्याची शक्यता आहे. डोके वा चेहरा हा कायम विद्रूप होण्याची शक्यता आहे. कोणत्याही हाडाचे निखळणे किंवा अस्थिभंग (फ्रॅक्चर) होण्याची शक्यता आहे किंवा अशा स्वरूपाची इजा होण्याची शक्यता आहे की ज्यायोगे जीवाला धोका संभवतो किंवा कमीत कमी एकवीस दिवसापर्यंत त्याला अत्यंत शारीरिक वेदना सहन कराव्या लागल्या असत्या व नेहमीचे कामकाज करू शकण्याची शक्यता नसेल तर अशा सर्व तऱ्हेच्या जखमा किंवा इजा ह्या गंभीर दुखापत म्हणून मानल्या गेल्या आहेत. वर वर्णन केलेली कोणतीही इजा होण्याची शक्यता असेल तर हल्लेखोराचा मृत्यू होईल इतकी त्याला इजा करण्याचा प्रत्येकाला हक्क असल्याचे कायद्याने मानले आहे.

वरील कारणाखेरीजही आणखीही काही कारणे कायद्याने मान्य केली आहेत. त्यान्वये हल्लेखोराचा जीव घेण्याचा स्वसंरक्षणाचा हक्क मानला आहे. हल्लेखोर बलात्कार किंवा अनैसर्गिक संबंध करण्यासाठी किंवा पळवून नेण्यासाठी किंवा कोंडून ठेवण्यासाठी काही आघात करीत असेल तर अशा ठिकाणी त्याची हत्या करण्याचा हक्क आहे. मात्र हल्लेखोर कोंडून ठेवण्याची शक्यता असण्याबरोबर कोंडल्यावर आपल्याला सुटण्यासाठी सरकारी साधनांची सुटकेसाठी मदत घेता न येण्याची शक्यता हवी. थोडक्यात म्हणजे ज्या ठिकाणी कोंडून ठेवण्याचा त्याचा इरादा आहे तेथे टेलिफोन किंवा संपर्कासाठी खिडकी किंवा इतर सोय आहे तर अशा सारख्या परिस्थितीत हल्लेखोराचा जीव घेण्याचा हक्क असणार नाही.

एक लक्षात ठेवले पाहिजे की हा हल्लेखोराचा जीव घेण्याचा हक्क प्रत्यक्ष हल्ला करणाऱ्याच्याच विरूद्ध वापरता येईल. भविष्यकाळात तो केव्हातरी हल्ला करण्याची शक्यता आहे, त्याच्याविरूद्ध वापरता येणार नाही. अर्थात हा स्वसंरक्षणाचा हक्क बजावताना काही पथ्ये पण पाळणे जरूरीचे आहे. पहिले म्हणजे आपणच हल्लेखोराला हल्ला करण्यास उद्युक्त करण्याचा गुन्हा करता कामा नये. म्हणजे प्रथम आपणच हल्लेखोरावर हल्ला करून त्याला इजा करावयाची व मग त्याने जर आपणावर स्वसंरक्षणार्थ प्रतिकार केला तर त्याची हत्या करणाऱ्याला कायदा स्वसंरक्षणाचा बचाव मान्य करणार व दुसरे म्हणजे आपल्यावरील हल्ल्याची संभाव्यता ही सकारण हवी. आपली नुसती पोकळ बिनबुडाची कल्पना नसावी. तिसरे म्हणजे हल्याचे वेळी आपण सुरक्षितपणे आपली सहज सुटका करून घेण्याची कुठलीही शक्यता नसावी म्हणजे आपल्याला हल्लेखोरावर हल्ला करूनच आपली सुटका करून घेण्याशिवाय दुसरा कोणताही पर्याय नसावा. चवथे म्हणजे हल्लेखोराचा जीव घेण्याशिवाय इतर कोणताही

मार्ग नसला पाहिजे. ह्या मुंबई हल्ल्यात सापडलेल्या हल्लेखोराचे उदाहरण घेऊ. त्याच्या हातात शस्त्र होते व तो ते वापरण्याची शक्यता होती तेव्हा त्याला ठार मारण्याचा पोलिसांनाच काय पण इतर कोणालाही हक्क होता. पण तो निःशस्त्र होऊन पकडल्यावर मात्र त्याचेवर जीवघेणा हल्ला करणे हा गुन्हाच होईल.

हा जो स्वसंरक्षणाचा हक्क आहे तो नुसता हल्लेखोरापुरताच मर्यादित नसून तो बजावताना निरपराध माणसाची नाइलाजाने हत्या करावी लागली तरी ती कलम १०६ प्रमाणे क्षम्य मानली आहे. समजा एखादा जमाव एखाद्या माणसाचा जीव घेण्यासाठी हल्ला करत असल्यास ज्याच्यावर हल्ला होतो आहे त्याला जमावावर गोळीबार करून स्वतःचा बचाव करणे भाग आहे. अशा वेळेला त्या जमावात असलेल्या लहान मुलांना वगळून त्याला गोळीबार करता येणार नसल्यास त्याला नाइलाजाने केलेल्या गोळीबारात निरपराध मुलाची हत्या झाली तर दोषी धरता येणार नाही.

स्वसंरक्षणाचा हक्क हा जीविताला धोका उत्पन्न झाल्यापासून तो धोका संपेपर्यंतच असतो. धोका टळला तर तो संपतो.

हल्लेखोराचे जीव घेण्याची जी उदाहरणे किंवा प्रसंग वर सांगितले आहेत त्याशिवायसुद्धा इतर किरकोळ स्वरूपाचा हल्ला होण्याचा संभव असल्यास जरूर तितक्या प्रमाणात त्याच्यावर इजा करण्याचा व स्वसंरक्षण करण्याचा हक्क आहे.

वरील सर्व बाबी विचारात घेतल्यास कोणत्याही नागरिकाला हल्लेखोराला इजा करून किंवा काही प्रसंगी जीव घेऊनसुद्धा स्वतःचे संरक्षण करण्याचा पूर्ण हक्क कायद्याने मान्य केला आहे. ह्या बाबींचा विचार केला तर आपणास बऱ्याच प्रमाणात निर्भर जगणे शक्य होणार आहे.

◆ ◆ ◆

www.ingramcontent.com/pod-product-compliance
Lightning Source LLC
Chambersburg PA
CBHW070110030726
47506CB00002B/680
* 9 7 8 8 1 8 4 8 3 1 2 3 8 *